பார்பி

சரவணன் சந்திரன்

சரவணக்குமார் என்கிற இயற்பெயரைக் கொண்ட, தொழில்முறை ஹாக்கி விளையாட்டு வீரரான இவர் சென்னை கிறித்துவக் கல்லூரியில் இளங்கலை தமிழ் படித்தவர். மதுரை, தேனி, கோவில்பட்டி எனப் பல ஊர்களைச் சொந்த ஊராகக் கொண்ட இவர் தற்போது சென்னையில் வசிக்கிறார். ஆறாம் திணை, மின்தமிழ், காலச்சுவடு, இந்தியா டுடே போன்ற அச்சு மற்றும் மின் ஊடகங்களில் பணிபுரிந்த இவர் கடந்த பத்தாண்டுகளுக்கும் மேலாக காட்சி ஊடகத்தில் பணிபுரிந்திருக்கிறார்.

விஜய் டீவி, ஜீ தமிழ் போன்ற காட்சி ஊடகங்களில் பல்வேறு நிகழ்ச்சிகளில் பல்வேறு பொறுப்புகளில் இருந்திருக்கிறார். ஜீ தமிழில் ஒளிபரப்பாகி வரும் 'சொல்வதெல்லாம் உண்மை' நிகழ்ச்சியைத் துவக்கியவரும் இவரே. அதன் இயக்குநர் பொறுப்பில் இருந்த இவர், தமிழ் தி ஹிந்து, உயிர்மை, ஆனந்த விகடன், மின்னம்பலம் உள்ளிட்ட பல்வேறு பத்திரிகைகளுக்கு கட்டுரைகளும் எழுதி வருகிறார். அச்சு ஊடகம், மின் ஊடகம், காட்சி ஊடகம் என ஊடகங்களின் பல்வேறு வகைகளிலும் இவரது பங்களிப்பு இருந்திருக்கிறது என்பது குறிப்பிடத்தக்கது.

சென்னையில் நவநாகரிக மீன் அங்காடியகம் ஒன்றையும் கடந்த பத்தாண்டுகளாக நடத்திவருகிறார். வேளாண்மையைத் தொழில் முறையாகச் செய்துகொண்டிருக்கிறார்.

ஆசிரியரின் நூல்கள்

ஐந்து முதலைகளின் கதை

ரோலக்ஸ் வாட்ச்

வெண்ணிற ஆடை

அஜ்வா

மதிகெட்டான் சோலை

பாவத்தின் சம்பளம்

பார்பி

எக்ஸ்டஸி

பார்பி

சரவணன் சந்திரன்

கிழக்கு

பார்பி
Barbie
Saravanan Chandran ©

First Edition: December 2017
160 Pages

ISBN 978-81-8493-850-0
Kizhakku - 1070

Kizhakku Pathippagam
177/103, First Floor,
Ambal's Building, Lloyds Road,
Royapettah, Chennai 600 014.
Ph: +91-44-4200-9603
Email : support@nhm.in
Website : www.nhm.in

Author's Email: saravanamcc@yahoo.com

Cover Design: Santhosh Narayanan
Cover Photograph: Prabhu Kalidas

Kizhakku Pathippagam is an imprint of New Horizon Media Private Limited.

பவித்ராவிற்கு...

முன்னுரை

'மெதுவா போக வேண்டியதுதானே, ஏன் தலைதெறிக்க ஓடற...' இப்போதில்லை. இதுவரை கடந்து வந்த பாதையில் எல்லோரும் இப்படிச் சொல்லியிருக்கிறார்கள். எங்களிடம் வேறு வழியிருக்க வில்லை. ஏதாவது சின்னச் சத்தம் கேட்டால்கூட தலைதெறிக்க ஓடதான் சொல்லித் தந்திருக்கிறார்கள். விடிவதற்கு முன்பே ஆளற்ற நெடுஞ்சாலைகளில் தனியாக ஓடிக் கொண்டிருப்போம். ஓடும்போது மட்டுமே விடியலைப் பார்த்திருக்கிறோம். பின்னர் அதுவே பழக்கமாகவும் ஆகிவிட்டது. ஓடாமல் இருந்தால் ஏதோ சும்மா இருப்பதைப் போலவே ஒரு குற்றவுணர்வு வந்துவிடுகிறது உடனடியாக. மனசே சரியில்லாமல் மூஞ்சியைத் தூக்கி வைத்து உடன் இருப்பவர்களைப் படுத்தி எடுப்போம். இருபத்து நான்குமணி நேரம் ஓடுகிற ஆழ்துளைக் கிணற்றின் எந்திரம்போல ஓடுகிறோம். மின்சாரம் இல்லாத நேரங்களில் மட்டுமே அது ஓடுவதை நிறுத்தும். தேவையே இல்லாத நேரத்தில்கூட ஓடிக் கொண்டிருக்கிறோம் என்பது உரைக்கத்தான் செய்கிறது. ஊறப் போட்டு ஓட்டுவதற்கான பொறுமை இருந்தாலும், தேவை விடாமல் துரத்துகிறது.

மூச்சிளைக்கிற கட்டத்தில் எந்தக் கேள்விகளுமில்லாமல் ஓடுவதை நிறுத்திக் கொள்வேன். பொதுவாகவே நான் எப்போதும் சொல்கிற மாதிரி செம்மறியாடுபோல எல்லா இலைகளிலும் வாய் வைக்கும் இயல்பை உடையவன். அதனாலேயே ஒருதுறையில் உச்சத்தைப் பார்க்கிற பொறுமை எனக்குக் கிடையாது. உச்சத்திற்கு நெருக்கத்தில் போய்விட்டு உதறிவிட்டு ஓடி வந்துவிடுவேன். உச்சத்தைத் தொடுவதில் உள்ள தயக்கம் எனக்கு மட்டுமானதில்லை. ஒரு தலைமுறையின் தயக்கம் அது. அந்தத் தயக்கத்தைப் பல்வேறு காரணிகள் வழிநடத்துகின்றன. ஒரு வட்டமான வாழ்வு அந்தத் தயக்கங்களை இறுக்கிப் பிடித்து வழிநடத்துகிறது.

அப்படித் தயங்குகிற கூட்டத்தில் இருந்து கிளம்பி வந்தவனின் கதைதான் இதுவும். நான் நெருக்கத்தில் பார்க்காத, வாழாத எதையும் எழுதுவதாக இல்லை. உலகில் ஒருவரைப்போல ஏழு பேர் இருப்பதாகச் சொல்வார்கள். நான்கு பேரைதான் இதுவரை சொல்லியிருக்கிறேன். தவறாகவே இருக்கும் பட்சத்திலும்கூட, இன்னும் மூன்று பேர் கதையை முடித்துவிட்டு வேறு பரிசோதனை முயற்சிகளில் இறங்கலாம் என்றே தோன்றுகிறது. இரத்தமும் சதையுமாய் இருப்பதை அள்ளி எடுத்து முதலில் பரப்பி விடுவோம். இனி வந்து சேர்பவைகள் தீர்மானிக்கட்டும் எதையும்.

ஒவ்வொரு நாவல் முடிந்த பின்னும், அடுத்து எழுதவே முடியாது என்கிற தீவிர மனநிலைக்குப் போய்விடுவேன். யாராவது எதுவாவது வந்து தூண்டிவிடுகிற வரை தட்டழிந்து கொண்டிருப்பேன். அப்படிதான் பார்பி நாவல் எழுதத் துவங்கும்போதும் கோழி மாதிரி பரபரவென்று அலைந்து கொண்டிருந்தேன். பொறுமையாக எழுதுங்கள் என்கிற வார்த்தைகளுக்கு செவிமடுத்து அவற்றை ஒருகட்டத்தில் நம்பவும் ஆரம்பித்தேன். அதற்குத் தோதான மாதிரி கருத்துகளையும் உருவாக்கிக்கொள்ள ஆரம்பித்தேன். தற்செயலாக மூத்த எழுத்தாளர் ஜெயமோகன் சாருக்கு பிறந்தநாள் வாழ்த்துத் தெரிவித்து மெயில் போட்டேன். அதில் அவர் அடுத்த நாவல் எழுதத் துவங்கி விட்டீர்களா என்று கேட்டிருந்தார். பொறுமையாக இருக்கச் சொல்லியிருக்காங்க சார் என்று பதில் போட்டேன். அதேவேகத்தில் பதில் அவரிடமிருந்து வந்து விழுந்தது. 'எழுதத் தோணும்போதே எழுதிவிடுங்கள். ஒன்றும் பேராது என்கிற நிலை வந்தால் என்ன செய்வீர்கள்? எழுதுவதற்கு பொறுமை தேவையில்லை. திருத்துவதற்குதான் பொறுமை தேவை.' உடனடியாக அவர் இருக்கும் திசை நோக்கி ஒரு கும்பிடைப் போட்டுவிட்டு எழுதத் துவங்கிவிட்டேன்.

ஜெயமோகன் சார் மட்டுமல்ல, இதை எழுதப் போகிறேன் என்று சொல்லி எப்போது போய் நின்றாலும், அதைக் குலைக்காமல் அடுத்த படி தாவுவதற்குச் சொல்லித் தருவார் மனுஷ்யபுத்திரன் சார். எங்கே பார்த்தாலும் நின்று நிதானமா 'என்ன பண்ணிக்கிட்டு இருக்கீங்க?' என்று விசாரிக்காமல் போக மாட்டார் எஸ்.ரா. சார். பல லட்சம் பேர் பார்க்கும் மேடையிலேயே 'என்னுடைய பையன்' என்றார் சாருநிவேதிதா. ஒருநாள் முழுக்க எனக்காக ஒதுக்கி இந்த நாவலை எழுதுவதற்கு முன்பு எனக்குள் இருந்த சிக்கலை முட்கரண்டி வைத்து எடுத்து வெளியே போட்டவர் ந. முருகேச பாண்டியன் சார். 'ஆழமா உழணும் தம்பி' என்ற அரவிந்தன் சாரும், 'அத்தியாயத்தை

பொறுமையா எழுதுங்க சரவணன்' என்று சொன்ன லட்சுமி மணிவண்ணன் சாரும் எப்போதும் என் பதற்றத்தைத் தணிக்கிற கே.என். சிவராமன் சாரும் எப்போதும் என் நாவலின் முகத்தைத் தீர்மானிக்கிற நண்பன் சந்தோஷ் நாராயணனும் என் கண்முன்னே இந்த நிமிடத்தில் வந்து போகிறார்கள். விடுபட்டவர்களும் இருக்கக்கூடும். இப்படி முன்னோடிகளும் என் சக இலக்கிய விளையாட்டு வீரர்களும் என்னை ஒருவகையில் அடுத்த கட்டத்திற்கு நகர்த்தியபடி இருக்கின்றனர். இவர்கள் எனக்குக் கொடுத்த வேலையைச் சத்தம் காட்டாமல் செய்து கொண்டிருக்கிறேன். ஒழுங்காகச் செய்கிறேனா என்பதை இவர்கள்தான் சொல்ல வேண்டும். அதுதான் ஒரு துறை சார்ந்த ஒழுக்கம். வேறு சில துறைகளிலும் இருப்பவன் என்பதால் இதை உறுதியாகச் சொல்ல முடிகிறது.

இந்த நாவல் எழுதும் காலம் முழுக்க என்னோடு பயணம் செய்த நண்பர் பீனா கானாவிற்கு சிறப்பு நன்றி. நண்பர்கள் சில்வியா ப்ளாத், இயக்குநர் கார்த்திக் சுப்புராஜ், எழுத்தாளர் கார்த்திக் புகழேந்தி, இளங்கோவன் முத்தையா, இயக்குநர் சீனி, என் அசோசியேட் எட்வர்ட், என் மாமா ராஜன் பாபு, நண்பர் வஸ்த்தோ, வழக்கறிஞர் கோவை எம். சரவணன் ஆகியோர் இந்த நாவலைப் படித்துத் திருத்தங்கள் சொன்னார்கள். தொடர்ச்சியாக இப்படி ஓடிக் கொண்டிருப்பதற்குக் காரணம் என் நண்பர்கள்தான். அவர்கள் இல்லாமல் நானில்லை. 'உலகத்தில் உனக்கு உருப்படியா வர்ற வேலை ரெண்டே ரெண்டுதான். ஒண்ணு, என்ன லவ் பண்றது. இன்னொண்ணு எழுதறது' என்று எப்போதும் சொல்லும் பவித்ராவிற்கு இந்த நாவலையும் சமர்ப்பிக்கிறேன். இதை வெளியிடும் கிழக்கு பதிப்பகத்திற்கும் நன்றி.

சரவணன் சந்திரன்
பாச்சலூர் அடிவாரம்

அத்தியாயம்

1

"விளையாடும்போது கேலரியை பார்க்காதே மவனே." என் காலுக்குக் கீழே குட்டி குட்டி வெளிச்சப் புள்ளிகளாய்த் தெரியும் இந்த நகரத்தைப் பார்த்தபடி அமர்ந்திருக்கும்போது என்னுடைய விக்ரம் கோச்சின் வார்த்தைகள் காதிற்குள் ஒலிக்கின்றன. என் வாழ்வில் கண்ட காட்சிகள் எல்லாமும் குறுக்குவெட்டாக எனக்கு முன்னால் ஓடிக் கொண்டிருக்கின்றன. இதுவும் கிட்டதட்ட கல்வாரி மலைதான். ஏன் சாமானியன் ஒருத்தன் அந்த மாதிரி மலை மீதேறி சலம்பக் கூடாதா? யாருடைய மகனாக இருந்தால் என்ன? காட்சியுடையோன் இறைவன் மகனென உணரப் பாற்றே என அருங்கலச் செப்புவில் சொல்லியிருக்கிறது. நான் தமிழிலக்கியம் படித்தவன் என்பதால் அவ்வப்போது இப்படி ஏதாவது பவுன்சர் போடுவேன் தலையைக் குனிந்து கொள்ளுங்கள். இதைவிட அதிலிருந்து தப்பிக்க தலைசிறந்த வழி எங்கும் இல்லை. தமிழிலக்கியம் படித்ததே ஒரு சுவாரசியமான கதை. முதலில் ஃபிலாசபி வகுப்பில்தான் ஸ்போர்ட்ஸ் கோட்டாவில் எனக்கு இடம் கிடைத்தது. இலவச மெஸ் இருந்தால் நாளந்தா பல்கலைக் கழகத்தில் போய் படிக்கக் கூட டிரங்குப் பெட்டியைத் தூக்கிவிடுவோம் என்கிற நிலையில்தான் எங்கள் வாழ்க்கை இருந்தது. அப்படிதான் இந்தக் கல்லூரிக்கும் கிளம்பி வந்தோம் ஒரு செட்டாய்.

ஃபிலாசபி வகுப்பில் என்னுடைய பேராசிரியர் என்னிடம் கேட்ட முதல் கேள்வி, 'வாட் இஸ் ஃபிலாசபி?' 'ஃபிலாசபி இஸ் தத்துவம்' என்றேன் உணர்வுபூர்வமாக. எனக்குத் தெரிந்த உண்மையான பதிலைச் சொன்னேன். கருவேலம் புதருக்குள்ளிருந்து கிளம்பி

வந்தவனுக்கு அதுதான் தெரியும். எனக்காவது அதுவாவது தெரிந்தது. எனக்குப் பின்னால் உட்கார்ந்திருப்பவன் 'ஃபிலாஸபின்னா ஒருநம்பர் அஸ்ஸாம் லாட்டரியா?' என்பான். அவனுடைய அப்பா பேருந்தில் லாட்டரி டிக்கெட் விற்றவர். வெளியே போகச் சொல்லிவிட்டார் என்னை. அதற்கு மேல் அங்கு அடியெடுத்து வைக்க விருப்பம் இல்லை. மதியாதார் தலைவாசலை எப்போதும் தேவைப்பட்டால் மட்டுமே மிதிக்க வேண்டும். விருப்பம் வராததற்கு இன்னொரு காரணமும் இருந்தது. அங்கே இரண்டே இரண்டு கன்னியாஸ்த்ரி சகோதரிகள் அமர்ந்து கொண்டிருந்தார்கள். காலார நடந்து எல்லா வகுப்புகளையும் நோட்டம் விட்டபோது, ஒரு வகுப்பில் மட்டும் ஆண்களைவிட பெண்கள் அதிகம் இருந்தார்கள். அதுதான் என்னுடைய உலகம் என உடனடியாக முடிவெடுத்து விட்டேன். பெண்கள் எப்போதும் என்னோடு இருக்க வேண்டும். சின்ன வயதில் இருந்து அப்படிதான் இருந்திருக்கிறேன்.

தமிழிலக்கிய வகுப்பில் அப்படிதான் சேர்ந்தேன். என்னுடைய பேராசிரியர் ஒருவர் கல்வாரி மலைப் பிரசங்கத்தைப் பாடமாக ஆற்றியிருக்கிறார். நானும்கூட ஒரு பிரசங்கத்தைத்தான் ஆற்ற விரும்புகிறேன். பாவமன்னிப்பு கேட்கும் பாதிரியாரின் பிரசங்கமிது. நான் சீக்கிரம் கிளம்பிப் போகவேண்டும். என்னை உதறிய மைதானம் மனம் திருந்திய மைந்தனாய்ப் போகும் என்னைத் திரும்பவும் வாரி அணைத்துக் கொள்ளும். சீனியர் இந்திய ஹாக்கி அணியில் இடம் பிடித்திருக்கும் ஒருவன் இப்படி இல்காட்சியுணர்வு* கொண்டவனாய்த் தத்துவ விசாரம் ஆற்றிக் கொண்டிருப்பது பெரும்பாவம். என்னைச் சுற்றி பல வருடப் பழசான மலையடிவாரத்துக் கம்பளிப் போர்வை போல குற்றவுணர்வு சுற்றியிருக்கிறது. தோய்த்து எடுத்தாலும் அழுக்கு, பாச்சா உருண்டை வாசனையோடு கலந்து உருளுகிறது.

எதிலிருந்தும் சீக்கிரம் விலகிவிடுவது ஒரு விளையாட்டுக்காரனின் இயல்பு. ஆனால் எப்போதும் முழுமையாக என்னால் விலக முடியவில்லை. வெளிச்சங்களை விரட்டியே ஓடியிருக்கிறேன். தூரத்தில் வெளிச்சப் புள்ளிகள் ஒவ்வொன்றாய் அணைந்து கொண்டிருக்கின்றன. ஒரு சிறு நகரம் தூக்கத்திற்குத் தயாராகிறது. கேவல்களை அந்நகரம் கேட்கச் செய்யும் இனி. அதிலும் பிணியில் வலியோடு முனகும் கூடாரத்தில் உள்ள குரல்களைத் தனித்துக் கேட்கத் துவங்குவார் ரட்சகர். என் அருகே அமர்ந்திருக்கும் பார்பியின் கண்கள் இந்த இரவில் சுடர் விடுகின்றன. குன்றிமணிபோல சின்னதாய் மினுக்கும் அதன் கண்களை நான் உயிரசைவில் பார்த்திருக்கிறேன். சின்ன வயதில் குன்றிமணிகளைச் சேகரித்து இந்த பார்பி பொம்மையோடு பொத்தி ஒளித்து வைத்திருக்கிறேன்.

கறுப்பு சிவப்பு வண்ணத்தில் அவை பவளங்கள்போல இருக்கும். பவளத்தை எங்கே நாங்கள் பார்த்திருக்கிறோம்? சின்னச் சின்ன குன்றிமணிபோல பொட்டுத் தங்கம் கலந்த கம்மல்களைத்தான் பார்த்திருக்கிறோம்.

இந்த பார்பி பொம்மையும்கூட என்னிடம் வந்து சேர்ந்தது ஒரு தீபாவளிக் கொண்டாட்டத்தின் போதுதான். ஊரே வெடிவெடித்து கொண்டாடிக் கொண்டிருந்தது. வெடிவாங்க வழியில்லாத சிறுவர்களான நாங்கள் எப்போதும் ஒவ்வொரு பெரிய வீட்டின் வாசலிலும் நின்று வேடிக்கை பார்ப்போம். சில வீடுகளில் அப்படி இலவசமாக கொஞ்சம் மத்தாப்புகளை மட்டும் தருவார்கள். எஸ்.எல்.எஸ் பஸ் சர்வீஸ் நடத்துகிற முதலாளி வீட்டில் மட்டும் வருடா வருடம் ஏமாற்றாமல் கொஞ்சம் பட்டாசை இலவசமாகத் தந்துவிடுவார்கள். பல தடவை யூனிஃபார்மிற்காக எடுத்த புது டவுசரைப் போட்டுக்கொண்டு காத்துக் கொண்டிருந்திருக்கிறேன். அந்தத் தடவை எல்.டி.டி.இ.க்காரர்கள் போடுகிற மாதிரி, தீபாவளிக்கு அப்புறம் போட்டுக்கொண்டு போன சட்டை இருப்பதாக சண்முகக்கனி வாத்தியார் சொன்னார். பச்சைக் கலரில் வெள்ளைத் தீற்றல்கள் கலந்த முழுக்கைச் சட்டை அது. அதைப் போட்டுக்கொண்டு சித்தியுடன் போய் ஃபோட்டோ எடுத்தேன். அந்தத் தீபாவளி வெகு விமரிசையாய் இருந்தது அவர்கள் வீட்டில். புதுசாய் முயல் குட்டி மாதிரி ஒரு சிறுமி நின்று கொண்டிருந்தாள். பூப்போட்ட பாவடை சட்டை போட்டிருந்தாள். அவள் காதில் ஆரஞ்சு மிட்டாய் மாதிரி கம்மல் இருந்தது. அவள் முகம் எனக்கு நன்றாக ஞாபகம் இருக்கிறது இன்னும். குன்றிமணிபோல சுடர்விட்டன அவ்விழிகள் மத்தாப்பு வெளிச்சத்தில்.

எல்லோரும் பட்டாசு வெடித்துக் கொண்டிருந்தபோது அந்தப் பெண் தன்னுடைய பார்பி பொம்மையைப் பக்கத்தில் இருக்கிற பூந்தொட்டி மீது வைத்தாள். இருளுக்குள் இருந்தது பூந்தொட்டி. மத்தாப்பு வெளிச்சத்தைப் பார்த்தபடி பார்பி பொம்மை தனிமையில் மல்லாக்கக் கிடந்தது. எல்லோரும் அசந்திருந்த சமயத்தில் அதை எடுத்து என் சட்டைக்குள் சொருகிக்கொண்டு வீட்டிற்குள் ஓடிவந்து விட்டேன். அதன் மதிப்பென்ன என்பதெல்லாம் அப்போது தெரியாது. இதன் பெயர் பார்பி என்று தெரியவந்ததே பத்தாம் கிளாஸ் வந்த பிறகுதான். அவர்களிடம் இருந்தால் என்றோ இதைக் குப்பையில் தூக்கி எறிந்திருப்பார்கள். என்னிடம் அது மகாராணி மாதிரி பெட்டிக்குள் படுத்துக் கிடக்கிறது. மதுரை மீனாட்சியம்மன் கோயில் கடையில், துப்பாக்கி வேணும் என கேட்ட போதெல்லாம் எனக்குச் செப்புச் சாமான்களை மட்டுமே வாங்கித் தந்திருக்கிறார்கள்.

முழுநேரமும் பெண் பிள்ளைகளுடன்தான் சுற்றிக் கொண்டிருப்பேன். அப்போது, என் தெரு அக்காக்களுக்கு டிசம்பர் பூக்களையும் அரளிப் பூக்களையும் பறித்துக் கொடுத்தபடி இருப்பதுதான் என்னுடைய வேலை. செண்பக வல்லியம்மனே நான் திருடிக் கொடுக்கிற அரளிப் பூவைச் சூடிக் கொண்டிருப்பாள் பலநேரங்களில்.

வெண்பனி வீதியில் விழுந்து கொண்டிருந்த பொழுதொன்றில், விவரம் புரியாமல் அரளிக் கொட்டையை எடுத்து வரச் சொன்னதே என்பதற்காக பறித்துக் கொண்டுபோய் கொடுத்தேன். நல்ல வேளை அந்தக்கா பிழைத்துவிட்டது. அந்தக்காவின் வாய்க்குள் சோப்பையும் முட்டையையும் கரைத்து ஊற்றி வாந்தி எடுக்க வைத்தார்கள். அக்கா நெல் பத்தாயம் இருக்கிற அறையில் சோர்வாகப் படுத்துக் கிடந்த போது, பக்கத்தில் போய் பாவமாக நின்றேன். 'யார்ட்டயும் சொல்ல மாட்டேன்ல' என்றது. வெளியில் ஓடி வந்துவிட்டேன். ஏதோ தோன்றியதால் மறுபடி உள்ளே போனேன். அக்காவின் கன்னத்தில் பருக்கள் இருந்தன. அதன்பிறகு டவுசர் டைட்டாகி கூச்சம் வந்த பிறகுதான் அவர்களிடமிருந்து விலகி வந்தேன். விளையாட்டு வீரனின் தொடக்க வாழ்வில் பெண்களென்றால் ஆகாது. கூடவே கூடாது என்று சொல்லிச் சொல்லி வளர்த்திருக்கிறார்கள். ஆனால் கடைசி வரை இந்த பார்பி பொம்மையிடம் இருந்து மட்டும் விலகி வரவில்லை. ஏதோ காலம்பூராக என்னோடு இருக்க வேண்டியவள் இவள் என்கிற மாதிரி ஒரு வைராக்கியம்.

இதுவரை யாருக்கும் அதைக் காட்டியதில்லை. தொலைந்த அன்று கூட பெரிய வீட்டில் இருந்து காளியப்பண்ணன் சிலரோடு என் தெருவிற்கு வந்து எல்லோரிடமும் விசாரித்தார். அண்ணன் கேட்டால் மறுக்காமல் எதையும் சொல்லிவிடுவோம். அங்கிருந்து அவர் சில நேரங்களில் உணவுப் பண்டங்களை எடுத்துக்கொண்டு வருவார். ஆனாலும் நான் மூச்சு விடாமல் இருந்தேன். சட்டெனத் திரும்பி அவர் என் கண்களைப் பார்த்தார். நான் அழுகிற மாதிரி பாவனை செய்தேன். 'எதுக்குலே நீலிக் கண்ணீர் வடிக்கிற. எடுத்திருந்தன்னா சொல்லிடு. நான் பெரிய வீட்டுல சொல்லி ஆட்டம் பாம் வாங்கித் தர்றேன்' என்றார். நான் இல்லவே இல்லை என சாதித்துவிட்டேன். எனக்கு ஒண்ணுக்கு முட்டிக்கொண்டு வந்தது. எனக்கு நினைவு தெரிந்து இதற்கு முன்னர் வீரபாண்டித் திருவிழாவில் ராட்டினத்தில் போனபோது இப்படி வந்தது. சுகந்தி சித்தி பயந்து கிடந்த என்னை அணைத்துக்கொண்டு, 'கிறுக்கு மூதி, பயப்படறதுக்கா இதுல வந்த...' என்றது. நல்லவேளை வெடித்துச் சிதறுவதற்குள் அண்ணன் திரும்பிக் கிளம்பிப் போய்விட்டதால் தப்பித்தேன்.

அதற்கடுத்து டிசம்பர் பூக்களைப்போன்ற நிறத்தில் சட்டை போட்டிருந்த அந்த பார்பி பொம்மை என்னுடைய வீட்டில் எல்லா இடத்திலும் இருந்திருக்கிறது. எங்கள் வீட்டிற்கு வந்த மருமகள் போல அது மூலை முடுக்கெல்லாம் பிறத்தியார் கண்ணுக்குத் தெரியாமல் மறைந்து படுத்துக் கிடந்திருக்கிறது. தினமும் இடம் மாற்றி அதை ஒளித்து வைப்பதுதான் என்னுடைய வேலை. ரகசியமாய் இயங்குவேன். இதை ஒளித்து வைத்து வாழ்ந்ததாலேயே திருட்டுத்தனம் எளிதாகவே எனக்குக் கைகூடி விட்டது. மார்கழிக் குளிரில் மொட்டை மாடிக்குப் படுக்கப் போவதாகச் சொல்லிவிட்டு, சாக்கிற்குள் பார்பியைப் பக்கத்தில் வைத்துக்கொண்டு தூங்குவேன். புறாக் கூண்டிற்குள் யாராவது வந்தால் ஒளித்து வைப்பேன். வெதுவெதுப்பான ஆரஞ்சு நிற உடலில் மூச்சு ஏறி இறங்கும் ஹோமர் புறாக் குஞ்சிற்கு வாயில் வைத்து சின்னச் சின்னதாய் கொண்டைக் கடலையை மசித்து ஊட்டுகிற மாதிரி பார்பிக்கும் ஊட்டலாமா என்று யோசித்திருக்கிறேன். பார்பியும் நானும் வயதிற்கு வந்த பிறகு இப்படியெல்லாம் செய்யவில்லை. அடிக்கடி எடுத்து குற்றாலத் துண்டை வைத்துத் துடைத்து என் பெட்டியின் ஆழத்தில் படுக்கப் போட்டு வைப்பேன்.

அப்படி ஒருதடவை எடுத்தபோது அந்தப் பொம்மையின் கன்னத்தில் கறுப்பாய் பொட்டுப் பொட்டாய் இருந்தது. ஏதோ ஒட்டிக் கொண்டிருந்தது. அழுத்தமாகவும் அது பதிந்திருந்தது. துடைக்கப் போகையில் ஒரு சாயலில் அவை கன்னத்தில் இருக்கும் பருக்கள் போல இருந்ததால், அப்படியே விட்டுவிட்டேன். கன்னத்தில் பருக்களுடன் பார்பி எப்போதும் என் சிந்தனையில் இருந்து கொண்டே இருப்பாள். ஒருநாளைக்கு ஒரு தடவையாவது எங்கே இருந்தாலும் அந்த பார்பி பொம்மை பற்றி யோசிக்காமல் இருக்க மாட்டேன். சில நேரங்களில் என்ன பைத்தியக்காரத்தனம் என தோன்றும். ஆனால் அது என் வைராக்கியத்தோடு சேர்ந்து வளர்ந்தது என்பதால் எப்போதும் அதன் மீது தனிப்பாசம் எனக்கு.

ஸ்போர்ட்ஸ் ஹாஸ்டலுக்குப் படிக்கப் போனபோது என் பெட்டிக்குள் அது இருந்தது. ஒருதடவை அதன் மீது கைவைத்த கோபியை குளிக்கிற வாளியைச் சுழற்றிப் பிடித்துக்கொண்டு அடித்தேன். சில்லு மூக்கு உடைந்துவிட்டது அவனுக்கு. வார்டனிடம் மட்டும் சொல்லிவிடாதே என காலில் விழுந்து உண்மையிலேயே அழுதேன். முதலைக் கண்ணீர் எனக்குக் கைவந்த கலை. பெண்களுடனேயே இருந்து பழகியதால் முணுக்கென்றால் அழுகை முட்டிக்கொண்டு வந்துவிடும். மேலூர்க்காரனான கோபி

பெரியமனது பண்ணி என்னை மன்னித்தான். அந்த பார்பி மட்டும் ஒருநாள் என் கையில் கிடைத்தால் கொல்லாமல் விடமாட்டேன் என்றான். இதைச் சொல்லும்போது அவனுடைய மூக்கு விடைத்தது. ஏதோ ஆங்காரத்தில் சொல்கிறான் என்பதால் நான் பெரிய விஷயமாக எடுத்துக் கொள்ளவில்லை. அதற்கடுத்து அவன் நெருங்கிய நண்பனாகிப் போனான். பார்பியைப் பற்றிக் கொஞ்சம் சொல்லியிருக்கிறேன் அவனிடம்.

அதற்கடுத்து எவனும் அதன் பக்கம் நெருங்கவே இல்லை. சென்னைக்குக் கல்லூரிக்குப் படிக்க வந்தபோது அது என்னுடன் இருந்தது. கடைசி வரை யார் கண்ணிலும் படாமல் கௌரவமாக கல்லூரி விடுதியறையில் இருந்தது. என்னிடம் வந்து சேர்ந்த பிறகு அதுவும் நானும், பார்வை படுமென்கிற பயமில்லாமல் தனியறையில் இருந்தது அப்போது மட்டுமே. நான் சார்ந்திருக்கும் வங்கி அணிக்காக ஜலந்தருக்கு விளையாடப் போன சமயத்திலும் என்னோடு வந்தது. கைப்பையில் போட்டுக்கொண்டு ஜலந்தர் நகரைச் சுற்றிக் காட்டினேன். பைக்குள் இருப்பதைப் பார்த்துவிட்டு பல்பீந்தர் சிங் விழுந்து விழுந்து சிரித்தான். ''இதையெல்லாம் எங்கள் பஞ்சாபிகள் பார்த்தால் உன்னை படுக்கக் கூப்பிட்டு விடுவார்கள்'' என்றான் கொச்சையான பஞ்சாபியில். அதை ஆங்கிலத்திலும் திருப்பிச் சொல்லி விளங்க வைத்தான். நான் எதுவும் பேசாமல் சங்கடமாகச் சிரித்தேன். பல்பீந்தர் உடனே சுருங்கிவிட்டான். என் தோளைத் தட்டி, ''ஏதாவது ஒரு அப்ஷஷன் இருக்க வேண்டும். இல்லாவிட்டால் பைத்தியமாகி விடுவோம்'' என்றான். பல்பீந்தர் சிங் ரைட் எக்ஸ் பொசிஷன். நான் ரைட் இன்னர். இரண்டு பொசிஷன்களும் புருஷன் பொண்டாட்டி மாதிரி இருக்க வேண்டும் ஹாக்கியில். ஒருத்தன் மூஞ்சியைத் தூக்கினாலும் அந்த கெமிஸ்ட்ரி கோல் ஆகவே ஆகாது. அதனாலேயே பல்பீந்தர் எனக்கு வெளியிலும் ஆத்மார்த்தமானவன்தான். அவன் சொன்ன விதமும் சொன்ன தோரணையும் எனக்கு ரொம்பப் பிடித்திருந்தது. என்னை வீழ்த்துகிற உயரம் கொண்ட ஒருவனிடமிருந்து வந்த மென்மையான குரல் என்னை வசியம் செய்தது. தாவி அவனது தோள்களை அணைத்தேன். பல்பீந்தர் அதற்கடுத்து 'ஹவ் இஸ் யுவர் பார்பி?' என சம்பிரதாயமாக அதிகாலையில் ஓட்டத்தை ஆரம்பிக்கும்போது கேட்டுக்கொண்டே இருப்பான். ஏதோ என் பொண்டாட்டியைச் சொல்வதைப்போல கௌரவமாகக் கிண்டலடிப்பான். ''வெளில கூட்டிட்டு வந்திடாத. அந்த அழகிய கொத்திட்டுப் போகப் போறாங்க'' என்பான் சிரித்தபடி.

உண்மையில் இது அபத்தமானதே. ஆனால் அப்ஷஷன் இல்லாத வாழ்க்கை பைத்தியமாக்கிவிடும் என பெரிய மனுஷர்கள் எல்லாம் சொல்லியிருக்கிறார்கள். எனக்கு பார்பி. உங்களுக்கு வேறு எதுவாகக்கூட இருக்கலாம். சின்ன வயதில் வந்து சேர்ந்த அதைப் பற்றி பிறகு விரிவாகத் தேடித் தேடிப் படித்தேன். உலகம் முழுக்க அதைக் கொண்டாடுகிறார்கள். அது அந்தஸ்தின் அடையாளமாகவும் பல இடங்களில் இருக்கிறது. நான் விதவிதமான பார்பி பொம்மை களைப் பற்றியெல்லாம் படித்தேன். அது புகழ்பெற்றதாக இருந்த போதும், அதைச் சுற்றி ஒரு மர்மமும் இருக்கவே செய்கிறது. என்னை மட்டும் பார்பி என்று அழைத்துவிடாதே என உலகில் பல இடங்களில் பெண்கள் மறுத்தபடி இருக்கின்றனராம். பெண்கள் வளர்ந்த பிறகு ஏனோ பார்பிகளை விரும்புவதில்லை. பார்பியாக மாறவும் விரும்புவதில்லைபோல. உலகம் முழுக்க நம்ப முடியாத விலைகளில் கொட்டிக் கிடந்தாலும் மர்மங்கள் மாதிரி முகப்பரு இருக்கிற பார்பி என்னிடம் மட்டுமே இருக்கிறது.

அதே மாதிரி முகப்பரு கொண்ட பார்பியிடம் கொஞ்ச நாள் இருந்து விட்டு மறுபடி என்னிடமே திரும்பி வந்திருக்கிறது இந்த பார்பி பொம்மை. இருளில் அதன் கண்கள் ஒளிர்விடுவதைப் பார்க்கையில் எனக்கு முதல்முறையாக அச்சமாக இருந்தது. மர்மம் அதன் கண்ணில் ஒரு பசையைப்போல ஒட்டியிருந்தது. இறந்து போன மீன்களைப் பார்த்திருக்கிறீர்களா? நேரம் ஆக ஆக அதன் கண்களைச் சுற்றி ஒரு வெளிர்மஞ்சள் படலம் ஒரு சவ்வைப்போல திரை மாதிரி ஒட்டியிருக்கும். என்னுடைய பார்பியின் கண்களிலும் அப்படி ஒரு படலம் ஒட்டியிருப்பதுபோல தோன்றியது. கையில் எடுத்து நெஞ்சுக்கு அருகில் வைத்து அதன் கண்களை என் சட்டை நுனியை வைத்துத் துடைத்தேன். அருகே முகத்திற்குப் பக்கத்தில் வைத்துப் பார்த்தபோது அச்சமாக இருந்தது. சின்ன வயதில் ஒரு பேய்ப்படத்தில் இப்படிதான் ஒரு பொம்மை சரக்சரக்கென்று நடந்து வரும். பின்னால் ஏதோ அசைவதுபோல சத்தம் கேட்டதும் திரும்பிப் பார்த்தேன். இலைகளுடன்கூடிய சிறு கிளையொன்று காற்றில் பறந்தது. ஆடிக் காற்று அதன் சத்தத்தோடு கடந்து போனது. மரங்களெல்லாம் தலை தொங்கி நொச்சிக் கள் குடித்தவனைப்போல ஆடின. ஆடிக்காற்று யாரையும் தலையில் தட்டிக் கவிழ்த்துவிடும். ஆடியில் பிறந்தவர்கள் ஆடித்தான் அடங்குவார்கள். ஆடிமாதம் பிறந்த நானும் ஆடித்தான் அடங்குவேன் என என்னுடைய தாத்தா அடிக்கடி சொல்லிக்கொண்டே இருப்பார். என்னுடைய கோச் சொன்னதை நான் சரியாக வாங்கிக் கொள்ளவில்லை என்பதை அந்த நேரத்தில் மறுபடியும் நினைக்கும்போது துயரமாக இருந்தது.

நல்ல விளையாட்டுக்காரன் வார்த்தைகளுக்கு அடிபணிய வேண்டும். பக்தி இலக்கியங்களில் சொல்வதைப்போல சரணாகதி அடைய வேண்டும். கல்வாரி மலையில் இருந்தால், விசுவாசிக்க வேண்டும். அந்த விசுவாசத்தை என்னுடைய கோச் மீது வைத்தேன். அவர்தான் என்னை வழிநடத்தினார். இந்த விஷயத்தில் மட்டும் அவருடைய வார்த்தையை மீறினேன். அவருக்குக் கொடுத்த விசுவாசத்தை பார்பிக்கும் கொடுத்தேன். குருவிற்கான தட்சணையைப் பங்கு போடக்கூடாது. கேலரியே சேர்ந்து கொண்டாடும் ஒருத்தன் கேலரியில் ஒருத்தியை மட்டும் சில நொடிகள் தேடியதால், ஆதூரமான செவிலியக் கைகளில் இருந்து தப்பி ஓடிவந்து ஒரு பைத்தியக்காரனைப்போல வந்தமர்ந்திருக்கிறேன். அவள் குறித்து சொன்னதையே திரும்பத் திரும்பச் சொல்லிக் கொண்டிருக்கிறேன் என்பது புரிந்தும் சித்தமடங்கிய உளறல்களை என்னால் நிறுத்த இயலவில்லை. இரண்டு தடவை அவளைப் பார்த்தேன். முதல் தடவை அவளிடம் அந்த பார்பி பொம்மை இல்லை. அவள் பார்பி என்பதை அவள் மங்கலாக அறிந்திருந்தாள். பார்பியை விரும்பினாள். இரண்டாம் முறை பார்பி பொம்மை அவளிடம்தான் இருந்தது. ஆனால் பார்பியாக அவள் விரும்பவில்லை. நான் பார்பியை அவளிடம் தேடினேன். அவளுக்கு அவள் ஜாக்குலின் நித்தியகுமாரி. எனக்கு எப்போதும் பார்பிதான். சட்டென திரும்பி என் கையில் இருக்கும் பார்பி பொம்மையின் கண்களைப் பார்த்தேன். அது சேல் அகட்டியது. அது நிஜமா? மருட்சித் தோற்றமா? அதன் நெற்றியில் நான் எப்போதோ, ஒரு அக்காவிற்குத் தெரியாமல் எடுத்து வந்து ஒட்டிய சிங்கர் ஸ்டிக்கர் பொட்டு இன்னும் துலக்கமாகவே இருந்தது.

---

* இல்காட்சியுணர்வு - Hallucination

அத்தியாயம்

2

அம்மா ரெட்டைப் பிள்ளை என்பதால் சுளுக்கெடுக்க பெண்கள் எங்கள் வீட்டைத் தேடி வருவார்கள். அம்மாவுக்கு சுளுக்கெடுக்க வெல்லாம் தெரியாது. ராசிபுரத்தில் விளையாடி விட்டு வந்தபோது என் காலை சுளுக்கெடுக்கிறேன் என்று சொல்லி முறுக்கி விட்டு விட்டது. ஸ்போர்ட்ஸ் காயத்தை அதுக்குத் தெரிந்த பத்தியத்தில் சேதாரம் செய்தது. ஆனால் விவரம் புரியாதவர்கள் ஒருநம்பிக்கை யின் காரணமாகத் தேடிவருவார்கள். மதினிகள், அத்தாச்சிகள், அத்தைகள், சித்திகள் என எங்கும் பெண்கள் மயம். அம்மா கொஞ்சம் படித்தது என்பதால் எல்லோருக்கும் டியூஷன் எடுக்கும். விதிப்படி எல்லாம் நடந்தாக வேண்டுமே... எனக்குப் பாடம் என்றால் சுத்தமாகப் பிடிக்காது. ஆர்வம் காட்டினால் ஒரேநாளில் மனப்பாடம் செய்வேன். சின்னவயதில் இருந்தே அப்படிதான். தட்டுத் தடுமாறியே பாஸ் செய்தேன். பத்தாம் வகுப்பில் கணக்குப் பாடத்தில் மிகச் சரியாக 35 மதிப்பெண்களே எடுத்தேன். காம்பஸை வைத்து மிகச் சாதாரணமான வட்டம் போடச் சொல்கிறார்கள். பரந்த மைதானத்தில் ஓடுகிற கனவில் இருக்கிறவனுக்கு சிறு கை வட்டம் என்றால் எட்டிக்காயாய்க் கசக்கவே செய்யும். ஆனால் கவனித்து விட்டால் என்னை அடித்துக்கொள்ள ஆள் இல்லை. மைதானத்தில் பந்தைக் குறிவைப்பதுபோல, பாடம் எடுக்கும்போதே வாத்தியார் களின் குரலைச் செவிமடுப்பேன். உடனடியாக அப்படியே திருப்பிச் சொல்வேன். எப்போதாவது நல்ல மனநிலையில் இருந்தால் அப்படிச் செய்து பார்த்து விளையாடுவேன்.

கல்லூரியில் ஒரு பேராசிரியர் என்னை அடி முட்டாள்போல நடத்திக் கொண்டிருந்தார். டேய் மடையா என வெளிப்படையாகவே வருகைப்பதிவு எடுக்கும்போது அழைப்பார். எஸ் சார் என்பேன் சங்கடமாக. ஒருதடவை அவர் பாடம் எடுத்ததை அப்படியே வெள்ளைநிற லெதர் பந்தைக் குறிவைப்பதுபோல கவனித்தேன். தரமான லெதரைத் தைத்த பந்தைச் சுற்றியிருக்கிற நூல்களைப்போல அவ்வரிகள் இருந்தன. பார்பி சடை பின்னுவது மாதிரி நேர்த்தியாக இருந்தன அவை. அவர் அந்தப் பாடலை மெதுவாக அடி மேல் அடிவைத்து நகர்த்தி மேலே கொண்டு போனதைக் கூர்ந்து கவனித்தேன். அதில் ஒருதாளம் இருந்தது. பந்தை டிரிபிளிங் செய்வதுபோல ஒவ்வொரு வரியையும் மேலும் கீழுமாய் இறக்கிக் கொண்டுபோனார். பந்தை அடிக்கிற சத்தம்போல அவர் வார்த்தைகளைச் சத்தம் போட்டுத் துப்பினார். புருவத்தை இறுக்கி பார்வையை அசையாமல் நிறுத்தி அவரது உதடுகளையே பார்த்துக் கொண்டிருந்தேன். பாடல் முடிந்ததும் அவரும் தீவிரமான முகத் தோற்றத்துடன் என்னை வெறித்துப் பார்த்தார்.

நான் சாமி வந்ததுபோல அந்தப் பாடலைத் திருப்பிச் சொல்ல ஆரம்பித்தேன். வகுப்பில் எல்லோரும் அமைதியானார்கள். நிறைய அடிகள் இருக்கிற 'கயமலர் உண்கண்ணாய் காணாய் ஒருவன். வயமான் அடித் தேர்வான் போல தொடை மாண்ட கண்ணினன் வில்லினன் வருமென்னை நோக்குபு முன்னத்...' மூச்சு வாங்குகிறதா? இப்படியே மணியாச்சிக்குப் போகும் ட்ரெயின் மாதிரிப் போகும் அந்தப் பாடல் நீளமாக. காதல் வயப்பட்ட தலைவியிடம் தோழி தான் காதல்வயப் பட்டதுபோல அந்தச் சூழலைச் சொல்லி தலைவி காதலில் விழுந்ததை அவள் வாயாலேயே ஒத்துக்கொள்ளச் செய்கிறாள் என்பதுவே அதன் பொருள். ஒரு பெரிய மரத்தில் கட்டப்பட்டிருக்கிற ஊஞ்சலில் ஆடியபடி இரண்டு பெண்கள் பேசிக் கொண்டிருக்கும் காட்சியைக் கண்டால் காதல் வராமலா இருக்கும்? காதலிக்கவே கூடாது என்கிற நுகத்தடியில் மாட்டிக் கொண்டிருக்கிற எனக்கும் இதற்கும் என்ன சம்பந்தம்? நான் அந்தப் பாடலைச் சொல்லி முடித்ததும், யார்றா நீ என்றார் அந்தப் பேராசிரியர். அவர் அதற்கடுத்து என்னை அவர் தோள் பக்கத்தில் அணைத்துக் கொண்டார். காசு தேவைப்பட்டால், வீட்டுக்கு வரச் சொல்லிக் கொடுப்பார். என்னதான் உன் பிரச்சினை என அழைத்து வைத்துக் கேட்டார். ''நான் இந்திய அணியில் விளையாடவேண்டும். என் கவனம் அதில் மட்டுமே இருக்கிறது. வேறு எதிலும் கவனம் செலுத்த விரும்பவில்லை. இந்திய அணியில் விளையாடிவிட்டால் பனிரெண்டு படித்தாலும் நான் அதிகாரிதான்'' என்றேன். அவர் புரிந்துகொண்டார்.

இப்போது மட்டுமில்லை எப்போதும் நான் அப்படிதான். பன்னிரண்டாம் வகுப்பில் வணிகவியல் பரிட்சைக்கு முதல்

நாள்தான் புத்தகம் வாங்க வேண்டும் என்று காசு கேட்டேன். தலையிலடித்துக் கொண்டு படியேறிப் போனார் அப்பா. அவர்கள் யாரும் நம்பவே இல்லை. மதினிமார்கள் நம்பினார்கள். எங்கள் வீட்டிற்கு வேலை செய்ததை விட அத்தாச்சிகளுக்கு வேலை செய்ததுதான் அதிகம். அவர்கள் சொல்லும் கதைகளைக் கேட்பேன். படிப்பைவிட இதுமாதிரி கதையடித்துக் கொண்டிருப்பதுதான் எனக்குப் பிடித்தது. செஸ் விளையாடுவதைப்போல எப்போதும் பந்து மைதானத்தில் ஓடுவதையே சிந்தித்துக் கொண்டிருப்பதால், மேலும் மூளையைக் கசக்க எப்போதும் விரும்புவதில்லை. பல நேரங்களில் மூளை வலிப்பதைப்போல உணர்ந்திருக்கிறேன். மூளையில் கட்டி வந்துவிட்டது என்றெல்லாம் கற்பனை செய்து கொண்டிருந்திருக்கிறேன். மூளை கனமாக இருக்காது என்பதால், கதை கேட்டால் ஒரு சுகம்.

எல்லோருமே ஒருவகையில் கிட்டதட்ட அடிமை வாழ்க்கையை தான் வாழ்ந்து கொண்டிருந்தார்கள். அத்தனைபேரின் கதைகளையும் சொன்னால், நமக்கே ஆணாகப் பிறந்ததன் மேல் ஒரு குற்றவுணர்வு வந்துவிடும். ஒரு மதினி குருவி சேர்க்கிற மாதிரி இரண்டு கிராம் தங்கத்தை வாங்கி ஒளித்து வைத்திருந்தது. சுகன்யா சடங்கானால் போடணும் என்று சொல்லிக்கொண்டே இருக்கும். அதை எடுத்துக் கொண்டுபோய் அந்தண்ணன் குடித்தார். குடித்துவிட்டு வந்து அடிக்கவும் செய்தார் மதினியை. ஒருபாட்டம் அழுது தீர்த்தது மதினி. ''வாழ்க்கையில குடிச்சிட மட்டும் செய்யாத. நம்பி வந்தவ இப்பிடி உக்காந்து அழ மாட்டா'' என அந்த மதினி அழுகையின் ஊடே எனக்குப் புத்திமதி சொன்னது. இப்படி என்னுடைய எல்லா அசைவுகளையும் பெண்கள் கவனித்தபடியே இருந்தார்கள். எல்லா நல்லது கெட்டதுகளையும் என்னிடம் சொல்வார்கள். யோசனை கேட்பார்கள். குழந்தைகளை எப்படிப் படிக்க வைக்க வேண்டும் என்று கேட்பார்கள். சில சமயங்களில் கொஞ்சம் காசைக் கொடுத்து ஒளித்து வைக்கச் சொல்வார்கள்.

எல்லோரும் அவ்வையார் சாமி கும்பிடப் போவார்கள். எங்கம்மாவும் போகும். ஏதோ ஒன்றை ஒளித்து வைத்துச் சாப்பிடுவார்கள். ஆண்கள் பார்வையில் படாமல் இரவு முழுக்க ஒரு வீட்டில் கூடுவார்கள். இப்போது அது என்ன என்பது எனக்குத் தெரியும், அப்போது அப்படிச் சாமி கும்பிடும் நேரங்களில் குறுகுறுப்புடன் அலைவேன். பூனை மாதிரி அவர்களைச் சுற்றி மோப்பம் போட்டுத் திரிவேன். ஒருதடவை செல்லம்மா மதினி இதைக் கவனித்துவிட்டது. இங்க வாடா என்று சொல்லி கொழுக்கட்டையை தேங்காய்ச் சில்லோடு சேர்த்து என் கையில் கொடுத்தது. ''வேற ஒண்ணும் இல்லை. உப்புப் போடாத கொழுக்கட்டைதான். தின்னுட்டீல்ல. அவ்வளவுதான்,

வேற வேலையப் பாரு'' என்றது அந்த மதினி. இதே மதினிதான் நான் வளர்ந்த பிறகு அங்கிட்டும் இங்கிட்டும் பராக்குப் பார்த்துக்கொண்டு அலைந்தபோது இன்னொன்றையும் சொன்னது. ''கொழுந்தனாரே, சாமானப் பாத்து பத்திரமா வச்சுக்கோங்க. தேஞ்சுறப் போகுது. ரெம்ப நாள் யூஸ் பண்ணாமயே வச்சு அதை என்ன செய்யப் போறீங்க. பாத்துக்கிட்டே அலைஞ்சா போதுமா'' என்றது. எனக்கு வெட்கமாகப் போய்விட்டது. அந்த மதினி இருக்கும்போது மட்டும் பார்வையைக் கவனமாக வைத்துக்கொள்வேன்.

சின்னதாய் தப்பு பண்ணுவது குறித்து யோசித்தாலே என் அம்மாவிடம் போய்ச் சொல்லிவிடுவார்கள் என்கிற பயம். வெளித் தெருவிற்குப் போனால்தான் பெண்களையே பார்ப்பேன். என் அம்மா எதற்கெடுத்தாலும் என்னைப் போட்டு வெளுக்கும். ஒரு தடவை கட்டைப் பீடி குடித்ததற்கெல்லாம் மண்ணெண்ணெயை என் உடலில் ஊற்றி கொளுத்தப் போவதாகச் சொல்லி அடித்தது. என் அம்மா வழித் தாத்தா மிலிட்டரியில் இருந்தவர். அதனால் போகிற இடங்களுக்கெல்லாம் இவர்களையும் தூக்கிக்கொண்டு அலைந்தார். எங்கம்மாவே உத்தரப் பிரதேசத்தில் பிறந்ததாகச் சொல்வார்கள். ரெட்டைக் குழந்தைகள் பிறந்துவிட்டன. ஒருகுழந்தையை பேய் தூக்கிக்கொண்டு போகும் என்று நம்பிக்கை. அதேமாதிரி அக்குழந்தையை பஞ்சாரம் வைத்துக் கவிழ்த்து ஒளித்து வைத்தெல்லாம் பார்த்திருக்கிறார்கள். அப்படியும் பேய் தூக்கிக்கொண்டு போய் விட்டது. ''உத்தரப் பிரதேசத்தில பஞ்சாரம் இருக்குமா?'' என கேட்டேன். தலையில் நறுக்கென்று கொட்டியது என் அம்மா. அதனாலேயே அம்மாவிடம் இருந்து நான் விலகி அலைந்தேன்.

ஆனால் கல்லூரிக்குப் போன பிறகு என்னுடைய அம்மா வேறு ஒரு ஆளாக மாறிவிட்டது. நான் தப்பித்துவிட்டேன் என்கிற நம்பிக்கை வந்துவிட்டதுபோல. எனக்குப் பக்கம் பக்கமாகக் கடிதங்கள் எழுதும் என்னுடைய அம்மா. செண்பகவல்லி அம்மன் படத்தை ஒரு தடவை அனுப்பி, 'அவதான் உன்னை பாத்துக்கறா. அவட்டதான் என் கஷ்டத்தையெல்லாம் சொல்லி அழறேன். அவ ஒருநாள் கண் திறந்து பாக்காமலா போயிடுவா' என்று எழுதியிருந்தது. கல்நெஞ்சக்காரர்கள் கூட அதைப் படித்தால் கலங்கி விடுவார்கள். அத்தனையும் கஷ்டப் பட்டியல். எல்லா கடிதங்களின் இறுதியிலும் இப்படி முடித்திருக்கும், 'நீ தலையெடுத்துத்தான் பீடையை ஓட்டிக்கொண்டு போக வேண்டும்.' நான் பல நேரங்களில் படித்துவிட்டு அழுதிருக்கிறேன். எட்டு சுற்று ஓடிவிட்டு ஒன்பதாவது சுற்றுக்கு நொண்டியடிக்கும்போது, இந்த வரிகளை நினைத்துக் கொள்வேன். தாக்குப் பிடித்து ஓடிக் கடப்பேன் தூரத்தை. விலா வலிக்கும்போதுகூட விடாப்பிடியாக பல்லைக் கடித்துக்கொண்டு பலமிக்க எடையைத் தூக்குவேன்.

கேரட்டைக் கண்ணுக்கு முன்னால் கட்டித் தொங்கவிட்டு ஓடவிடப்படும் ஒரு விலங்கைப்போல, நானும் அப்படி எதையாவது கற்பனை செய்துகொண்டு ஓடுவேன். கற்பனை செய்யாவிட்டால் என்னால் இயங்கவே முடியாது. கோல் போஸ்ட் எப்போதும் கண்களில் தெரிவதைப்போல எதையாவது ஒன்றைக் கற்பனை செய்துகொண்டு நாட்களை ஓட்டுவேன். வாரம் ஒரு கற்பனைகூட இருக்கும். ஆனால் அம்மா சொன்ன இந்த வார்த்தைகளையே அதிகமும் நினைத்துக் கொள்வேன். பீடையென்று சும்மாவெல்லாம் சொல்லவில்லை அம்மா.

அம்மாவின் குடும்பம் வாழ்ந்து கெட்ட குடும்பம். அந்தக் காலத்திலேயே அம்பாசிடர் கார் வைத்திருந்தவர்கள். தாத்தா மிலிட்டரியில் இருந்து வந்த பிறகு வாழைக்காய் மண்டி நடத்தி நன்றாகச் சம்பாதித்தார். சந்தைக்குப் பக்கத்தில் இருந்த பள்ளியில் வேலை பார்த்த சத்துணவு ஆயாவொன்றைச் சேர்த்துக்கொண்டார். தாத்தா செத்தபோது வெறும் பிணத்தைத்தான் அந்த ஆயா வீட்டிலிருந்து தூக்கி வந்தார்கள். அந்த ஆயாவை மதுரை ராஜாஜி கவர்மென்ட் ஹாஸ்பிட்டலில் தாத்தாவிற்கு நெஞ்சு வலியென்று சேர்த்திருந்தபோது பார்த்தேன். தாத்தாவிற்கு யூரின் பாட்டில் வைக்கும்போது அம்பது ரூபாய் தருவியா என்று கேட்டேன். கேட்குற நேரமா இது என அந்த ஆயா சத்தம் போட்டது. 'இப்பிடி கேட்டுத்தான் அந்த மனுஷன வெளியில துரத்திட்டீங்க' என்றதை நான் வீட்டிற்கு வந்த பிறகு சித்தியிடம் சொன்னேன். 'கழுத்தில கிடக்கறதத்தான் கழத்திக் காட்டணும்' என்றது சித்தி.

அதிலும் அந்தப் பையன் நெய்ப் பந்தம் எடுக்கணும் என்று சொன்ன போது கொதித்து எழுந்துவிட்டனர் இந்தப் பக்கத்தில். பெரிய கலவரமே நடந்தது. நான் எதிலும் கலந்துகொள்ளாமல் திண்டில் அமர்ந்து வேடிக்கை பார்த்துக் கொண்டிருந்தேன். இடையில் தனியாகக் கிளம்பிப் போய் தேனம்மா கடையில் இட்லி வாங்கிச் சாப்பிட்டேன். பேரனைக் காணோம் என தேடி தெருமுனையில் வந்து அழைத்துப் போனார்கள். அப்புறம் என்னை வைத்துதான் சடங்குகளைச் செய்தார்கள். நான் பார்க்க, தாத்தா இருக்கிற வரை காசு நடமாட்டம் வீட்டுக்குள் இருந்தது. அப்புறம் சுத்தமாக நின்று போனதால் சிதறிவிட்டது குடும்பம். முதல்நாள் வரை கறியும் சோறுமாகத் தின்றுவிட்டு, அடுத்த நாள் கத்தரிக்காய் கூட்டு என்றால் என்னாகும்? அதுவும் எப்படிப் பொங்கித் தின்பார்கள் தெரியுமா? அதிகாலையில் ரத்தப் பொறியல் இட்லி, காலையில் நெஞ்செலும்பு சூப், மட்டன் தலைக்கறி, மட்டன் சுக்கா, நாட்டுக் கோழி, சீலா மீனை எடுத்துப் பொறிக்க வேண்டும். தடாலென எல்லாமும் தட்டில்

சரிந்துவிட்டது. வட்டிலில் முகம் பார்க்கிற மாதிரி ஆகிவிட்டது நிலைமை.

வெறுத்துப் போய்விட்டார்கள் அம்மாவும் அதன் சனங்களும். போன இடத்திலும் சுகப்படவில்லை அம்மா. அதனாலேயே என்னை மிலிட்டரியில் நடத்துவதைப்போல நடத்தியது. அம்மா பாசம் என்றால் அந்த ஒருசில கடித உரையாடல்கள் மட்டுமே. மற்றபடி எப்போதும் என்னிடம் முகத்தைக் கடுகடுத்து வைத்துக்கொண்டே திரியும். அடப் போடி இவளே என நானும் விட்டுவிட்டேன். நமக்குதான் மதினிகள் இருக்கிறார்கள். அத்தாச்சிகள் இருக்கிறார்கள். பண்டிகைகளின்போதுகூட சும்மா எங்களுடைய வீட்டில் ஒப்புக்கு வாய்வைத்து விட்டு வெளியே போய்தான் வயிறுபுடைக்கச் சாப்பிடுவேன். எல்லா வீட்டுக் குழம்பு ருசியையும் அறிந்தவன் நான். எங்கள் தெருவில் யாருமில்லாத பாட்டியொன்று இருந்தது. ஒவ்வொரு பொங்கலுக்கும் அந்தப் பாட்டி எனக்கும் அதற்கும் மட்டும் பொங்கல் வைக்கும். நான் தவறவிட்டதே இல்லை. பாட்டி செத்தால் நான்தான் தூக்கிப் போடவேண்டும் என்று சொல்லிக்கொண்டே இருக்கும்.

என்னுடைய வீட்டு வாசலில் நின்றுகொண்டு, ''அடியே மருமகளே, பேரனுக்கு சீக்கிரம் கல்யாணத்த பண்ணி வை. வயசு இருக்கிற காலத்துலயே அனுபவிச்சிட்டு அப்புறம் போய் விளையாடட்டும்'' என்று சத்தம் போட்டுச் சொல்லும் அந்தப் பாட்டி. ''நாலு காசு சம்பாதிக்க ஆரம்பிக்கல. அதுக்குள்ள கல்யாணம். போ அந்தால'' என்று பாட்டியை விரட்டிவிடும் அம்மா. நான் பதினோராம் வகுப்பு படிக்க ஆரம்பித்ததில் இருந்து அந்தப் பாட்டி இதை நேரம் கிடைக்கும் போதெல்லாம் வீட்டு வாசலில் நின்று சொல்லிக் கொண்டிருக்கும். அம்மாவிடம் வம்பு வளர்ப்பதற்காகவே இப்படிச் சொல்கிறதோ என்றுகூட எனக்குத் தோன்றும்.

இது ஒரு பெரிய பிரச்சினை. நான் என்னுடைய சென்னை வாழ்க்கையில் வட இந்திய மக்களை நிறையப் பார்த்திருக்கிறேன். அதிலும் குறிப்பாக இந்த மார்வாடிகளை. அந்தப் பையன்களுக்கு பதினாறு பதினேழு வயதிலேயே திருமணம் செய்துவைத்து விடுவார்கள். அவன்களும் ஆற அமர அனுபவித்துவிட்டு ஒரு இருபத்தைந்து வயதில் வியாபார மனநிலைக்குத் தயாராகி விடுவார்கள். அதற்கடுத்து அவர்களது கவனம் முழுக்க வியாபாரத்தில் தான் இருக்கும். எவனும் எங்களை மாதிரி உற்றுப் பார்த்துக் கொண்டலைவதைப் பெரும்பாலும் பார்த்ததில்லை. வாடிக்கையாளர் களைக் குறுகுறுவென பார்த்தால் கல்லாவில் உலை கொதிக்காது என்பதை நன்றாக அறிந்தவர்கள் அவர்கள்.

காலையில் கல்லாவில் ஏறி உட்கார்ந்தால் இரவில்தான் கீழே இறங்குவார்கள். அவர்கள் சாப்பிடுவார்களா? டாய்லெட் போவார்களா? மனைவிக்குப் போய் எப்போது முத்தம் கொடுப்பார்கள்? எதுவும் தெரியாது. கடையில் அவர்கள் எப்போதும் இருப்பதைப்போல ஒரு சித்திரம் நிரந்தரமாக இருக்கும். அபிஜித் என்றால் இந்தா இருக்கேன் என தலையக் காட்டுகிற மாதிரி அவர்களுடைய இருப்பு அந்தக் கல்லாவைச் சுற்றியே இருக்கும். ஆனால் நமக்கு அப்படியா? வேலைக்குப் போன பிறகுதான் கல்யாணமே... அதற்கடுத்துதான் செக்ஸ் வாழ்க்கை. யோசித்துப் பாருங்கள். முப்பது வயது வரை ஒருத்தன் இப்படி தன் கற்பைப் பாதுகாத்து வாழ்கிற வாழ்க்கையும் ஒருபக்கத்தில் இருந்துகொண்டுதான் இருக்கிறது. எதைப் பார்த்தாலும் பயம். தன்னை முந்திக்கொண்டு வந்து நிற்கும். தயக்கம் தலைசுற்றி ஆடும். எதை அடையவும் ஆசையுண்டு. ஆனால் கொம்புத் தேனை எச்சில் ஒழுக வேடிக்கை பார்க்கும் மந்தி மாதிரி சுற்றவேண்டும்.

இந்தியாவில் விளையாட்டில் செக்ஸ் விலக்கப்பட்ட கனி. அப்படிப் படியேறிக் குதித்துப் போன சிலரை அணியில் அதற்கடுத்து தேர்வு செய்யவில்லை. கடுமையான தண்டனைக்கான குற்றம் அது. ஆனால் மலேசிய டூரில் அந்த நாட்டு வீரர்களிடம் கதைகளைக் கேட்டிருக்கிறேன். போட்டி முடிந்ததும் மஜாவுக்குதான் போகிறேன் என்பார்கள். விளையாட்டில் எந்தக் குறையும் வைத்ததில்லை அவர்கள். அப்புறம் எதற்காக எங்களை மட்டும் இப்படிப் பட்டினி போடுகிறார்கள்? ஏதோ ஒரு அடிப்படையான சிக்கல் இவர்களுக்கு இருக்கிறது. இவர்கள் காலத்தில் இப்படி அழகழகான பெண்கள் இல்லை. வத்தலும் தொத்தலுமாக தாது வருச பஞ்சத்தில் இருந்தவர்களைப் போல இருந்தார்கள்.

எங்கள் காலத்தில் பன்னை எடுத்து சர்க்கரைப் பாகில் போட்டு வெளியே எடுத்த பால் பன் மாதிரி இருந்தார்கள். அதைத் தாங்கிக் கொள்ள முடியவில்லை இவர்களால். எனக்கு வேலை நிரந்தரம் ஆன அடுத்த நாள் இப்படி ஒருத்தியைப் பார்த்துக் கட்டிவைக்கத்தான் அம்மா ஆசைப்பட்டுக் கொண்டிருந்தது. இரண்டு மூன்று ஜாதகங்கள் பொருந்திப் போவதாக சில தடவைகள் வலியுறுத்தவும் செய்தது. அம்மாவைப் பொறுத்தவரை நான் இந்திய அணியில் விளையாடு வதெல்லாம் இரண்டாம் பட்சம்தான். நம்ம ஊர் டீமில விளையாடுறதும் அதுவும் ஒண்ணுதான் எனக்கு என்று சாதாரணமாகச் சொல்லிக் கடந்துவிடும். அம்மாவைப் பொறுத்த வரை நிரந்தர வேலை. அது கிடைத்துவிட்டால் அடுத்த நாள் பால் பன்.

அத்தியாயம்

3

எல்லா நேரங்களிலும் புலம்பிக்கொண்டே அலைகிறோமென எங்களுக்கே தெரிகிறது. என்ன இல்லை எங்கள் வாழ்வில்? என் ஒருத்தன் கதையா என்ன? எல்லோருடைய கதையும்தான் இது. மலங்காட்டுக் குவியலுக்கு நடுவே விழுந்து கிடக்கும் கொடிக்காய்ப் பழங்கள் போன்ற சந்தோஷங்களும் இருந்தன. பீ உருட்டி வண்டைத் தேடித் தேடிப் போய்க் கொல்லுவோம். பட்டுப் பூச்சியில் ஆரம்பித்து சகல பூச்சிகளையும் தீப்பெட்டிப் பெட்டிக்குள் அடைப்போம். எங்காவது தீப்பெட்டி ஆஃபிஸ் எரிகிறதென்றால் வயிற்றில் குஷி பரபரவென பற்றி எரிய ஆரம்பித்துவிடும். அணைந்து கிடக்கிற அந்த கருமறைக்குள் ஏறிக் குதித்துப் போய் எரிந்து போகாத தீப்பெட்டி பண்டல்களை எடுத்துச் சேகரித்து வைத்துக் கொள்வோம். நடந்து போகும்போது ஒவ்வொரு குச்சியாக எரித்துக் கீழே போட்டுக் கொண்டே போவது பொழுதுபோக்கு எங்களுக்கு. ஒருவகையில் அது பழிவாங்கும் நடவடிக்கை. இந்த ஒட்டுமொத்த நகரமும் இது போல கருமறையாக மாறிவிட வேண்டும் என்கிற எண்ணம் வரும். ஆனால் எல்லாவற்றையும் எங்களுக்குக் கொடுத்தது இந்த நகரம் தான். சாதாரணமான தீப்பெட்டி அது என்கிறீர்கள்... தூக்கி எறிந்தும் விடுகிறீர்கள். ஐம்பது பைசாவெல்லாம் ஒருபொருட்டா என்ன?

மேல் அட்டையை ஒருத்தர், கீழட்டையை ஒருத்தர், உள்ளே இருக்கிற குச்சிகளை அடுக்குகிறவர் ஒருத்தர், அதற்கு மருந்தடிப்பவர் ஒருத்தர் என எங்கள் சாதி சனம் அத்தனையும் வம்பாடுபட்டு தயாரித்த தீப்பெட்டி அது. எனக்கு அதன் எல்லா வழிமுறைகளும் பரிச்சயம். எல்லோரையும் விட வேகமாகத் தீப்பெட்டிக் கட்டை அடுக்குவேன். சீட்டுக்கட்டைக் கலைப்பதைப்போல மரக் குச்சிகளை இரு

உள்ளங்கைகளுக்குள் அடக்கிச் சீர்படுத்தி, லங்கர் கட்டையைத் தட்டுவதைப்போல முகரையிலும் அடியிலும் தட்டி, உருண்டை யாகப் பிடித்து, பாம்பு விரலையும் பெருவிரலையும் மடக்கிப் பிடித்து, சின்னச் சின்னக் குழிகளுடைய அந்த ஒற்றைச் சக்கையில் சோழி உருட்டுவதைப்போல குச்சிகளை அலைந்து விட வேண்டும். அதில் இருக்கிறது சாமர்த்தியம். ஹாக்கி விளையாடுவதைப்போல லாகவமாகச் செய்தால், அதற்கடுத்த வேலைகள் குறைவு. விரைவாகவே அடுக்கி முடித்துவிடலாம். நூறு சக்கைகள் கொண்ட ஒரு கட்டை அடுக்குவதற்கு நாற்பது நிமிடங்கள் ஆகும். இருபது நிமிடத்தில் அடுக்குவேன் நான். ஒவ்வொருவரும் இப்படி பத்து கட்டை அடுக்க வேண்டும் பள்ளி முடிந்து வந்த பிறகு. தெருவே கூடி தெருவிளக் கினடியில் அமர்ந்து ஒட்டுவோம். தலைக்கணக்கிற்கு தினமும் இருபது ரூபாய் கிடைக்கும். கஷ்டப்பட்ட ஜீவனம் செய்பவர்களுக்கு நான் இலவசமாக தீப்பெட்டி அடிக்கட்டை ஒட்டிக் கொடுப்பேன்.

அந்தக்காக்கள் வீட்டிலிருந்து எடுத்து வரும் குழம்பைக் கொண்டு போனால் வீட்டில் அடிக்கிறார்கள் என்பதற்காக சில சமயம் யாருக்கும் தெரியாமல் குடித்திருக்கிறேன். சிகாமணி அக்கா சாம்பார் வைத்தால் அப்படியே குடிக்கலாம். பருப்பு பெரிசு பெரிசாகக் கிடக்கும். பருப்பை மென்று தின்று உறிஞ்சிவிட்டு உடனிருக்கும் முருங்கைச் சக்கையைத் துப்புவது தனிச் சுகம். சிகாமணி அக்காவின் பெண் என்னைக் காதலிப்பதாகச் சொன்னாள். நானும் ஒரு சில சந்தர்ப்பங்களில் அவளிடம் தனியாகப் பேசினேன். கோயில் திருவிழாவின்போது அவள் என் மீது மஞ்சள் தண்ணீர் ஊற்றியதை சிகாமணி அக்கா பார்த்துவிட்டது. ''செருப்படி வாங்காம திருந்த மாட்டீங்க'' என ஜாடை மாடையாய்ச் சொன்னது. நான் புரிந்து கொண்டேன். அப்போது சப் ஜூனியர் இந்திய அணிக்காக விளையாடும் நிலையில் இருந்தேன். எதற்கு வம்பு என்று ஒதுங்கிக் கொண்டேன். அந்தப் பெண் கல்யாணத்திற்கெல்லாம் அதற்கடுத்து போனேன். மை ஹஸ்பண்ட் என வெட்கத்துடன் அறிமுகப் படுத்தியது. அந்தக்கா, வாய்யா மருமகனே என வாயார கல்யாண வீட்டில் வைத்துக் கூப்பிட்டது. எனக்கு, சரிங்க அத்தை என்று சொல்ல வாய் வரவில்லை. தரவேண்டிய நேரத்துல தராமல் என்ன ஒரு மாய்மாலம் பாருங்கள். வறுமையில் இருப்பவர்களெல்லாம் வில்லத்தனம் செய்யமாட்டார்கள் என்று யார் சொன்னது?

நான் பார்த்த வில்லன்களைப் பற்றியெல்லாம் மணிக்கணக்கில் சொல்லுவேன். என்னுடைய சதாசிவம் சித்தப்பா அப்படி எனக்கு ஒரு வில்லன். எதற்குப் போட்டு அடிக்கிறார் என்றே தெரியாது. என்னுடைய அப்பாவும் அம்மாவும் ஒரே பையன் இப்படிக் கண்டிப்புடன் வளரவேண்டும் என அவரிடம்தலைமுழுகி விட்டனர்.

குடும்பத்தோடு திருச்செந்தூர் போய்விட்டு வரும்போது, அம்பாசிடர் காரில் முன்புறம் அவருக்குப் பக்கத்தில் உட்கார்ந்திருந்தபோது சொக்கி விழுந்தேன். தலையில் நறுக்கென்று கொட்டினார். இன்னொரு போதாத வேளையில், தெரியாமல் என்னுடைய காலை ஆட்டிக் கொண்டிருந்தேன் அவர் முன். பலம் கொண்டு போட்டு அடித்தார். ஏன் என்று கேட்பதற்கு எந்த நாதியும் இல்லை. என் அம்மாவின் தங்கையான சித்திதான் ஓடி வந்து தடுத்தது. என் சித்திக்குச் செல்லம் நான். பிறந்த ஆறுமாதக் குழந்தையில் இருந்து என் சித்தியிடம்தான் இரண்டாம் வகுப்புப் படிக்கிற வரை வளர்ந்தேன். அப்போதுதான் என் சித்திக்கும் சதாசிவம் சித்தப்பாவிற்கும் திருப்பரங்குன்றத்தில் வைத்துத் திருமணம் நடந்தது. முதல் நாள் நள்ளிரவில் என்னுடைய தாத்தா என்னை சமையல்கட்டிற்கு அழைத்துப் போய் சுடச் சுடக் கேசரியை எடுத்துக் கொடுத்தார். கேசரி என்றால், அந்தச் சுவைதான் இந்த நேரம் வரை என் நாவில் இருக்கிறது. என்றாவது ஒருநாள் சந்தோஷமான அந்தச் சுவையை மீட்டெடுத்து விடுவேன்.

என்னுடைய சித்தி குடிபெயர்ந்து போன பிறகு நான் பல இரவுகளில் கதறியழுதுகொண்டு விழித்திருக்கிறேன். ஒருதடவை சித்தி மாதிரி இருக்கிறது என்பதற்காக பஸ் ஸ்டாண்டில் இன்னொரு பெண்ணின் பின்னால் ஓடினேன். வளர்கிற இடைவெளியில் கொஞ்ச காலம் அங்கேயும் வாழ்ந்துவிட்டுத் திரும்பி வருவேன். என்னுடைய சித்தப்பா அலுவலகம் ஒன்றில் கணக்காளராக வேலை செய்தார். காசு புரண்டது அவரது கையில் அப்போது. அங்கே போகும் போதெல்லாம் சித்தி மளிகை லிஸ்ட்டை என் கையில் கொடுத்து அவரது அலுவலகத்திற்கு அனுப்பும். எல்லோர் முன்னிலையிலும், வந்துட்டான் பாருங்க என கிண்டலாகச் சொல்லுவார். சொத்துக்கு வாரிசுதாரர் வந்துட்டார் என அவருடனிருப்பவர்கள் சிரித்துக் கொண்டே சொல்வார்கள். அவர் சைக்கிளைத் துடைத்து வைக்க வேண்டும். அவரது டிவிஎஸ் 50ஐ துடைத்து வைக்க வேண்டும். அவரது பைக்கைத் துடைத்து வைத்தேன். அவர் வளர வளர எனக்கு விதவிதமான துடைக்கும் பணிகளைக் கொடுத்தார். சக்கரத்தை வந்து கையால் தடவிப் பார்ப்பார். அழுக்கு இல்லாவிட்டாலும் தலையில் கொட்டுவார். அவர் அலுவலகத்திற்குப் போன பிறகு சித்தியின் மடியில் படுத்துக் கொள்வேன். சித்திக்குக் குழந்தையில்லை என்பதால், எங்கே அங்கேயே மாட்டிக்கொள்வேனோ என அச்சத்துடனேயே தான் என் வீட்டில் இருப்பார்கள்.

ஆனாலும் கஷ்ட நஷ்டங்களில் அங்கே என்னை அனுப்புவதுதான் அவர்களுடைய தலைவிதி. எனக்கு நான் வாழ நினைக்கிற வாழ்க்கை அது. ஆண்டிபட்டி கணவாய் தாண்டியதும் வரிசையாய் வெள்ளையடித்த புளியமரங்கள் எப்போது வருமென பேருந்தில் சன்னலோரம்

பார்த்தபடி காத்துக் கிடப்பேன். சித்தி ஊருக்குக் கிளம்பும் போதெல்லாம் பையில் நோட்டுக்களைச் சொருகுவார். தேவிடியா முண்ட எப்பிடியோ ஒதுக்கிடுறா என சித்தப்பா என் காதுபடவே காரி உமிழ்வார் எச்சிலை. சித்தி ஒன்றுமே பேசாமல், நீ கிளம்புடா என படி வரை வந்து வழியனுப்பும். நான் தெருமுனைக்குப் போய்த் திரும்பிப் பார்க்கும்போது சித்தி அழுது கொண்டிருக்கும். எனக்கும் அழுகை முட்டிக்கொண்டு வரும். திரும்பி சித்தியிடம் ஓடிப் போகலாமா என்று தோன்றும். சித்தப்பாவை நினைத்துக் கலங்கியபடி பேருந்தில் ஏறுவேன். ஒவ்வொரு தடவையும் இதே மாதிரியான வழியனுப்பல்கள் தான். காரணங்கள் மாறும்.

இடையில் சித்தப்பா அலுவலகத்தில் கையாடல் செய்ததாக மாட்டிக் கொண்டார். விஷம் குடித்துவிட்டார். என் அம்மா தன்னிடம் இருந்த ஒரே ரெட்டை வடச் சங்கிலியைக் கழற்றிக் கொடுத்துவிட்டது. அதைத் திரும்ப அவர் தரவேயில்லை. ஒருதடவை என்னுடைய அம்மா போய்க் கேட்டபோது, உன் பையன் தின்னதுக்குச் சரியாப் போச்சு போவென சொல்லிவிட்டார். அம்மா அழுதுகொண்டே தெருவைப் பார்த்து நடந்து வந்துவிட்டதாம். சித்தி பின்னாடியே ஓடிவந்து அவன மட்டும் அனுப்பாம விட்டுராதக்கா என அழுது கொண்டே கேட்டதாம்.

அம்மாவும் இதை அழுதுகொண்டேதான் சொன்னது. ஆனாலும் மதியாதார் வீட்டில் எதுவும் புழங்கக்கூடாது என உறுதியாக அம்மா மறுத்துவிட்டது. எனக்கும்கூட சித்தப்பனின் முகத்தில் விழிக்கத் தயக்கம். எல்லா நேரங்களிலும் அவமானப்பட்டே வாழவேண்டுமா? நான் என் ஹாக்கி வாழ்வில் சின்னச் சின்ன உயரங்களுக்குப் போன போது நினைவில் கொண்டுவரவில்லை என்றாலும் அடியாழத்தில் மங்கலாக குத்துக்கால் போட்டு அமர்ந்திருக்கும் சித்தி. அவ்வப் போது ஞாபகம் வரும்போது யாரிடமாவது தொலைபேசி செய்து எங்க சித்தி எப்படியிருக்கு என கேட்டுக்கொண்டே இருப்பேன்.

என் மாமா ஒருவர் விலாவரியாகச் சொன்னார் ஒரு சந்தர்ப்பத்தில். சித்தப்பாவின் சகவாசங்கள் மாறி விட்டனவாம். அலுவலகத்தில் கைவைத்த தொகையை வட்டிக்கு விட்டிருக்கிறார். அந்தக் கும்பலிடம் யாரும் சகவாசமே வைத்துக்கொள்ள மாட்டார்கள். அந்தக் கும்பலில் உள்ள முக்கியஸ்தர் ஒருவரும் இவரும் பார்ட்னராம். வயிறெரிய வட்டித் தொழிலில் அவர் குதித்துவிட்டதாகச் சொன்னார்கள். குடி கூடிவிட்டதென்றும் சொன்னார்கள். நான் அதற்கடுத்து அவர்களைக் கிட்டதட்ட வலுக்கட்டாயமாக மறந்து போனேன்.

ஊட்டி டோர்னமெண்ட்டில் ஜெயித்து விட்டுத் திரும்பி வரும்போது எனக்குச் சித்தியைப் பார்க்க வேண்டும்போல இருந்தது. வீட்டிற்குத்

தெரியாது என்கிற தைரியத்தில் அங்கே கிளம்பிப் போனேன். கையில் காசு இருந்தது. சித்திக்கு ஊட்டியில் ஒரு ஸ்வெட்டர் வாங்கினேன். வர்க்கி ரொட்டிகளை வாங்கினேன். நேரே சித்தி வீட்டிற்குப் போய் நின்றுவிட்டேன். வீடு வேறுமாதிரியாக இருந்தது. வாசலை இப்படி அழுக்குப் பிடித்து சித்தி போடவே மாட்டாள். நான்கூட சித்தியுடன் அமர்ந்து பொங்கலுக்கு முதல் நாள் கோலம் போட்டிருக்கிறேன். எட்டுப் புள்ளிக் கோலம் நன்றாகத் தெரியும் எனக்கு. தினமும் ஏதாவது சின்னக் கோலமாவது இருக்கும் வீட்டு வாசலில்.

எனக்கு எல்லா வித்தியாசங்களும் தெளிவாய் உறுத்தின. சித்தி என் கண்களைப் பார்க்கவே இல்லை. சித்தப்பா என்னை வெளியே அழைத்துப் போனார். அவர் என்னை ஒரு ஒயின் ஷாப்பிற்கு அழைத்துப் போனார். சாப்பிடற பழக்கம் இருக்கா என்றார். இல்லையென்றேன். சிகரெட்டாவது என்றார். அந்த சிகரெட்டை வாங்கி அவர் முகத்தில் ஊத வேண்டும் என்று சத்தியமாக அந்த நேரத்தில் தோன்றியது. நான் அமைதியாக அவர் பேசுவதைக் கேட்டுக் கொண்டிருந்தேன்.

அவர் ஒருகட்டத்தில் உடைந்து அழ ஆரம்பித்தார். ''பார்ட்னர்ட்ட கை மாறிடுச்சுடா மகனே. கையை விட்டுப் போனது திரும்ப வராது. திரும்ப வந்தாலும் பழைய மாதிரி வராது. வந்தாலும் அது நம்மளுது இல்லை'' என்றார். விடுங்க சித்தப்பா என சொல்ல வாயெடுத்து அடக்கிக் கொண்டேன். சண்முகா தியேட்டர் வாசலில் வைத்து சித்தியைப் போட்டு அடித்த மனிதரா இவர்? பக்கத்து வீட்டுப் பெண்ணொருத்தியிடம் சித்தி சுடிதார் இரவல் வாங்கிப் போட்டு தியேட்டருக்குப் போன விஷயம் தெரிந்து வந்து இவர் முடியை மடக்கிப் பிடித்துக் கொண்டு அடித்தார். முதுகு வரை சுடிதாரைக் கிழித்துவிட்டார். துப்பட்டாவைப் போர்த்திதான் ஆட்டோவில் வைத்து திரும்ப அழைத்துக்கொண்டு வந்தார்கள்.

என் குடும்பத்தில் சித்தி மட்டும் பார்பி பொம்மையைப் பார்த்திருக்கிறது. அது வந்து சேர்ந்த கதையை என்னிடம் அதன் மடியில் படுத்துக் கொண்டிருந்தபோது முடியைக் கோதி விட்டபடியே கேட்டது. நான் சொல்வதற்கு மறுத்துவிட்டேன். சரி போடா மயிறான் என சத்தமாகச் சொன்னது. பிறகு அதைப் பற்றி என்னிடம் கேட்கவேயில்லை. நான் இரும்பு டிரங்குப் பெட்டியில் இருந்து சூட்கேஸிற்கு மாறியதே சித்தியால்தான். அதில் பார்பி பொம்மையைத் துடைத்து ஒரு துணிக்குள் வைத்துப் பொதித்து வைத்தது சித்தி. அதை அப்படி வைப்பதற்கு முன்பு சித்தி மடியில் குழந்தையைக் கிடத்துவதுபோல ஏந்தி யோசனையாகப் பார்த்துக் கொண்டிருந்த காட்சி நிழலாடுகிறது இன்னும். உண்மையில் குரங்கின் கையில் கிடைத்த பூமாலை சித்தி.

என்னையே இப்படிப் போட்டு அடிக்கிற சித்தப்பா சித்தியை என்னவெல்லாம் செய்திருப்பார்? ஆனால் சித்தப்பா அழும்போதும்

பாவமாகதான் இருந்தது. நான் இருக்கேன் சித்தப்பா என்றேன் நெகிழ்ச்சியாக. ‘‘நீ நல்லா இருக்கணும்ங்கறதுக்காகதான் மகனே கண்டிஷனா இருந்தேன். கிண்டல் பண்றது என்னோட இயல்பு மகனே. உன்னை மட்டுமல்ல எல்லோரையும் அப்படிதான் பார்ப்பேன். இப்ப வாழ்க்கை என்னை எல்லோரையும் பார்க்க வச்சுருச்சு’’ என்றார். நான் கவனித்துப் பார்த்தேன். சித்தியைப் பற்றி அவர் அசிங்கமான வார்த்தைகள் எதையும் உதிர்க்கவில்லை.

சித்தி பிரியாணி செய்திருந்தது அன்றைய தினம். என்னை உட்கார வைத்து, எனக்கெதிரே குத்துக்காலிட்டு அமர்ந்து பரிமாறிக்கொண்டே அதன் கையில் சொடுக்கெடுத்துக் கொண்டிருந்தது. பார்வை என் தட்டில் இல்லை. இது என் சித்தியில்லை. என்னை வெளியே அழைத்து, இனிமே இந்தப் பக்கம் நீ வராத என்றது. சோற்றைப் போட்டுவிட்டு மலத்தை ஒரு ஓரத்தில் வைப்பது என்பது இதுதான். எனக்கு எல்லாமும் புரிகிற வயசு. தாய்ப்பால் குடித்தேன் என்பதற்காக இந்த வயதில் போய் அலைய முடியுமா? ஒதுங்கத் தெரிந்திருக்க வேண்டும். எவ்வளவோ பேர் முறித்துக்கொண்டு போயிருக்கிறார்கள். எங்கள் வீட்டில் சொந்தக்காரர்களோடு சண்டை போடுவார்கள். இல்லாவிட்டால் சொந்தக்காரர்கள் இவர்களோடு சண்டை போடுவார்கள். எல்லா குடும்பங்களும் சண்டை போட்டுக் கொண்டே இருப்பார்கள். ஒருத்தரைப் பற்றி ஒருத்தர் புரணி பேசிக் கொண்டே இருப்பார்கள்.

தீப்பெட்டி ஒட்டும் இரவுகளில் தீப்பறக்க இந்தப் புரணிகள்தான் ஓடும். திடீரென எல்லோரும் சேர்ந்து கொள்வார்கள். தங்கச்சி மகனுக்குக் காது குத்து என்பார்கள். மகள் சடங்காயிட்டா என்பார்கள். சேர்ந்து கொள்வார்கள். கட்டி உருண்டவர்களெல்லாம் வேட்டி கட்டிக்கொண்டு ஒரே மாதிரி பச்சை நிறச் சட்டையில் அமரன் என எழுதிக்கொண்டு வலம் வருவார்கள். அவர்கள் பிள்ளைகளுக்கும் ஒரே நிறத்தில் சட்டையும் பாவடையும் எடுப்பார்கள். ஆனால் இந்த மாதிரி பிரிவில்லை இது என்பது எனக்குத் தெளிவாகத் தெரிந்தது. சித்தி நிரந்தரமாக ஒதுங்கச் சொல்கிறாள். நிரந்தரம் என்பது எப்படியிருக்கும் என்று யாருக்குத் தெரியும். சித்தியும் திரும்ப வருவாள் என எனக்குத் தோன்றியது. அப்படி நம்பவாவது ஆசைப் பட்டேன். கிளம்பும்போது சித்தி கொஞ்சம் பணத்தை எடுத்து என் கையில் கொடுத்தது. நான் வேண்டாமென்று மறுத்தேன். ‘‘நீயும் கீழ தள்ளிட்டுப் போயிடாதடா. வாங்கிக்கோ. சித்திக்கு இதையெல்லாம் உன்ட்ட பேசக்கூடாது’’ என்றது. என் கண்களில் நீர் வழிய கிளம்பிப் போனேன். அதற்கடுத்து சித்தியை மறக்க விரும்பவில்லை எப்போதும். ஆனால் என் பாதை அடைக்கப்பட்டிருந்தது அங்கே.

அத்தியாயம்

4

ஹாஸ்டலில் சேர்ந்த முதல் நாள் தமிழ்நாடு ஜெர்ஸியை அணிந்து கொண்டு மைதானத்தில் இறங்கியபோது, என்னுடைய கோச் அருகில் அழைத்து வேறு ஏதாவது அணிந்து வரும்படி சொன்னார். நான் மறுத்துப் பேச வாயெடுக்கும் முன் போ என்பதுபோல சைகை காட்டிவிட்டு திரும்பி உட்கார்ந்து கொண்டார். நான் பின்னால் இருந்து அவரைப் பார்த்தேன். ஒரு சித்திரக் குள்ளன் திண்டொன்றில் அமர்ந்திருந்தார். அவரும் தொலைதூர வானமும் மட்டுமே எனக்குத் தெரிந்தது. அவர் அவரைப் போலவே குட்டையான அந்தத் திண்டில் ஆழ்ந்த தனிமையில் அமர்ந்திருந்தார். முதுகிற்குப் பின்னால் இருந்து பார்க்கும்போது தர்க்கா வாசலில் அமர்ந்திருக்கும் இப்ராஹிம் தாத்தா மாதிரி தனிமையில் இருந்தார். காய்ச்சல் வந்துவிட்டால் மந்திரிக்க இழுத்துச் செல்வார்கள். எனக்கு அவரிடம் போனால்தான் காய்ச்சல் கேட்கும். மயிலிறகால் முகத்தை வருடுவார். அவர் என்றால் எனக்குப் பயம். தெருவில் பார்த்தால்கூட தள்ளி ஓடிவிடுவேன். ஓடுகிறவனைப் பிடித்து இழுத்து வைத்து பூனைகளுக்குத் தடவி விடுவதைப்போல தலையைக் கோதி விடுவார். என்னுடைய கோச் அவர் மாதிரிதான் இருப்பார் என உடனடியாகத் தோன்றியது. அவர் சொன்னால் சரியாக இருக்கும் என்று அந்தக் கணத்திலிருந்து எடுத்துக்கொள்ள ஆரம்பித்தேன். நான் வேறு மாதிரி போய் அவர் முன் நின்றேன். ''இரவல் பொருளுக்கு மதிப்பில்லை. நமக்குச் சொந்த மில்லாதது எதையும் ஹோல்ட் பண்ண நினைக்கக்கூடாது. கனவு நல்லதுதான். அதை அடைகிற வரை அது வெறும் கனவுதான். விளையாடும் வயதில் எதன் மீதும் பாசம் வைத்துத் திரியாதே.

விளையாடு அது போதும். அது தானாகவே வந்து உன் மடியில் விழும்'' என்றார். நான் புரிந்துகொள்ளும் நிலையில்தான் இருந்தேன்.

ஸ்போர்ட்ஸ் ஹாஸ்டல் என்பது என் கனவு. அதற்காகத்தான் இரண்டுமுறை ஒரே வகுப்பைப் படித்தேன். ஏற்கெனவே படித்த பள்ளியில் பாதியில் நின்றுவிட்டு திரும்பவும் ஸ்போர்ட்ஸ் ஹாஸ்டலில் போய் பதினோராம் வகுப்பு சேர்ந்தேன். அந்த அணியினர் மஞ்சள் ஜெர்ஸியுடன் எங்களூர் போட்டியில் விளையாடு வதைப் பார்த்ததில் இருந்து அங்கே போய்விட வேண்டும் என்பது கனவு. எங்கள் பள்ளியில் முதல் தடவை பதினோராம் வகுப்பு படிக்கையில் எனக்குக் கெட்ட சகவாசங்கள் வந்துவிட்டன. மேட்டுத் தெருப் பையன்களுடன் சுற்றிக் கொண்டிருந்தேன். சின்னச் சின்ன ரௌடித்தனங்களைச் செய்தேன். அதில் போதை இருந்தது எனக்கு. என் எகனாமிக்ஸ் ஆசிரியரை, தேவிடியா மகனே தூக்கிருவேன் என்றேன். எங்களுடைய ஹெட்மாஸ்டர் தவராஜ் என்னை அவரது அறைக்கு அழைத்து துவைத்து எடுத்தார். ஒட்டுமொத்தப் பள்ளியும் பார்க்கும்படி வராந்தாவில் வைத்தும் அடித்தார்.

அதற்குப் பின் நான் பள்ளிக்குப் போகவில்லை. தினமும் கிளம்பி வந்து மைதானத்தில் படுத்துக் கொள்வேன். மார்க்கருடன் சேர்ந்து மைதானத்தில் புல் பிடுங்குவேன். மார்க்கர் என்றால் அந்த மைதானத்தின் தலைவிதியைத் தெரிந்தவர் என்று அர்த்தம். அந்த மைதானம் அவரது ஆளுகையின் கீழ்தான் இருக்கும். சுண்ணாம்புப் பொடிகளை மட்டும் கோட்டில் தூவிக்கொண்டு அலைபவரல்ல அவர். மைதானம் எப்போது எகிறும், எப்போது தாழ்ந்து போகும் என்பதையெல்லாம் தெரிந்தவர். அதனால்தான் உச்ச வீரர்கள்கூட ஒரு மார்க்கரின் முன் கைகட்டி நின்று ஜோதிடம் கேட்பார்கள். மார்க்கர் தூரத்தில் அமர்ந்து நான் செய்து கொண்டிருப்பதை மைதானத்தைக் கவனிப்பதைப்போல பார்வையிட்டுக் கொண்டிருப்பார். தனியாக மட்டையை வைத்து பந்தை டிரிபிளிங் செய்து கொண்டிருப்பேன். வீட்டிலிருந்து கொண்டுவந்த மதியச் சாப்பாட்டை மார்க்கருடன் சேர்ந்து சாப்பிடுவேன். இந்த மார்க்கரைப் பற்றிச் சொல்லியே ஆகவேண்டும். ஒடிசலான தேகமுடைய எழுபது வயதுடைய முதியவர் அவர். அந்த மைதானத்தில் ஐம்பது வருடங்களாக அவர்தான் மார்க்கர். முழங்காலுக்குக் கீழே தொங்கும் காக்கி டவுசரைப் போட்டுக்கொண்டு அவர் சுறுசுறுப்பாகச் சுற்றத் துவங்கினால், டோர்னமெண்ட் ஏதோ நடக்கப் போகிறது என்று அர்த்தம்.

என் உயிர் மைதானத்தில்தான் போகவேண்டும் என்று சொல்லுவார். இந்தியாவில் உள்ள அத்தனை அணிகளும் எங்களூர் தேசியப்

போட்டிகளுக்கு ஆட வந்திருக்கிறார்கள். இது என்ன பெரிய விஷயம்? தயான்சந்த் கேள்விப்பட்டிருக்கிறீர்களா? இந்திய ஹாக்கியின் தந்தை என்பார்கள் அவரை. அவர் ஜெர்மனியில் ஆடிய ஒரு ஆட்டத்தைப் பார்த்து ஹிட்லரே வியந்து போனாராம். அவர் இருந்தவரை இந்திய அணிதான் பேட்டை தாதா உலக அரங்கில். ஜெர்மனியில் அவருக்குச் சிலை வைத்திருக்கிறார்கள்.

அப்படிப்பட்ட தயான்சந்தே எங்களூரில் வந்து விளையாடி யிருக்கிறார். சிறுவர்களுக்குப் பயிற்சியளித்திருக்கிறார். ஏனெனில் இந்தியாவின் ஹாக்கி தொட்டில் ஜலந்தர். குட்டிச் சந்துகளில்கூட ஹாக்கி விளையாடிக் கொண்டிருப்பார்கள். தென்னிந்தியாவின் ஹாக்கி தொட்டில் கோவில்பட்டி. ஒருங்கிணைந்த திருநெல்வேலி மாவட்டமாக இருந்தபோது, தென்னிந்தியாவில் எல்லா இடங்களிலும் இந்த ஊர்க்காரர்கள் முத்திரை பதித்திருக்கிறார்கள். தெருவிற்குத் தெரு ஹாக்கிதான். விறகுக் கடையில் போய் வளைந்த கட்டைகளை வாங்கி வந்து விளையாடுவோம். வெறும் கால்தான் எங்கள் வாகனம். எங்களூர் செண்பகவல்லி அம்மன் கோயில் திருவிழாவிற்கு அடுத்தபடியாக கூட்டம் எங்கள் மைதானத்தில் நடக்கும் தேசியப் போட்டிகளுக்குக் கூடும். பீடி பத்த வைத்து குத்த வைத்த பெரிசுகள், ஆர்மி அணி ஜான்சனுக்கு, அப்படி அடிச்சிருக்கணும் அந்தப் பந்த என அறிவுரை சொல்வார்கள். ஜான்சனும் சிரித்தபடி தலையாட்டுவார். அப்போது அவர் இந்திய அணியில் ஸ்டார் ப்ளேயர்.

எங்களை மாதிரி சின்னப் பையன்களை அழைத்து பழைய மட்டை களைத் தருவார்கள். இப்படிக் கொடுப்பதற்காகவே ஆண்டுதோறும் பழைய மட்டைகளைச் சேகரித்து வைப்பார்கள். எங்களது திருவிழா விற்கு வரும் சித்தப்பன்கள், மாமன்கள் மாதிரி ஒவ்வொரு ஆண்டும் அவர்களது வருகைக்காகக் காத்திருப்போம். ஊர்த் திருமண மண்டபங்களில் அவர்களது தலை தட்டுப்பட ஆரம்பிக்கும். உள்ளே சமையல் வெகு விமரிசையாக நடக்கும். சப்பாத்தியும் கோழிக் கறியும் உருளைக்கிழங்கு மசாலாவும் தயாராகிறது என்பதை ரோட்டு முக்கிலேயே கண்டுபிடித்துவிடலாம். உள்ளே போனால் சில வட இந்திய வீரர்கள் கால்களை மிதித்துவிடச் சொல்வார்கள். சிலர் அப்படிச் செய்யச் சொல்லாதே என அதட்டுவார்கள். பந்து கொடுப்பார்கள் என்பதற்காக எங்களூர் பையன்கள் சிலர் அப்படிச் செய்வார்கள். ஒரு தடவை மகேஸ்வரி அக்கா ஸ்ட்ரிக்டாக அப்படி யெல்லாம் செய்யக்கூடாது என சொல்லிவிட்டது. அவர்களிட மிருந்து ஒன்றிரண்டு ஹிந்தி வார்த்தைகளைத் தெரிந்து வைத்திருந் தோம். எனக்கு இப்படி முதன் முதலாக இலவசமாக ஒரு ஸ்டிக்

கிடைத்தது. ஷூவையெல்லாம் அப்போது கற்பனை செய்துகூட பார்க்க முடியாது. பங்களா தெரு வழியாக வந்தபோது, வீட்டு வாசல் ஒன்றில் இருந்த செருப்பை எடுத்துக்கொண்டு ஓடிவந்துவிட்டேன். நல்லவேளை யாரும் கண்டுபிடிக்கவில்லை. பள்ளிக்குப் போகும் போது அந்த வழியாக மட்டும் போகவே மாட்டேன். செருப்பே சிக்கல்தான் அப்போதெல்லாம்.

இப்படி வெறும் காலுடன் ஒன்றும் தெரியாமல் விளையாடுவதில் எனக்கு இஷ்டமே இல்லை. எத்தனை நாள்தான் மைதானத்திற்கு வெளியே நின்று கைதட்டிக்கொண்டு பந்து பொறுக்கிப் போடுவது? மைதானத்திற்குள் ஆடவேண்டும் என்பதுதானே ஒவ்வொரு வீரனின் கனவும். மார்க்கர்தான் அந்தக் கனவை எனக்குள் விதைத்தார். நான் டிரிபிளிங் செய்வது, பந்தைக் கடத்துவது எல்லாவற்றையும் பார்த்து விட்டு, பேசாமல் ஸ்போர்ட்ஸ் ஹாஸ்டலில் போய்ச் சேர்ந்துவிடு என்றார். தினமும் அவர் எனக்கு நீள வாக்கில் சின்னச் சின்ன இடைவெளிகள் விட்டு கற்களை வரிசையாக அடுக்கி அதனுள்ளே பந்தோடு நெளிந்து வளைந்து வர பயிற்சிகள் கொடுப்பார். மார்க்கர், மைதானம் என இன்னொரு உலகத்தில் இருந்தேன். தனியாக நான் மட்டும் அந்தப் பரந்த மைதானத்தில் இருந்த வேப்ப மரத்தடியில் படுத்துக் கிடப்பேன். உதிர்ந்து விழும் வேப்பம்பழங்களைப் பொறுக்கித் தின்பேன். கசப்பைத் தாண்டிவிட்டால் நாவில் தங்கும் ஒரு இனிப்பு.

இந்திய அணியில் ஆடுவது குறித்த கனவில் மிதப்பேன். திடீரென்று எழுந்து தலைதெறிக்க ஓடுவேன். தண்டால் எடுப்பேன். மறுபடி மட்டையால் பந்தைக் கடத்திக்கொண்டு ஓடுவேன். மறுபடி போய் படுத்துக் கொள்வேன். இந்திய அணி ஜெர்ஸியை வாழ்நாளில் ஒருதடவையாவது போட்டுவிட வேண்டும் என உறுதி எடுத்துக் கொள்வேன். என் டைரியைத் தூக்கி இன்றைய நாள் நான் இந்திய அணி வீரன் என்று எழுதி வைப்பேன். அப்படிதான் இந்த தமிழ்நாடு ஜெர்ஸியும் என்னிடத்தில் வந்து சேர்ந்தது. ஜானகிராம் மாஸ்டர் அதை எனக்குக் கொடுத்தார். அவர் எங்களூரில் மதிக்கத்தக்க நபர். ஆனால் ஹாக்கி விளையாட வரும் சிறுபையன்களை அவர் பயன்படுத்திக் கொண்டார். சில பையன்கள் வந்து என்னிடம் சொல்லி யிருக்கிறார்கள். என்னைக்கூட ஒருதடவை கேக் வாங்கித் தந்து கிணற்றடிக்குக் கூப்பிட்டார். கேக்கைத் தின்றுவிட்டு, எங்க ஆச்சி கூப்புடுது என ஓடிவந்துவிட்டேன்.

ஸ்போர்ட்ஸ் ஹாஸ்டல் வாழ்க்கையிலும் இது இல்லாமல் கடக்கவே முடியாது. யாராவது யாரையாவது பயன்படுத்திக்கொண்டே

இருப்பார்கள். சமையல்கார பாயை குளிக்கும் அறையில் வைத்து மணிகண்டன் கட்டிப் பிடித்துக் கொண்டிருந்ததை தற்செயலாக உள்ளே நுழைந்தபோது பார்த்தேன். பாய் கைலி கட்டி வழுக்கையில் இருந்து தாடிவரை நீவிக்கொண்டு சிரித்தார். அதற்குப் பிறகு சாப்பாடு விஷயத்தில் பாய் நிறைய சலுகைகளை எனக்கு அளித்தார். ஒரு தட்டில் மாட்டுக்கறியைப் போட்டு மறைவாய் எடுத்துக் கொண்டுவந்து தருவார்.

என் வாழ்க்கையில் அப்போதுதான் தின்று கொழுத்தேன். தினமும் ஏதோ ஒரு கறி கிடைக்கும். இப்படி என் வாழ்நாளில் சாப்பிட்டதே யில்லை. வெறிகொண்டு சாப்பிடுவேன். பசித்தபடியே இருக்கும் அப்போதெல்லாம். என் நண்பர்கள் சிலரெல்லாம் சிகரெட் பிடிப்பார்கள். பான்பராக் போடுவார்கள், பெண் பிள்ளைகள் பின்னால் சுற்றுவார்கள். நான் எந்த வம்பு தும்புக்கும் போக மாட்டேன். எதைச் செய்தாலும் தெரியாமல் செய்வேன். ஒருதடவை பான்பராக் போட்டுவிட்டு தலைசுற்றிக் கீழே விழுந்ததற்கு அப்புறம் அந்தப் பக்கமே திரும்பிப் போகவில்லை. எனக்குத் தெரிந்தது சாப்பாடு. மைதானத்தில் தலை தெறிக்க ஓடுவேன். எல்லா பயிற்சிகளிலும் முதலிடத்தில் என் பெயர்தான் இருக்கும். அதனால்தான் என் கோச்சிற்குப் பிடித்தமானவன் ஆகிப் போனேன்.

ஆனால் விளையாட்டு விடுதியில் சேர்வதற்கு முன்பு எல்லோராலும் கண்டிக்கப்படுகிறவனாக இருந்தேன். மோசமான சம்பவங்களும் நினைவில் இருக்கின்றன. ஹெட்மாஸ்டரிடம் எனக்காக என்னுடைய அப்பா எல்லோரும் பார்க்கும்படி காலில் விழுந்தார். வீட்டிற்கு அழைத்து வந்த அவர், என்னிடம் ஒரு வார்த்தைகூட பேசவில்லை. அம்மாதான் போட்டு அடித்தது. அந்தக் காலகட்டத்தில்தான் எனக்கு ரெளடிகளுடன் சிநேகம் வந்தது. அவர்களது ஆயுதங்களை ஒளித்து வைத்து எடுத்துக் கொடுப்பேன். சில சம்பவங்களுக்குக் கிளம்பும் போது கூடமாட ஒத்தாசைகள் செய்வேன். குறிஞ்சாண்குளம் கம்மாயில் அயிரை விட்டிருப்பார்கள். சின்னச் சின்ன வாய்க்கால் களில் அயிரைகள் நிலா வெளிச்சத்தில் துள்ளுவது நன்றாகத் தெரியும். குழம்பு வைக்கும்போது மண்ணைக் கக்குவதற்காகப் பாலில் போடும் போதும் இப்படிதான் துள்ளும். குழம்பில் போட்ட ஒருசில நிமிடங்களுக்குப் பிறகும் இப்படித் துள்ளும். ஆனால் சாப்பிட்டால் நெஞ்சுச் சளி துள்ளிக்கொண்டு வெளியே வந்துவிடும். இரவில் ஊர்ச் சண்டியர்களுடன் போய் அயிரை அள்ளுவதற்காகக் கண்மாயில் நிற்பேன். உள்ளேயிருந்து ஆட்கள் ஓடிவந்தால், ராஜு அண்ணன்டே என்றால் வந்தவன் நின்றுவிடுவான். ராஜு அண்ணன் ஒரு சில கொலைகளைச் செய்திருந்தார். ஆனால் பாசமாக இருப்பார்

என்னிடம். அண்ணனுடன் இருந்தால் ஒரு கெளரவம். நான் சின்னச் சின்ன பஞ்சாயத்துகளைச் செய்ய ஆரம்பித்தேன். கொஞ்சம் காசு கிடைக்கும். அஞ்சுகம் லாலா கடையில் போய் அடிக்கடி அல்வா வாங்கிச் சாப்பிடுவேன். லாலா மாமா எங்கப்பாவை அழைத்து பையன் போற பாதை என்னன்னு பாருங்க என்று சொல்லிவிட்டார். அப்படிதான் நான் வீட்டில் மாட்டிக்கொண்டேன். இங்கிருந்தால் கெட்டுவிடுவான் என்பது எல்லோருக்கும் தெரிந்துவிட்டது. அதனால்தான் இரண்டாம் முறை ஹாஸ்டலில் பதினோராம் வகுப்பு படிக்கிறேன் என்று சொன்னதும் ஒத்துக்கொண்டார்கள்.

என்னுடைய விக்ரம் கோச் என் தந்தையைப்போல என முதல் பார்வையிலேயே தெரிந்துவிட்டது. நான் அவரது மகுடிக்குக் கட்டுப்பட்ட பாம்பு. நில்லென்றால் நிற்பேன். என்னுடைய கையெழுத்தையே அவர் போடுகிற மாதிரிதான் போடுவேன். எங்களுடைய மார்க் அட்டைகளில் அவர்தான் கையெழுத்துப் போடுவார். மார்க் குறைந்தால் ஒரு தந்தையைப்போல அடி பின்னி எடுப்பார். எங்களுக்காக டியூசன் வைத்துக் கொடுத்தார். என்னைத் தனிக் கவனம் எடுத்துப் பார்த்துக் கொண்டார். ஜானகிராம் மாஸ்டர் மாவட்டத்தின் முக்கிய சங்கப் பொறுப்பிற்கு வந்தார். என்னுடைய கோச்சிற்கு மாஸ்டர் மீது மிகப்பெரிய மதிப்பு. ஹாக்கிக்காகவே வாழ்க்கையை விட்ட மனுஷன்பா என்பார் எல்லோரிடமும். நான் மாஸ்டரின் அணியில் விளையாடும் அளவிற்கு வளர்ந்திருந்தேன் அப்போது. இடையில் மார்க்கர் செத்துப் போனதற்கு கோச்சிடம் லீவு கேட்டுப் போய் நின்றேன். ஒருமாதிரியாகப் பார்த்துவிட்டு வழக்கம் போல அல்லாமல் உடனடியாகச் சரியென்றார். மார்க்கர் விருப்பப் பட்டபடி ஊர் வீரர்கள் எல்லோரும் சேர்ந்து அவரைத் தூக்கிப் போட்டார்கள். மார்க்கர் இல்லாத மைதானத்தில் ஏதோ ஒன்று குறைந்ததுபோல இருந்தது, திடீரென ஒரு மரம் காணாமல் போய் விட்டால் அந்தப் பரந்த மைதானம் என்ன செய்யும்? அந்த மரம் வருடிய மைதானம் அது. எனக்கும்கூட ஊருக்குப் போக அந்தக் கால கட்டத்தில் பிடிக்கவில்லை. போதுமான அளவு ஹாஸ்டலிலேயே எல்லாமும் கிடைத்தது. என்னுடைய மைதானம் இதுதான் என கால்கள் பழகிக் கொண்டுவிட்டன.

நான் உருப்பட்டுவிடுவேன் என வீட்டில் நினைக்க ஆரம்பித்தார்கள். லீவில் வந்தால் வீட்டை விட்டு வெளியே போகமாட்டேன். மைதானம் விட்டால் வீடு. நான் ஒதுங்கியிருந்தேன் எல்லாவற்றில் இருந்தும். எனக்கு ஹாஸ்டலில் இருப்பதுதான் பிடித்திருந்தது. பல லீவுகளில் ஹாஸ்டலிலேயே இருந்து கொள்வேன். பாய் சில சமயங்களில் சாப்பாடு கொண்டுவந்து தருவார். இருக்கிற காசை வைத்து

குறைவான விலை ஹோட்டல்களில் சாப்பிட்டுக் கொள்வேன். இல்லாவிட்டால் இரண்டு மொச்சைகளை வாங்கிச் சாப்பிட்டு முடித்துக் கொள்வேன்.

என்னுடைய கோச்சிற்கு இந்த விஷயம் தெரிய வந்தபோது என்னை அழைத்துக் கடிந்துகொண்டார். அவர் வீட்டில் போய் அப்புறம் சாப்பிட்டுக் கொள்வேன். குள்ளச் சித்தனோடு வாக்கப்பட்டு வந்த அந்த அக்கா பாசமாகப் பார்த்துக் கொள்ளும். எந்த வித்தியாசத்தையும் முகத்தில் காட்டாது. அந்தக்கா சமைக்கும்போது நான் கோச்சினுடைய பையனை மடியில் வைத்து விளையாட்டுக் காட்டிக் கொண்டிருப்பேன். நான் சாப்பிடும்போது கோச் என் பக்கமே வரமாட்டார். நான் கிளம்பிய பிறகுதான் அவர் வருவார். என் கோச் சாப்பிட்டதை நான் பார்த்ததே கிடையாது. அவர் என்ன சாப்பிடுவார் என்பதைத் தெரிந்துகொள்ள எனக்கு ஆர்வம். ஆனால் அந்தச் சந்தர்ப்பம் அமைந்ததே இல்லை. டோர்னமெண்ட் சமயங்களில்கூட அவர் தனியாகதான் சாப்பிடப் போவார். எங்களிடம் இருந்து அவர் ஒதுங்கியே இருந்தார்.

தேவைப்படும்போது அழைத்துப் பேசுவார். அவர் கூப்பிடாமல் பக்கத்திலேயே போக முடியாது. என்னை அவர் இந்திய அணிக்கான தயாரிப்பாகப் பார்த்தார். அவர் என்னோடு உரையாடினார். அபூர்வமாக சில சமயங்களில் அவரைப் பற்றிய கதைகளையும் சொன்னார். அவர் ஆடிய சில மேட்ச்கள் பற்றிச் சொன்னார். அவர் உண்மையிலேயே மைதானத்தில் குள்ள வித்தைக்காரர் மாதிரி வளைந்து நெளிந்து பந்தோடு ஓடுவார். அவரிடமிருந்து பந்தைப் பறிக்கவே முடியாது. விளையாட்டில் பந்தைப் பறிக்க முயல்கிறவனைத் தாக்குவதற்கு வாய்ப்புகள் பல வரும். ஆனால் என்னுடைய கோச் அந்தச் சந்தர்ப்பங்களில் பொம்மையடிதான் கொடுப்பார். உஷார் மகனே என்பார் செல்ல அடி அடித்துக் காட்டி விட்டு. நான் அவரது பிரதியாக வளர்ந்து வந்தேன். ஒரு ஷாட்டை அவர் ஆடி முடித்த கொஞ்ச நேரத்தில் அதே மாதிரி நான் ஆடிக் காட்டுவேன். புருவத்தை உயர்த்திச் சிரிப்பார்.

இவன விட்டுடாதீங்க, எப்படியாவது கரை சேர்த்துடுங்க என ஜானகிராம் மாஸ்டரிடம் என்னுடைய கோச் சொன்னதை பக்கத்தில் நின்று கேட்டிருக்கிறேன். மாஸ்டர் அதற்கடுத்து என்னோடு விளையாட்டு குறித்து மட்டும் தீவிரமாக உரையாட ஆரம்பித்தார். உண்மையிலேயே இது சத்திருக்கிற வித்து என்பதை மாஸ்டர் உணர்ந்து கொண்டார். நான் சப் ஜூனியர் இந்திய அணிக்காகத் தேர்வு செய்யப் பட்டு பல இடங்களில் போய் விளையாடிவிட்டு வந்தேன்.

அதற்கடுத்து ஜூனியர் இந்தியா, சீனியர் இந்தியா, வேலை என செட்டிலாகிவிடலாம் என்பதுதான் எங்கள் எல்லோருடைய கனவும். கொத்துக் கொத்தாக வட மாநிலங்களுக்கு அந்தக் காலத்தில் சாலைப் பணிகளுக்குக் கிளம்பிப் போனதைப்போல, ஹாஸ்டல்களுக்கு இராணுவத்திற்கு என இங்கிருந்து கிளம்பிப் போய்க்கொண்டே இருப்பார்கள்.

இருந்தால் கொலைகாரனாக இருப்போம். சாதிச் சண்டைக்கான உக்கிரம் சூழ்ந்திருந்த காலகட்டம் அது. எங்கும் கருவேல முட்கள் நிறைந்து வெய்யில் வழிந்து கொண்டிருக்கும், உப்பரிந்த தடங்களுடன் ஆட்கள் ஊரெங்கும் நடமாடிக் கொண்டிருப்பார்கள். தினமும் தீப்பெட்டிக் கட்டு அடுக்கினால்தான் சோறு. எனக்கு அந்த வாழ்க்கையிலிருந்து தப்பிக்க வேண்டும் என்று தோன்றியதால்தான் ஹாஸ்டலுக்கு ஓடிவந்தேன். என் ஹாஸ்டல் வாழ்க்கையும் சுகப்பட்டது. கடைசி சில மாதங்களைத் தவிர மற்ற எல்லா நேரங்களிலும் நான் சுகமாகதான் வாழ்ந்தேன்.

கல்லூரியிலும்கூட எனக்கு இதேமாதிரியான அனுபவம்தான் சாப்பாடு விஷயத்தில். விதவிதமான மெனு எங்கள் கல்லூரியில் உண்டு. அக்மார்க் மலையாளச் சாப்பாடு. மோர்க் குழம்பு, பீஃப் கறி, மீன் பொழிச்சது, சிக்கன் வறுத்தது, முட்டை புரோட்டா. கேட்கவா வேண்டும்? விளையாடி முடித்துவிட்டு வந்து குளிக்கக்கூடப் போகாமல் மெஸ்ஸில் வந்து உட்கார்ந்துவிடுவேன். யார் முகத்தையும் பார்க்கக்கூட எனக்கு நேரம் இருக்காது. ஒருதடவை குனிந்து நிமிர்ந்த போது ஜானகிராம் மாஸ்டர் எதிரே அமர்ந்து சாப்பிட்டுக் கொண்டிருந்தார். என் அணியில் உள்ள சீனியரின் அறைக்கு வந்திருப்பார்போல. இடையில் மூன்று மாத காலம் ஊருக்குப் போகவில்லை. அவருடைய பையன் செத்ததற்குக்கூட போகவில்லை. அதுபற்றி கேட்பார் என நினைத்தேன். கைகழுவப் போகும்போது என்னருகே வந்து நின்றார். பையன் கேன்சரில் செத்துவிட்டான் என்று சொல்லி குலுங்கிக் குலுங்கி அழுதார். ''அந்த குற்றவுணர்வு தினமும் கொல்லுது. நான் பண்ண தப்புக்கு என் பையனத் தூக்கிருச்சு'' என்றார். கண்ணை அவர் துடைத்தபோது ஒரு பருக்கை அவர் கண்ணருகே ஒட்டிக்கொண்டது. நியாயமாய்ப் பார்த்தால் அந்த தமிழ்நாடு ஜெர்ஸி அவரது பையனிடம்தான் இருந்திருக்க வேண்டும். அவனும் ஹாக்கி பிளேயர்தான். என்னிடம் அது இல்லாவிட்டால் இன்னொருவரிடம் இருந்திருக்கும் அந்த ஜெர்ஸி. தற்செயலாக என்னுடைய கோச் ஒரு சந்தர்ப்பத்தில் சொன்னதை நினைத்துக் கொண்டேன். ''விளையாடுவதற்குதான் இங்கு வந்திருக்கிறாய். சிவப்பு அட்டை வாங்கி வெளியே உட்கார்வதற்கு அல்ல.''

அத்தியாயம்

5

ஏதோ போகிற போக்கில் சொல்வதால் இந்திய அணி வீரனாக ஆவதைப் பற்றியெல்லாம் சாதாரணமாக நினைத்துக் கொள்ளாதீர்கள். மைதானத்தில் கனவுகளோடு தூவப்படுகிற விதைகளில் இலட்சத்தில் ஒரு வித்துதான் முளைக்கும். ஒருவன் உட்கார்ந்து கனவு காணுகிற நேரத்தில் அந்த இடத்திற்கு வருவதற்கு இந்தியாவில் இலட்சக்கணக் கானவர்கள் கனவு கண்டு கொண்டிருப்பார்கள். அதிகாரம் மிக்கவர்களின் பையன்கள் இருப்பார்கள் அதில். எங்களைப்போல திறமையை மட்டும் முன்னிறுத்தும் கூட்டமும் அதிகம்தான். சும்மா சொல்லக்கூடாது. இந்தத் துறையில் லஞ்ச லாவண்யங்கள், சின்னத் தனங்கள், பெண் பிள்ளைகளோடு படுப்பவர்கள் எல்லாம் இருக்க தான் செய்கிறார்கள். அதைத்தாண்டி திறமையான ஒருவனுக்கு இடம் இல்லையெனில் தண்ணியைப் போட்டுவிட்டு செகரெட்டரியின் வீட்டுச் சுவரேறிக் குதித்துத் திட்டுபவர்களும் இருக்கிறார்கள். செகரெட்டரி என்ன பெரிய செகரெட்டரி. திண்டுக்கல்காரர்தான். சுமாரான வீரர்தான். எப்படியோ சந்து பொந்துகளில் புகுந்து பெரிய இடத்திற்கு வந்துவிட்டார். அவர் சார்ந்த திண்டுக்கல் அணிக்கு விருந்தினனாக ஆடிக் கொடுத்திருக்கிறேன் என்பதால் என் மீது தனி அக்கறை. ஜானகிராம் மாஸ்டரும் எனக்காக அவரிடம் தண்ணியைப் போட்டுவிட்டு உரண்டை இழுத்திருக்கிறார். செகரெட்டரி இருக்கிற வரை சிக்கலில்லாமல் பாதிக் கிணறு வரை தாண்டினேன்.

திறமையாளர் சிலருக்கும் அணியில் இடமுண்டு. கணக்குக் காட்டவேண்டும் எல்லாவற்றிற்கும். பாலையும் தூளையும் இனிப்பையும் கலந்து சுவையான தேநீர் தயாரிப்பதைப் போலதான்

அணியைத் தயார் செய்வார்கள். சிபாரிசுகளோடு வரும் சில தலைகளையும் திறமையான தலைகளையும் போட்டுக் குலுக்கி பெருமைமிகு இந்திய அணி தயாராகும். வெளிநாடுகளில் எங்களை வெளுவெளுவென்று வெளுப்பதற்குக் காரணம் இதுமட்டுமில்லை. இந்தியாவெங்கும் இன்னமும் நீக்கமற நிறைந்திருக்கும் கிராவல் கிரவுண்டில் விளையாடுவதைப்போல இல்லை இப்போது இருக்கிற விளையாட்டு உலகம். செயற்கை இழை மைதானத்திற்கு எப்போதோ நகர்ந்துவிட்டது. ஆனால் இந்தியாவில் இருபது ஆண்டுகளுக்கு முன்புதான் அப்படியென்றால் என்ன என்று கேட்டார்கள். எங்கள் ஊருக்கு செயற்கை இழை மைதானம் இப்போதுதான் வந்திருக்கிறது. அதுவும் தமிழ்நாட்டில் நான்கைந்து இடங்களில் மட்டும் இருக்கிறது. குளிரெடுக்கிறது என்று போர்வை கேட்டால் ஆளுக்குக் கொஞ்சம் கிழித்துக் கொடுப்பதைப்போல மைதானத்தைத் துண்டுதுண்டாகப் பிரித்தெல்லாம் அனுப்பிக் கொண்டிருக்கிறார்கள்.

எங்கள் காலகட்டத்தில் சென்னை ராதா கிருஷ்ணன் ஸ்டேடியத்தில் மட்டும்தான் செயற்கை இழை மைதானம் உண்டு. ஏதாவது சர்வதேச ஹாக்கிப் போட்டிகள் நடைபெற்றால் பொதுவாகவே ஸ்போர்ட்ஸ் அணிகளைச் சேர்ந்தவர்களை தமிழகமெங்கிலும் இருந்து அழைப்பார்கள். நான் அப்படி முதன்முறையாக சர்வதேசப் போட்டியொன்றை கேலரியில் அமர்ந்து பார்த்தேன். என்னுடைய இந்திய அணி விளையாடிக் கொண்டிருந்தது. சென்னையைச் சேர்ந்த செரீப் அகமது விளையாடிக் கொண்டிருந்தார். சென்டர் ஆப் நிலையில் விளையாடும் அவர் எங்கள் எல்லோருக்கும் கனவு நாயகனாக இருந்தார். அந்தப் போட்டியில் அவரது ஆக்ரோஷமான ஆட்டத்தை அருகில் இருந்து பார்க்கும்போது சிலிர்ப்பாக இருந்தது. அவர் விளையாடிய பல ஷாட்கள் எனக்கும் அத்துப்படி. அந்தப் போட்டியில் இந்திய அணியின் கேப்டனாக இருந்த பல்தேவின் ஆக்ரோஷம் மைதானத்திற்கு வெளியேயும் தொடர்ந்தது. அவர் தனது விளையாட்டு வாழ்வின் இறுதிக் கட்டத்தில் இருந்தார் அப்போது. அந்தப் போட்டி நடந்து கொண்டிருந்தபோது கேலரியில் பல்தேவுக்கு வேண்டாத ஒருவர் அமர்ந்துகொண்டு அசிங்க அசிங்கமாக கேலரியே கேட்கும் அளவிற்குத் திட்டிக் கொண்டிருந்தார். இவர் கேலரியில் ஏறி அடிக்கப் பாய்ந்தார் அவரை.

உண்மையான வீரன் என்ன செய்ய வேண்டும்? எதையும் காதில் போட்டுக் கொள்ளாமல் விளையாடத்தானே வேண்டும்? இந்திய அணியில் இடம்பெற்று விட்டால் அந்த மிதப்பு தானாகவே வந்துவிடும்போல. அதைத்தானே என்னுடைய கோச் சொல்லித் தந்தார். ‘விளையாடும்போது கேலரியைப் பார்க்காதே.’ அவர்

மற்றவர்களுக்குதான் கோச். என் மனதளவில் அவர் முன்னாள் இந்திய அணி வீரர். அவர் இடத்தைதான் இவர்கள் எல்லோரும் தட்டிப் பறித்திருக்கின்றனர். அவர் இருந்தால் இப்படி கேலரியில் யாரும் அவருக்கு எதிராகக் கத்தக்கூட மாட்டார்கள். அவர் யாருக்கும் தீங்கிழைக்காமல் பந்தை மட்டும் கடத்திக் கொண்டிருப்பார். மைதானத்திற்கு வெளியேயும்கூட அவர் சிவப்பு அட்டை வாங்க மாட்டார். அவர் கோல் போடும்போது எதிரணியினரே கைதட்டி ஆரவாரம் செய்வார்கள். தலையைக் குனிந்து அந்த ஓசைகளை அவர் ஏற்றுக் கொள்ளும் அழகே அழகு. குள்ள மனிதன் தலையைக் குனிந்து நீலகிரிப்பூக்கள் தாங்கிய மலர்க் கிரீடத்தை வாங்கிக் கொள்ளும் படியான சித்திரம் அது. அவர்தான் எனக்கு விளையாட்டை விளையாட்டாக மட்டும் ஆடக் கற்றுக் கொடுத்தார். இதுவரை யாரையும் நான் மைதானத்திற்குள் அடித்ததில்லை.

யாரையும் அசிங்கமாகத் திட்டியதில்லை. என்னுடைய கேரியரில் நான் மஞ்சள் அட்டைகூட வாங்கியதில்லை. மாறாக எல்லோரும் என்னைத்தான் போட்டு அடிப்பார்கள். அழுகை வரும் அளவிற் கெல்லாம் அடித்திருக்கிறார்கள். ஒருத்தன் நாகர்கோயிலில் மட்டையை மடக்கிப் பிடித்து நெஞ்சில் குத்தியிருக்கிறான். விருதுநகரில் என் கணுக்காலில் ஒருத்தன் குறிபார்த்து அடித்திருக்கிறான். நீலகிரியில் ஒருத்தன் என் மண்டையை உடைத்திருக்கிறான். விழுப்புரத்தில் ஒருத்தன் என்னைக் கீழே தள்ளிப் படுக்கப் போட்டு வயிற்றில் மிதித்திருக்கிறான். சத்தியமாகச் சொல்கிறேன். தமிழகத்தின் அத்தனை ஊர்களிலும் விழுப்புண் வாங்கியிருக்கிறேன். அடையார் முனையலர ஐயிலவேற் காளை விடயாயங் கொள்கவென்றான் வேந்து என்பதைப்போல. அடையார் என்றால் பகைவர். பகைவர்களின் ஈட்டிமுனையலர என்று சொல்லத்தான் ஆசை. ஆனால் அதிகமும் மிதிதான் வாங்கியிருக்கிறேன். ஆனால் இதை யெல்லாம் மீறி என் கணக்கில் சரியாக கோல்களை வரவு வைத்துக் கொண்டிருந்தேன். அது எல்லோர் கண்களையும் நல்லவிதமாகவும் கெட்டவிதமாகவும் உறுத்தியது.

சின்ன வயதிலேயே அப்படி லட்சக்கணக்கானவர் மத்தியில் தவ்வி மேலே வரத் தெரிந்துவிட்டது எனக்கு. எல்லோரையும்போல, எனக்கும் கிரிக்கெட்டெல்லாம் அத்துப்படி. ஆனால் விளையாட மாட்டேன். அடியாழத்தில் இருந்து அவர்களை வெறுத்தேன். வேண்டுமென்றே அவர்களை வெறுப்பேற்றுவதற்காக ஹாக்கி மட்டையை மடக்கிப் பிடித்துக்கொண்டு கிரிக்கெட் விளையாடுவேன். ஹாக்கி மட்டையாலே பந்தை நான்கு ரன்னிற்கு விரட்டி யிருக்கிறேன். அவர்கள் எல்லாம் என்ன பெரிய இவன்கள்? ஒன்றரை

மணி நேரம் குறுக்கும் நெடுக்குமாய் செயற்கை இழை மைதானத்தில் ஓடச் சொல்லுங்கள் பார்ப்போம். நாக்குத் தள்ளி விடும். அதுவும் கஷ்டமான விளையாட்டுதான். இல்லையென்று சொல்லவில்லை. ஆனால் உடலை மட்டும் முன்னிறுத்தும் வேகத்தில் நாங்கள் அவர்களுக்குச் சளைத்தவர்களில்லை. அவர்களை விட பந்தின் வேகத்தைக் கணிப்பதில் ஒருபடி மேல். மில்காசிங் தடகளவீரர்தான். அவரையே எடுத்துக் கொள்ளுங்கள். நான் அந்த விளையாட்டிற்குத் தலைவணங்குகிறேன். அவர் இந்திய வேகத்தின் தூதுவன். அவரை மிஞ்சியவர், விஞ்சியவர் தயான்சந்த். அவர் இந்திய ஹாக்கியின் கடவுள். இவர்களை மாதிரி இந்த இடைப்பட்ட காலத்தில் நூறு பேர் வந்து போயிருப்பார்கள்.

ஒருகாலம் வரை ரயிலில் நீங்கள் மிகச் சாதாரணமாக எதிர்கொள்ளும் டிக்கெட் பரிசோதகர்களாக அவர்கள் இருந்திருக்கலாம். உங்கள் வங்கிக் கணக்குப் புத்தகத்தை கோபத்தில் அவர்கள் முகத்தில்கூட வீசியெறிந்திருக்கலாம். உங்களுக்குப் பக்கத்தில் இலை போட்டு சாதாரண ஹோட்டலில் சாப்பிட்டுக் கொண்டிருந்திருக்கலாம் அவர்கள். உங்களுக்கு அவர்களைத் தெரிந்ததா? அதுதான் எங்கள் தலையெழுத்து. ப்ரோ கபடி மாதிரி இப்போது நடப்பதால் கொஞ்சம் வெளியில் தெரிய ஆரம்பித்திருக்கிறோம். ஆனாலும் அந்த விளையாட்டின் வசீகரம் எங்கள் எல்லோரையும் கவர்ந்திழுத்து தாய்க் கோழிபோல சிறகுகளை விரித்து உள்ளிழுத்துக் கொள்கிறது. அவன்கள் விமானத்தில் போவான்கள்தான். இரண்டாம் வகுப்புப் பெட்டியில் எங்களை மாதிரி பந்தை பகல் நேரங்களில் டிரிபிளிங் செய்தபடி பயணிக்க இயலுமா அவர்களால்? ராணுவ வீரர்களின் துப்பாக்கிகள் பாதுகாப்போடு இந்திய ரயில்வேயில் நாங்கள் ஒரு மரியாதைக்குரிய பயணத்தை நிகழ்த்துகிறோமே... அது போதும் எங்களுக்கு.

எனக்குள் இந்த இந்திய அணிக் கனவை ஆழமாக விதைத்தவர் ஜான்சன். அவர் இந்திய ராணுவ அணியின் கேப்டனாக இருந்தவர். எங்கள் ஊர் போட்டிக்கு வருடம் தவறாமல் வந்துவிடுவார். தக்காளிப் பழம்போல் ஜான்சன் இருப்பார். ஆனால் சட்டையைக் கழற்றினால் முகத்திற்குக் கீழே எல்லாமும் பாளம் பாளமாகத் திரண்டிருக்கும். ஜெர்ஸியைக் கழற்றி அவர் முகத்தைத் துடைக்கும்போது முதுகிற்குப் பின்னால் நின்று சதை துள்ளுவதைப் பார்த்திருக்கிறேன். அவர்தான் உடலை இறுக்க வேண்டும் என்பதில் என் குருநாதர். உண்மையிலேயே ஏகலைவன் மாதிரிதான் தூரத்தில் நின்று அவர் விளையாடுவதிலிருந்து கற்றுக் கொண்டேன்.

ஜான்சன் மானை ஒத்தவர். என்னைப் போலவே அவரும் அழுக்குப் படாமல் விளையாடுவார். அவரைக் குறிவைத்து வரும் மட்டைகளை அவர் காலுக்குள் கீழே விட்டு விட்டு அந்தரத்தில் பறப்பார். அப்படிப் பறக்கும்போதும் அவர் கையிலிருக்கும் மட்டையில் பந்து கருவேலம் பிசினால் ஒட்டியதைப்போல கூடவே வரும். பந்து சத்தியத்திற்குக் கட்டுப்பட்டதுபோல அவர் பின்னால் ஒரு நாய்க்குட்டிபோல ஒட்டிக்கொண்டு ஓடும். டி ஏரியாவிற்கு பத்து மீட்டர் தொலைவில் பந்து அவர் கையில் கிடைத்தால் அது கோல் என்று குறித்துக் கொள்வார்கள். தலையை நிமிர்ந்து பார்க்கவே தேவையில்லை. விசிலோசைகள் தோளைத் தட்டி எழுப்பும். ஒருதடவை சண்டிகரைச் சேர்ந்த ஒரு வீரர் வேண்டுமென்றே அடித்தபோது, ஜான்சன் கீழே விழுந்து சுருண்டார்.

தங்கள் வீட்டுப் பிள்ளையை அசலூர்க்காரன் அடித்துவிட்டால் பொங்கி எழுவோமே... அதைப்போல ஒட்டுமொத்த ஊரும் வெகுண்டெழுந்தது. கேலரியில் இருந்து சாரை சாரையாக மைதானத்திற்குள் ஓடினார்கள். அந்த சண்டிகர்க்காரனை எல்லோரும் விரட்டி விரட்டி உயிருக்குப் பங்கமில்லாமல் அடித்தார்கள். அப்போதுகூட நான் அந்த சாத்வீக நடவடிக்கையில் இறங்கவில்லை. இது தவறான முன்னுதாரணம் என்பதில் அப்போதே தெளிவாக இருந்தேன். தண்டிப்பதற்கு ஆட்கள் இருக்கும்போது, ரசிகர்கள் இப்படி இறங்குவது சரியல்ல. அவர்கள் ரசிகர்கள் அல்ல முரடர்கள். ஆனால் கிரிக்கெட் ரசிகர்களைப்போல முட்டாள்கள் இல்லை. ஒரு மேட்ச்சில் ஆடவில்லை என்பதற்காக வீடு தேடி போய் அடிப்பவர்கள் அல்ல. இவர்கள் ரத்தத்தில் ஊறியது விளையாட்டு. விதிகளை மீறியவனுக்கு மட்டுமே தண்டனை கொடுத்தார்கள். மற்றபடி விளையாட்டில் தோற்பதெல்லாம் சகஜம் என்று நினைப்பவர்கள்தான் இந்த மாதிரி விளையாட்டுக்களின் ரசிகர்களாக இருப்பார்கள்.

அதிலும் எங்கள் ஊரில் தீப்பெட்டி ஆஃபிஸ் போர்மேனாக இருக்கும் சுதாகரன் அண்ணன் இவர்கள் எல்லோரையும் விட அருமையான ஷாட்களை அடித்துக் காட்டுவார். அவரின் போதாத வேளை மைதானத்திற்கு உள்ளே இருக்க வேண்டியவர், வெளியே இருக்கிறார் பரிதாபமாக. கட்டையை மருந்திற்குள் முக்கி எடுத்து கொதிக்கிற அந்த மேடையில் கிடத்தும்போது சுதாகரன் அண்ணன் என்ன நினைத்துக்கொள்வார்? எதை நொந்துகொள்வார் அவர்? இந்த வறுமையையா? அதனாலேயே இந்திய அணிக்கு விளையாடும் வாய்ப்புள்ளவர்களை இந்த மாதிரி அண்ணன்கள் எல்லோரும் சேர்ந்து பார்த்துக் கொள்வார்கள்.

அம்மா பீட்ரூட்டைதான் கிலோக்கணக்கில் பொரியலாக செய்து வைக்கும். எப்போதாவது அப்பாவின் நண்பரான சுல்தான் மாமா வீட்டில் இருந்து மாட்டுக்கறி சுக்கா வரும். எங்கள் வீட்டில் எனக்காக இதை மட்டும் ஒத்துக் கொண்டிருந்தனர். மற்றபடி மூணு நேரமும் சோறுதான். புரோட்டின் என்பதையெல்லாம் சாம்பாரில் மிதக்கும் பருப்பில்தான் தேடவேண்டும். ஒருகிலோ பருப்பை ரெண்டு மாதம் வைத்துக் கொள்வார்கள். ஊர் வளர்த்த பிள்ளை என்றால் என்னைத்தான் சொல்ல வேண்டும். நான் யார் வீட்டிற்குள் வேண்டுமானலும் போய்ச் சாப்பிடுவேன். விளாத்திகுளம் அக்கா சுத்த சைவம். ஆனால் எனக்காக முட்டையைப் பொரித்துத் தரும். கிரவுண்டில் அண்ணன்கள் வாங்கிச் சாப்பிட்டுக்கொள்ளச் சொல்லி பணம் தருவார்கள்.

நான் அந்தக் காலகட்டத்தில் சாப்பிடுவேன். விளையாடுவேன். தூங்குவேன். மாட்டிற்கு லாடம் கட்டி மூக்கணாங்கயிறு போட்ட பிறகு எப்படி ஒரே பாதையில் நடைபோடுமோ, அப்படிதான் என் எல்லா அசைவுகளும் இருக்கும். நான் இன்னொருத்தர் வழிநடத்தும் மாடாகதான் எப்போதும் இருந்திருக்கிறேன். தனியாக விட்டால் கம்பங் கொல்லையை மேய்ந்துவிடுவேன். என்னை வெளியில் இருந்து ஒரு சக்தி எப்போதும் வழிநடத்திக்கொண்டே இருக்க வேண்டும். அப்படி குருநாதர்களைத் தேடிப் போவதுதான் விளையாடுவதைத் தாண்டி என்னுடைய வேறொரு செயல்பாடு. பந்தை மட்டையில் வைத்து அதைக் கீழே விழவிடாமல் தட்டிக் கொண்டே மூன்று கிலோமீட்டர் நடந்து வந்திருக்கிறேன். அதிகாலை நாலரை மணிக்கு மேல் தூங்கியதே இல்லை. நூல் பிடித்த மாதிரி இருக்கும் என்னுடைய நேரங்கள். தேவையில்லாத சிந்தனைகள் உள்ளே இழுத்துக் கொள்ளக்கூடாது என்பதற்காக சினிமாகூட பார்க்க மாட்டேன். என் வாழ்க்கையில் மொத்தமாகவே ஒரு ஐம்பது சினிமாக்கள் மட்டுமே பார்த்திருக்கிறேன். எனக்கு சினிமா பிடிக்காது. மூன்று மணி நேரம் தேவையில்லாத வேலை என்று கருதுகிறவன். அந்த நேரத்திற்கு ஒரு கடலைப் பாக்கெட் வாங்கிக்கொண்டு கொறித்தபடியே ஒரு எட்டு கிலோ மீட்டர் நடந்துவிட்டு வரலாம். ஸ்டெமினாவாவது அதிகரிக்கும். என்னுடைய பொழுதுபோக்கும் விளையாட்டுதான். வாழ்க்கையும் அதுதான். ஓய்வு நேரங்களில்கூட, பேனாவால் பேப்பரில் பொசிஷன்களைக் குறித்து வித்தியாசமாக கோல் அடிக்க சித்திரம் வரைந்து தயாராவேன்.

நான் இப்படி முன்கூட்டியே தயாராவதை என்னுடைய விக்ரம் கோச் நான் விளையாடிய பத்து நிமிஷத்திலேயே கவனித்துவிட்டார். அதனால்தான் அவர் பயிற்சியாளராகவும் இருக்கிறார். என்னை அழைத்து, ''மனதில் ஏற்கெனவே போட்ட கோட்டின் மீது பந்தை

உருட்டாதே. விளையாட்டில் மட்டும் நிச்சயம் அது எப்போதும் நடக்காது. எதிர்பாராதவை நடக்கும் களம் என்பதால்தான் சுவாரசியம் இன்னமும் நீடிக்கிறது. உன்னை மறந்து உன் திசையும் பந்தின் திசையும் ஒரு இடத்தில் முத்தமிட வேண்டும். பந்தும் நீயும் ஒன்றுதான். நீயும் பந்தும் ஒருகட்டத்தில் ஒன்றாகி விடவேண்டும். இருவரும் நோக்கத்தை நோக்கி ஓடுங்கள்'' என்றார். எனக்கு அது அப்போது புரியவில்லை. எதையும் மண்டையில் போட்டுக் குழப்பிக் கொள்ளாமல் இயல்பாக விளையாடு என்று அவர் சொன்னதாக எளிமையாகப் புரிந்து கொண்டேன். பொதுவாகவே விளையாட்டில் இருப்பவர்கள் ஏற்கெனவே சொன்ன மாதிரி இப்படி யாரிடமாவது ஏன் இப்படி என்று கேள்வி கேட்காமல் அப்படியே ஒப்படைத்து விடவேண்டும். பாகனிடம் தன்னை ஒப்படைக்கிற யானை மாதிரி. விசுவாசிக்க வேண்டும் இயேசு சொன்ன மாதிரி. அவர்கள் நம்முடைய நல்லதுக்கு மட்டும்தான் செய்வார்கள் என அப்படியே ஒப்புக் கொடுத்துவிட வேண்டும். விளையாட்டில் அது முக்கியம். வாழ்க்கையில்கூட அது முக்கியமா என வாழ்ந்து காட்டுபவர்களிடம் தான் கேட்க வேண்டும். என்னைப் பொறுத்தவரை என் இந்திய அணி ஜெர்ஸியை பார்பிக்குப் போட்டு அழகு பார்க்க வேண்டும். இதுவரை பெட்டியில் இருக்கும் பார்பி பதக்கங்களை அணிந்திருக்கிறாள். அசைவுகள் கொண்ட பார்பி இந்திய அணி ஜெர்ஸியை அணிய வேண்டும். நிறைய இலட்சியங்களோடு இந்தப் பயணத்திற்கு நான் தயாரானேன். பார்லிமெண்ட்டில் ஜனாதிபதி கையால் அர்ஜுனா விருது பெறவேண்டும் என்பது எப்படி ஒரு லட்சியமோ, அதுமாதிரி பார்பி என்னுடைய வியர்வை படிந்த இந்திய அணி ஜெர்ஸியை அணிந்து நிற்க வேண்டும் என்பதும் ஒரு லட்சியமே.

அத்தியாயம்

௬

இடையில் முட்டாள்தனமாக ஒரு காரியத்தைச் செய்துவிட்டேன். மைதானத்திற்கு வெளியே எச்சரிப்பதற்காகத் தரப்படும் மஞ்சள் அட்டையை வாங்கிவிட்டேன். எப்போதுமே இரண்டு தரப்பிற்கும் தோதுவாக நடந்துகொள்ளும் நான் ஒரு சில காலம் ஒரு தரப்பு ஆதரவு எடுத்துச் செயல்பட்டு வந்தேன். அங்கேயும் எனக்கு நிறைய நண்பர்கள் இருந்தார்கள். அப்படி இருக்கையில் அந்தத் தரப்பு ஜெர்ஸியை வேண்டுமென்றே அவமானப்படுத்துவதற்காகக் காலில் போட்டு மிதித்துவிட்டேன். அது சாதாரணமான விஷயம்தானே என்பீர்கள். அவர்களது சாதிக் கொடி டிஸைனில் வடிவமைக்கப்பட்ட ஜெர்ஸி அது. எல்லா சாதிக் கொடி நிறங்களிலும் ஜெர்ஸிக்கள் உலவ ஆரம்பித்திருந்தன ஊரில். உயிரைப்போல அது அவர்களுக்கு. என்னைக் குறிவைத்துவிட்டனர். நான் சந்து பொந்துகளில் மறைந்து திரிந்து தப்பித்துக் கொண்டிருந்தேன். என்னுடைய ஆட்டம் கடுமையாகப் பாதிக்கப்பட்டது. பக்கத்து வீட்டு மொட்டை மாடிகளில் பந்தை அடித்து பயிற்சி செய்வேன். ஒரு சில ஓடுகளை உடைத்திருக்கிறேன். கீழே இருப்பவர்கள் வண்டி வண்டியாய் வந்து திட்டுவார்கள். தெருவிளக்கு வெளிச்சத்தில் அங்கே இருக்கிற சிறிய இடைவெளிகளில் இரவு முழுவதும் டிரிபிளிங் செய்து கொண்டிருப்பேன்.

அதைத்தானே தெருவிளக்கில் அமர்ந்து படித்து ஆபிரகாம் லிங்கன் செய்தார்? எல்லோரும் அப்படிதான். அவர் ஆபிரகாம் லிங்கனாக ஆன பாதைபோல எங்களுக்கு இல்லை. ஆபிரகாம் லிங்கனை உருவாக்குகிற சமூகத்தில் இருந்தார் அவர். எங்கள் பாதை சிக்கல்

மிருந்தது. வெறும் சோற்றுப் பிரச்சினை மட்டுமல்ல அது. இந்த ஊரைத் தாண்டுவது என்பதுதான் ஒவ்வொரு இளைஞனின் கனவும். யாரும், பிடித்து அங்கிருக்கவில்லை. ஏதோ ஒரு கயிறு கிடைத்தால் மேலேறிவிடலாம் என்று காத்துக் கிடக்கிறார்கள். எங்களுக்கு விளையாட்டு இருப்பதால் சுகமாகத் தப்பித்துவிடுகிறோம். மற்ற இளைஞர்களின் கதியெல்லாம் சொல்லி மாளாது. பம்பாய்க்கு முறுக்கு சுடும் வேலைக்குப் போவார்கள். கேரளாவிற்கு எஸ்டேட் மேனேஜர் என்று சொல்லி ஒரு அடிமட்ட வேலைக்குப் போவார்கள். போன வாரம் எங்களோடு விளையாடியவர் விருதுநகர் பஸ் ஸ்டாண்டில் மூட்டை தூக்கிக் கொண்டிருப்பார். என்னவிதமான வாழ்க்கை இது? வேட்டையாடிகளிடம் காட்டு முயல் வாங்கும் போது அரைகுறை உயிரோடு தருவார்கள். கால்கள் இரண்டையும் கயிற்றால் கட்டிப் பாதுகாப்பாக வெட்டுகிற வரை போட்டு வைத்திருக்க வேண்டும். கால் கட்டு பத்திரம், அப்புறம் நாங்க ஒண்ணும் பண்ண முடியாது என சொல்லிவிட்டுச் செல்வார்கள். குற்றுயிரும் குலையுயிருமாக இருக்கும் அம்முயல் கட்டை அவிழ்த்தால் தப்பித்து ஓடி விடும். அது சின்னக் குழந்தை மாதிரி கத்தும். அப்படிதான் எங்கள் நிலைமையும் இருந்தது. படை விலங்குகள் ஒன்றையொன்று மாய்த்தபடி இருக்கும் என சரியாகதான் சொல்லி வைத்திருக்கிறார்கள்.

தீர்த்தத் திருவிழாவின்போது வரும் ஒரு பெரிய கருமேகம்போல, பதற்றம் அந்த நகரத்தைச் சூழ ஆரம்பித்தது. எல்லா தரப்பு ஆட்களும் சாதி ஆதாயக் கொலை செய்யக் கிளம்பியிருந்தார்கள். யார் அதிக கொலைகளைச் செய்வது என்பதில் போட்டியே நடந்து கொண்டிருந்தது. யார் வம்பிற்கும் தும்பிற்கும் போகாத குடும்பத்துப் பையன்கள் மட்டுமே பொறியியல், மருத்துவம் என்று தப்பித்துக் கொண்டிருந்தார்கள். எப்போதாவது ப்ரிட்ஜிலிருந்து கிளம்பி வந்தவர்களைப்போல கிளம்பி வந்து கணேஷ் பேக்கரியில் பப்ஸூம் குஷ்பு கேக்கும் வாங்கிச் சாப்பிடுவார்கள். நான் ஒரு பேங்க் மேனேஜரின் சின்னப் பையனை மிரட்டி காசு திருடிக் கொண்டுவந்து தரச் சொல்லுவேன். அவன் எடுத்துக் கொண்டுவரும் பணத்தில் பந்துகளையும் ஹாக்கி மட்டைகளையும் வாங்குவேன். இரண்டொரு தடவை கணேஷ் பேக்கரியில் போய்ச் சாப்பிட்டேன். புதிதாக திடீரென மட்டைகள் முளைத்ததைப் பார்த்து சந்தேகப்பட்டு அடித்துத் துவைத்த பிறகு உண்மையைச் சொன்னேன். பேங்க் மேனேஜரும் பணம் குறைவதைக் கண்டுபிடித்து விசாரித்து உண்மையைத் தெரிந்துகொண்டார்.

என் கெட்ட நேரம் வசமாக மாட்டிக்கொண்டேன். தெருவே சேர்ந்து போட்டுச் சாத்தி எடுத்தார்கள். சமுத்திரம் அண்ணன் தண்ணியைப் போட்டு வீட்டிற்குள் படுத்துக் கிடந்தவர், சத்தம் கேட்டு வெளியே வந்து பார்த்துவிட்டு அடித்தார். ஊரார் அடித்து வளர்த்த பிள்ளை நான். அதனால்தான் சின்னச் சின்ன விஷயங்கள் செய்வதற்குக்கூட யோசித்துச் செய்கிறேன். எல்லா இடங்களிலும் என்னைத் தெரியும். நேஷனல் லெவல் டோர்னமெண்ட்டில் நான் ஒரு தடவை அடித்த கோலைப் பற்றி கோயில் முக்கில்கூட பேசிக் கொண்டிருப்பார்கள். 'பொடிப்பயல் ஐ.சி.எப் டீமை எதிர்த்து அடிச்சான் பாரு ஒரு கோல' என்று சிலாகிப்பார்கள்.

இப்படி விளையாடியவர்கள் மட்டும் பிறர் பார்வையிலேயே இருந்ததால் தப்பித்துக்கொண்டோம். ஆனால் அங்கும் வந்து விட்டது சாதிக் கலரில் ஜெர்ஸி. என்னுடைய ரெட்டைச் சுழியும் சும்மா இருக்காதே... அந்த ஜெர்ஸியைக் காலில் போட்டு மிதித்து கெக்கலி காட்டிவிட்டேன். தங்கராஜ் பாண்டியன் கொலை செய்யப் பட்டபோது அந்தச் சம்பவத்தில் நானும் இருந்தேன் என்பதையும் முடிச்சுப் போட்டுப் புரிந்துகொண்டு விட்டார்கள். கொலையைச் செய்வது ஒரு பக்கம் இருக்கட்டும். பிறர் பார்க்க கேவலப் படுத்துவார்கள்.

மேட்டு முக்கில் என்னோடு இருந்தவர்கள் எதிர்த் தரப்பில் சண்டியராக இருந்த ஒருத்தனை எல்லோர் முன்னிலையிலும் நிறுத்தி ஒரு காரியம் செய்தார்கள். அடிக்கவெல்லாம் செய்யவில்லை. ஒரு செருப்பை வாயில் திணித்துக் கடிக்க வைத்து, இன்னொரு செருப்பைத் தலையில் வைத்து ஐந்து நிமிடம் நிற்க வைத்து அனுப்பினார்கள். அடுத்த கோயில் திருவிழா வந்தபோது, அப்படிச் செருப்பைக் கவ்வக் கொடுத்தவர்களில் ஒருத்தனை காளிமார்க் கடை அருகில் வைத்து குத்திக் கொன்றார்கள். காளிமார்க் வாசலில் இலவச விசிறி வாங்கிக் கொண்டிருந்த மக்கள் சிதறி ஓடினார்கள். என்னைக்கூட ஒரு தடவை ஒரு தரப்பு ஏரியாவில் டவுசரைக் கழற்றி ஹாக்கி மட்டையால் வேண்டுமென்றே, எங்க தெரு பிள்ளைய கேலி பண்ணியா என்று கேட்டு அடித்தார்கள். அந்தப் பெண் யாரென்றே எனக்குத் தெரியாது. அந்தத் தெருவினுள் நான் போனதே கிடையாது.

அதற்கடுத்து நான் அந்தப் பக்கமே போனதில்லை. பள்ளிகள் எல்லாமும் ரௌடிகளின் கூடாரமாகின. எல்லா பையன்களுக்கும் யாரோ ஒரு ரௌடியைத் தெரிந்திருந்தது. இன்னாரை எனக்குத் தெரியும் என்பதைத் தம்பட்டமடித்துக்கொண்டு அலைவார்கள். விடுமுறையின்போது ரௌடிகள் ஒளிந்து கிடக்கும் பாழடைந்த

பங்களா பக்கமாகதான் சுற்றியலைவோம். அவர்களும் எங்களைப் பயன்படுத்திக் கொண்டார்கள். பையன்கள் தங்களது சாதித் தலைவர்களின் படங்களை வெள்ளைச் சட்டைப் பையில் வெளியே தெரியும்படிதான் வைத்துக்கொண்டு அலைவார்கள். கையில் கட்டியிருக்கிற கலர் கயிறுகளை வைத்தே புரிந்துகொண்டு விலகி நடந்துவிடலாம். பேசினாலும் போட்டு அடிப்பார்கள்.

சாதிக் கலவரத்தின் போதெல்லாம் ஸ்கூல் படிக்கிற பையன்கள்தான் துடியாக இருந்தார்கள். என்னுடைய நண்பன் ஒருவனே வெடிகுண்டு செய்யும்போது, அது தவறுதலாக வெடித்து முழங்கையை இழந்தான். ஆறாம் வகுப்புப் படிக்கிற பையன்கூட குத்தவைத்து வெடிகுண்டு செய்வதை வேடிக்கை பார்த்துக் கொண்டிருப்பான். கந்தக பூமியில் மூலப் பொருட்களுக்குக் குறைச்சலா என்ன? வீட்டிற்குள்ளேயே அமர்ந்து படித்துக் கொண்டிருப்பவர்களுக்கு எந்தப் பிரச்சினையும் இல்லை. வெளியே போக வாய்ப்புக் கிடைத்தவர்கள் எல்லாம் ஏதோ ஒரு வலையில் மாட்டிக்கொண்டே இருந்தார்கள். பெரிய சிலந்தியொன்று ஒவ்வொரு சிலையின் பக்கத்திலும் வலைவிரித்துக் காத்திருந்தது. ஊரில் உள்ள இளவட்டங்களை எல்லாம் கவ்விப் பிடித்து வலைக்குள் ஈர்த்துக் கொண்டிருந்தது சிலந்தி. எப்படியாவது இந்த ஊரிலிருந்து தப்பித்து ஓடிவிட வேண்டும் என இப்போது உங்களுக்கே தோன்றியிருக்கும்.

ஆனால் போன இடமான விளையாட்டு விடுதி வாழ்க்கையும் கிட்டதட்ட அப்படிதான். ஆனால் என்னுடைய கோச் விளையாட்டிற்குள் இதை அனுமதிக்கவே இல்லை. அப்படியான சிறு அசைவைப் பார்த்தால்கூட உக்கிரமாகி விடுவார். உடனடியாக மைதானத்தை விட்டு வெளியேற்றி நாள் கணக்கில் சுண்ணாம்புக் கோட்டிற்குப் பக்கத்தில் வைத்திருக்கிற தண்ணீர் வாளிக்குப் பக்கத்தில் உட்கார வைத்துவிடுவார். தண்ணீர் குடிக்கப் போகும்போது க்ளுக்கென்று கேவலமாய் ஒரு சிரிப்பை உதிர்ப்போம். ஒரு விளையாட்டு வீரன் களத்திற்கு வெளியே அமர்ந்திருப்பதைப்போல அவமானம் வேறெதுவுமில்லை. அதனாலேயே வாலைச் சுருட்டிக் கொள்வார்கள்.

ஆனால் அங்கிருந்த பள்ளி வாழ்க்கை அப்படியே எங்கள் ஊர் வாழ்க்கையை எதிரொலித்தது. நாங்கள் கொஞ்சம் கவனத்தோடு நடந்துகொண்டோம். எங்களது கோச்சின் உளவாளிகள் வாத்தியார் வடிவத்தில் உலவினார்கள். ஐகிரவுண்டில் இருந்து என்.ஜி.ஓ காலனி வழியாக, ரெட்டியார்பட்டி அரசு மேல்நிலைப் பள்ளிக்கு பதினான்கு கிலோமீட்டர்கள் சைக்கிளில் போவோம். போகிறபோது பிரிட்டோ அண்ணன் என்.ஜி.ஓ காலனியில் நின்று கொண்டிருப்பார். எங்களது

டி.எஸ்.ஓவின் சாதியில் முக்கியமானவர். அவரைப் பற்றித்தான் அந்த நகரமே பேசிக் கொண்டிருந்தது அப்போது. அவரது முதுகிற்குப் பின்னால் சொருகியிருக்கிற அரிவாள் பற்றி பல கதைகள் உலவின. சாராயத்தைக் குடித்துவிட்டு, தகிக்கும் வெய்யிலில் ஆற்று மணலில் அவர் அரிவாளைப் புதைத்து வைக்கும் சித்திரம் மற்றவர்கள் சொல்கிற கதைகளில் இருந்து கிடைக்கும். வெய்யில் உருகியோடும் ஒருபெரிய ஆற்றுப் படுகையில் கொலைக்கரங்கள் மணலைத் தோண்டிக்கொண்டே இருந்தன. அவர் பின்னால் என்னைப் போலவான மாணவர்கள்தான் அணிவகுத்திருந்தனர். அவர்கள் சாதிக்காக எதையும் செய்யத் தயாராக இருந்தார்கள். கல்குவாரியில் வைத்து ஒருத்தரைக் கொன்ற வகையில் அவர்களுக்குத் தீராத பகையிருந்தது. அந்தப் பகை இன்று நேற்றல்ல, பல பத்து வருடங்களாகவே தொடர்ந்து கொண்டுதானிருக்கிறது. ஆட்கள் வருவார்கள், போவார்கள். ஆட்டம் மட்டும் தொடர்ந்து கொண்டே இருக்கும் என்பதைப்போல.

எங்கள் விளையாட்டு விடுதியையே எடுத்துக் கொள்ளுங்கள். எத்தனை பேர் கடந்து போயிருப்பார்கள். அதில் சிலர் முத்திரை பதிப்பார்கள். பிரிட்டோ அண்ணனும் மைதானத்தில் முத்திரை பதித்திருக்கவேண்டிய விளையாட்டு வீரர்தான். ஆனால் மைதானத்திற்கு வெளியே முத்திரை பதித்துக் கொண்டிருந்தார். சைக்கிளில் போய்க் கொண்டிருந்த எங்களை ஒரு தடவை நிறுத்தி சாப்பாட்டை வாங்கிச் சாப்பிட்டுப் பார்த்துவிட்டு, ''அந்த டி.எஸ்.ஓ தாயோளிய போய் வச்சுக்கறேன். செத்துச் சுண்ணாம்பாக்கிடறேன்'' என்று கோபப்பட்டார். நூறு ரூபாயை எடுத்துக் கொடுத்து, ''போய் ஏதாவது வாங்கிச் சாப்பிட்டுக்கோங்கடே'' என்றார்.

நாங்கள் அன்றைக்கு அந்தக் காசுக்கு மொச்சை வாங்கிச் சாப்பிட்டோம். மொச்சைக் கொட்டையை அவித்து பெரிய வெங்காயத்தையும் பச்சை மிளகாயையும் கீறிப் போட்டு மஞ்சள் பொடி தூவி கிண்டி எடுத்து வைப்பார்கள். அடுத்த அரைமணி நேரத்திற்குப் பசி தாங்கும். வட இந்தியாவிற்கு விளையாடப் போனால் இதே சுவையில் காஃபி கலரில் இருக்கும் பயறு ஒன்றை ராஜ்மா சாவல் என்று சொல்லி கௌரவமாகத் தட்டில் போடுவார்கள். மொச்சை என்றால் இங்கே இளக்காரம். மொச்சையையெல்லாம் வாயு என்று சொல்லிச் சாதாரணமாக எடுத்துக் கொள்ளாதீர்கள். ரத்தக் கொதிப்பிற்கு மொச்சை ரொம்ப நல்லது தெரியுமா? பையன்கள் எல்லோரும் தனித்தனியாகதான் தம்மடிக்கப் போவார்கள். எங்கே போனாலும் தனித் தனிக் கூட்டமாகவே அலைவார்கள். எப்போது வேண்டு மானாலும் பற்றிக்கொள்கிற தீக்குச்சிபோல இருப்பார்கள்.

தீப்பெட்டியுடனேயே வாழ்ந்தே பழகிய எங்களுக்கு அவர்களைக் கையாளத் தெரியாதா? கழுவுகிற மீனில் நழுவுகிறதைப்போல நாசூக்காக இருந்து தப்பித்துக் கொண்டோம். ஆனால் திருநெல்வேலி பற்றி எரிந்தது. எங்கே பார்த்தாலும் கொலைச் செய்திகள். ஒருதடவை பார்பியை அழைத்துக்கொண்டு திருப்பதி அண்ணன் இருக்கிற தைரியத்தில் குலவணிகர்புரம் காட்டுப் பகுதிக்குச் சென்றுவிட்டேன். திருப்பதி அண்ணன் உண்மையிலேயே மட்டையை வைத்து என் காலுக்குக் கீழே அடித்தார். ''அவன்தான் லூசுப் பையன்னா, உள்ளூர் பொண்ணு உனக்குத் தெரிய வேண்டாமாம்மா'' என அவளிடம் புத்திமதி சொல்லி அனுப்பி வைத்தார். அவளுக்கு அவர் சொன்ன அர்த்தம் புரிந்ததா என்று தெரியவில்லை. அவள் கண்ணை உருட்டியதைப் பார்க்கும்போது அழகாக இருந்தது. அந்த நேரத்திலும் கன்னப் பருக்களுடன் அவள் கண்களை ஆட்டியதை ரசித்துப் பார்த்துக் கொண்டிருந்தேன்.

திருப்பதி அண்ணன் கவனித்துவிட்டு மேலும் ஒரு அடி கொடுத்தார். எங்கேயும் நிம்மதியாகப் போய் வர முடியவில்லை. ஊரிலும் இப்படிதான். எந்தப் பெண்ணையும் நிமிர்ந்து பார்க்கவே பயமாக இருந்தது. டவுசரைக் கழற்றி அடிவாங்கியிருந்தால் நான் சொல்லும் அர்த்தம் விளங்கும். எப்போதும் முதுகிற்குப் பின்னால் ஒரு ஜோடிக் கண்கள் உற்றுப் பார்ப்பதைப்போல பிரமை இருந்தபடியே இருக்கும். மைதானத்தில்கூட எதிரில் விளையாடுபவன் மீது ஒரு கவனம் இருக்கும். தெரியாமல்கூட அவன்மீது விதிமீறி மட்டை பட்டுவிடக் கூடாது என்பது விதிகளில் ஒன்றாகவே ஆகிவிட்டது. விதிகளை மீறுவதுதான் விளையாட்டின் அழகும். ஆனால் கரணம் தப்பினால் மரணம் இங்கே. ஆனால் இந்தச் சூழல் விளையாட்டிற்கு உகந்ததல்ல.

தப்பித்துச் சென்னைக்கு ஓடிவிட வேண்டும். இனி இந்த நகரத்திற்குத் திரும்பவே கூடாது. நான்கு கருவேல முட்களும் ஐந்து காய்ந்த பனை மரங்களையும் தவிர இங்கே என்ன இருக்கிறது? தரமான சதுரங்களை மட்டும் எடுத்துக்கொண்டு வெட்டி ஒதுக்கிய செவ்வக வடிவக் கடலை மிட்டாய்த் துண்டுகளைச் சாப்பிட்டே வாழ்ந்துவிட முடியுமா? ஊராம் பெரிய ஊர். எப்போதும் சோற்றில்கூட மருந்துவாடை இருந்தபடியே இருக்கும். தீப்பெட்டி ஒட்டும்போது கைகளில் பசை காய்ந்து போய்விடும். சாப்பிடுவதற்கு அரைமணி நேரத்திற்கு முன்பு தண்ணீரில் கைகளை முக்கி அரிசிச் சாக்கை வைத்து அழுத்தி எடுத்துக் கழுவுவோம். சில நேரங்களில் அப்படிச் செய்து முடிப்பதற்கு அரை மணி நேரத்திற்கு மேலேயே ஆகும். காய்ந்த பசையைக் கழுவி முடித்ததும் உள்ளங் கைகள் மார்ச்சுவரியில் இருக்கும் பிரேதத்தின் கைகளைப் போலவே வெளிறிப் போயிருக்கும். பசியே அடங்கிவிடும் பலநேரங்களில்.

இட்லியைப் பிய்த்து வாயில் வைக்கும்போது கழுவிய கையில் இருந்து கந்தக வாசனை வரும். அதற்காகவே இந்த ஊரை விட்டுத் தப்பிக்க வேண்டும்.

கொடுமையிலும் கொடுமை பக்கத்தில் பார்த்தவர்களை அநியாயமாகச் சாகக் கொடுப்பது. அப்படிதான் நான் பார்க்க பலர் கொலை செய்யப்பட்டனர். சீனிப்பாண்டி முகம் ரெண்டாகப் பிளந்து குப்புற விழுந்து செத்துக் கிடந்ததைப் பார்த்திருக்கிறேன். சைக்கிளில் இருந்து இறங்க முயன்றபோது நின்ற நிலையிலேயே வெட்டிக் கொல்லப்பட்ட தலையாரி எங்கள் வீட்டிற்குத் தினமும் வந்து தண்ணீர் வாங்கிக் குடித்துவிட்டுச் செல்பவர்தான். இப்படி வாரம் தவறாமல் கொலைகள் நிறைந்த நகரமாக மாறிக் கொண்டிருந்தது. எங்களது பன்னிரண்டாம் வகுப்பு பரிட்சை நடந்து கொண்டிருந்த போது திருநெல்வேலிக்குப் போக பேருந்து கிடைக்கவில்லை. ஒரு வேனைப் பிடித்து பரிட்சை எழுதப் போனோம். பிரிட்டோ அண்ணனை பாளையம்கோட்டையில் வைத்து வெட்டிக் கொன்று விட்டனர். கந்தக வாசனை இல்லாத மொச்சை தின்பதற்கு அவரும் கூட ஒருநாள் காரணமாக இருந்திருக்கிறார்.

இப்போதும் அப்படிதான் இருக்கிறார்களா என என்னோடு படித்து ஆசிரியர் தொழிலில் இருக்கும் நண்பன் ஒருவனிடம் கேட்டேன். அதைவிட மோசமாக இருக்கிறார்கள் என்றான். பல்வேறு குருபூஜை களுக்கு லாரியில் சத்தமிட்டபடி போகும் ஆட்களைக் கவனியுங்கள். அதில் மாணவர்கள் இல்லாமல் வேறு யார் இருக்கிறார்களாம்? நாங்களே அதிலிருந்து தப்பிக்கவில்லை இன்னும் என்கிற நிலையில் எங்களுக்கு அடுத்த தலைமுறையும் அதே பாதைக்குதான் தயாராகிக் கொண்டிருக்கிறது. என்னையெல்லாம் கேட்டால் இதையெல்லாம் ஒழிப்பதற்கு விளையாட்டை எல்லா இடங்களிலும் கொண்டு வாருங்கள் என்றுதான் பரிந்துரைப்பேன். எல்லோரும் நகரங்களைப் பற்றி மட்டுமே பேசிக் கொண்டிருக்கின்றனர். கிராமத்துப் பக்கம் வந்து பாருங்கள், இன்னமும் பழக்கத்துக்காகச் செய்கிறவர்கள் நீக்கமற இருக்கிறார்கள். மிருகங்களை எல்லாம் வைத்து எதற்காக விளையாட்டு காட்டுகிறார்கள்? மிருககுணம் விளையாட்டில் மட்டுப்படும். அப்படிதான் எனக்கும் மட்டுப்பட்டது. வெளியே வராமல் பார்த்துக்கொண்டது விளையாட்டு என்று சொன்னால் சரியாக இருக்கும். இதிலிருந்து வழி தவறிய ஆடான எட்வினை கசாப்பு செய்பவர்கள் அரிவாளால் 72 இடங்களில் வெட்டியதை அந்த நகரம் இன்னமும் பேசிக் கொண்டிருக்கும். விதவிதமான அரிவாள் கதைகளை அந்நகரம் உற்பத்தி செய்துகொண்டே இருந்தது. சற்றும் சளைக்காமல் எங்களுடைய நகரமும் அதனோடு போட்டியிட்டுக் கொண்டிருந்தது.

அத்தியாயம்

7

ஆங்காங்கே சின்னச் சின்ன அடிதடிகள்தான் அப்போது எங்கள் பகுதிகளில் நடைபெற்றுக் கொண்டிருந்தன. எங்கள் இயல்பு விளையாட்டிற்கு எந்தப் பங்கமும் வந்ததில்லை. பையன்களுக்குள் குழு குழுவாகச் சேர்ந்து அடித்துக் கொள்வோம். சில சமயங்களில் மண்டையைக்கூட உடைத்திருக்கிறோம். ஆனால் சாதி என எதுவும் எங்களுக்குள் வந்து கொள்ளவில்லை. அவரவர் சாதியைச் சொல்லித் திட்டிக் கொள்ளவும் செய்வோம். வெளியில் எப்படி என்று தெரியாது. விளையாட்டு வீரர்களாகிய நாங்கள் அந்த வயதில் அப்படிதான் இருந்தோம். மேலத் தெருவிற்கும் நான் போவேன். மூப்பண்பட்டிக்கும் நான் போவேன். நான் எல்லா இடங்களிலும் இருந்தேன். பையன்கள் ஆங்காங்கே கூடிப் பேசிக்கொண்டதை சில சந்தர்ப்பங்களில் பார்த்தேன்.

ஏதோ ஒரு கரிய பறவை எங்கள் தலைக்கு மேல் வட்டமடிப்பதைப் போல மெல்ல ஒரு விலகல் உருவானது. எல்லோருக்கும் பொதுவான மைதானங்களாக இருந்தவை சில அந்த ஏரியா மைதானங்கள் ஆகின. ஒருத்தர் மைதானத்தில் இன்னொருத்தர் கால் வைக்க முடியவில்லை. சில டோர்னமெண்டுகளில் சில அணிகள் விளையாட முடியாது. மெல்ல அது பரவத் துவங்கியபோது நான் விளையாட்டு விடுதியில் படிக்கத் தயாராகிக் கொண்டிருந்தேன்.

இந்த முறை செண்பகவல்லியம்மன் தேருக்கு கட்டை போட்டுக் கொண்டிருப்பவர்கள் வடம் பிடித்தால் என்ன ஒரு தலைவர் மேட்டில் வைத்துக் கூட்டம் போட்டுப் பேசினார். பதற்றம்

உடனடியாகத் தொற்றிக் கொண்டது. உடனடியாக விளையாடுவது உள்ளிட்ட எல்லா நடவடிக்கைகளும் நிறுத்திக் கொள்ளப்பட்டன. எல்லோரும் தெரிந்த வீடுகளுக்குப் போவோம். மேட்டுத் தெருவில் இருந்த சுந்தர் வீட்டிற்குப் போவோம். எல்லா தரப்பு நண்பர்களும் அங்குண்டு. சுந்தரின் அம்மா எல்லோருக்கும் சாப்பாடு போடுவார். நாங்கள் அங்கிருந்து கேரம் போர்டு விளையாடிக் கொண்டிருப் போம். எங்கள் எல்லோருக்குள்ளும் எந்த வித்தியாசமும் இல்லாமல் இருந்தது அப்போது.

கிராமங்களில் பதற்றம் தொற்றிக்கொண்டதாக எங்கள் கடைக்கு வரும் லோடுமேன் அண்ணன்கள் பேசிக் கொள்வார்கள். நைனா டீக்கடையில் நின்றபடி பக்கத்துக் கடை கல்லாவில் உட்கார்ந்திருக்கும் என்னிடம், ''சூசுவானமா இருந்துக்கணும் தம்பி. உங்கப்பாரு பயங்கர கனவு வச்சுருக்காரு'' என்றார். நான் எங்கேயும் போவதை நிறுத்திக் கொண்டேன். வீட்டு முற்றத்திலேயே டிரிபிளிங் பயிற்சிகளை மட்டும் செய்து கொண்டிருப்பேன். மைதானத்திற்கு மட்டும் அவ்வப்போது சென்று வருவேன்.

கட்டை போடுபவர்கள் வடத்தைப் பிடிக்கத் தயாராகிக் கொண்டிருந்தனர். வடத்தைப் பிடிப்பவர்கள் வெளியிலிருந்து இன்னொரு தரப்பைத் துணைக்கு அழைத்தார்கள். ஒரு தரப்பு மட்டும் தனித்து விடப்பட்டது. வேண்டுமென்றே அந்தத் தரப்பில் கட்டை போடுபவர்களுக்கு வெள்ளை டவுசரும் வெள்ளைச் சட்டையும் அந்த வருடத்தில் கொடுத்தார்கள். கொடுத்தபோதே இவர்கள் உஷாராகி யிருக்க வேண்டாமா? இவர்களும் ஒரு கணக்கு வைத்திருந்தனர். அன்றைய காட்சி, உலகின் எந்தப் போர்க் காட்சிகளுக்கும் ஒப்பானது. என்னுடைய வீட்டில் காங்கிரீட் மேடையில் ஏறி நின்றால் அரைக் கிலோ மீட்டருக்கு சாலையின் அந்தப் பக்கமும் இந்தப் பக்கமும் தெளிவாகத் தெரியும். மக்கள் சாரை சாரையாக நடந்து வருவது தெரியும். கிறிஸ்துமஸ் ஸ்டார்கள் வரிசையாகத் தொங்குவது தெரியும். கூட்டம் கூட்டமாக மக்கள் தேவாலயத்திற்குப் போவது தெரியும். நான் பல நேரங்களில் அந்தத் திண்டில் அமர்ந்து இப்படிதான் வேடிக்கை பார்த்துக் கொண்டிருப்பேன். விஜி எமி மால் அவளுடைய அம்மாவோடு சர்ச்சிற்குப் போய்விட்டு நடந்துவரும் காட்சியை இளம் வெய்யிலில் அமர்ந்து பார்த்துக் கொண்டிருப்பேன்.

அப்படிதான் அன்றும் திருவிழாக் கூட்டத்தை மேலே அமர்ந்து பார்த்துக் கொண்டிருந்தேன். அதுவும் ஒரு மாலை இளவெய்யில் நேரம்தான். இதுதான் நாங்கள் வார்ம் அப் முடித்து விளையாடத் துவங்குகிற நேரம். திடீரென ஒரு கூக்குரல் பல குரல்களோடு கலந்து

கேட்டது. மக்கள் சாரை சாரையாக தெற்கு நோக்கி ஓடிவந்து கொண்டிருந்தார்கள். ஒரு எறும்புப் புற்றில் சாரை சாரையாக போய்க் கொண்டிருந்த எறும்புகள் திடீரென வரிசை மாறி குழப்பத்துடன் அங்குமிங்கும் அலைவதைப்போல மக்கள் அந்தச் சாலையில் ஓடிக் கொண்டிருந்தனர்.

கோயிலில் கலவரம் என்ற செய்தி எல்லா ஊர்களுக்கும் பரவியது. சில வருடங்களாகவே கோயில் திருவிழா நிம்மதியாக நடக்கவில்லை. போன முறை ராட்சத ராட்டினத்தின் அருகே வைத்து ஒருத்தனைக் குத்திக் கொன்றுவிட்டார்கள். அப்போதும் மக்கள் இப்படிதான் பரிதவித்தார்கள். திருவிழாக்களில் மட்டுமல்லாமல் ஊரிலும் சில கொலைகள் ஆங்காங்கே விழுந்து கொண்டிருந்தன. மக்கள் கொலைச் செய்திகளுக்குப் பழக்கப்பட்டு விட்டார்கள். தீப்பெட்டி ஆஃபிஸ்களில் கொலையைப் பற்றி சாதாரணமாகப் பேசிக் கொள்வார்கள். கோயிலில் இந்த முறை கொலை விழவில்லை. கலவரம் நடக்கிறது என்றார்கள்.

கட்டை போடுபவர்கள் வடம் பிடிக்கத் தயாராகியிருக்கின்றனர். இவர்கள் திட்டப்படி வெள்ளை டிரவுசர் வெள்ளை பனியன் போட்ட எவனையும் அடித்துத் துவைத்துவிடுவது என்பது முடிவாகிவிட்டது. இரண்டு தரப்பு கை கோர்த்து நின்றனர். காவல்துறையும் அதிகாரம் கொண்ட தரப்பிற்கு உதவியாய் வேடிக்கை பார்த்தது. வெள்ளை டிராயர் போட்டவர்களை விரட்டி விரட்டி அடித்தனர். இந்தச் செய்தி ஊருக்குள் பரவியது. அங்கே துவங்கிய அந்தச் சாதிக் கலவரம் பக்கத்து ஊர்களுக்கும் பரவியது.

கல்யாண மண்டபங்களில் வெளியூரில் இருந்தெல்லாம் ஆட்களைக் கொண்டுவந்து தங்கவைத்தார்கள். ஊர் ஊருக்கு வசூல் செய்து பொங்கிப் போட்டார்கள். விசிஆர் டெக்கில் தேவர் மகன் திரைப்படம் போட்டுக் காட்டப்பட்டது. அந்தப்பக்கம் வெவ்வேறு ஊரிலிருந்து முக்கியஸ்தர்கள் வந்து கூட்டம் போட்டார்கள். எங்களுடைய திருநெல்வேலி விளையாட்டு விடுதியிலும் இது வெடிக்க ஆரம்பித்தது. எங்கள் அணியில் இருந்த பையன்களே சாதி ரீதியாய் பிளவுபட்டார்கள். ஒருத்தனுக்கு ஒருத்தன் பேசிக் கொள்வதை நிறுத்தினார்கள். கோச் கண்டுபிடித்து விட்டார். எங்களை அழைத்துக் கண்டித்தார். நாங்கள் அதற்கடுத்து பேசிக் கொண்டாலும், அதில் பழைய சுரத்து இல்லை. ஊருக்குத் திரும்பிப் போனால் நிச்சயம் எதிரிகளாகதான் இருப்போம்.

வலுக்கட்டாயமாக இதுபோன்ற காரணங்களுக்காக விடுதி இழுத்து மூடப்பட்டது. எல்லோரையும் ஊர் திரும்பச் சொன்னார்கள்.

ஊருக்குப் போனால் விளையாட மைதானங்களுக்குப் போக முடியவில்லை. வெட்டியாய் பொழுதைக் கழிக்கவும் முடியவில்லை. பெட்ரோல் குண்டுகள் தெருக்களை நோக்கி வீசப்பட்டன. ஊரே கலவர கோலமாக இருந்தது. எங்கள் கடை மீது கல் விழுந்ததால் அப்பா கடையை அடைத்துவிட்டு வந்துவிட்டார். அவர் இது மாதிரி வந்ததே இல்லை. தீபாவளிக்குக்கூட பூஜையை முடித்து மட்டனும் இட்லியும் சாப்பிட்டுவிட்டு கடையைத் திறக்கப் போய்விடுவார். இடையில் பயங்கரக் காய்ச்சல் வந்தபோது மட்டும் இரண்டு நாட்கள் தூங்கினார். அப்போதுகூட நான் போய்க் கடையைத் திறந்துவைத்து வியாபாரம் பார்த்தேன். எல்லா வியாபாரிகளும் எங்கள் ஊரில் இப்படிதான். காலையில் கல்லாவில் உட்கார்ந்தால் இரவில்தான் எழுவார்கள். அதிகபட்ச சந்தோஷமே எல்லோரும் சேர்ந்து ஒரு சனிக்கிழமை இரவில், வேன் பிடித்து குற்றாலம் போவார்கள். இரவு முழுக்க குடிக்க, குளிக்க என்று இருந்துவிட்டு மறுநாள் மாலை ஊருக்குத் திரும்பி விடுவார்கள். மறுநாள் காலை நெற்றியில் விபூதிப் பட்டையுடன் கல்லாவில் இருப்பார்கள்.

கடைகள் எல்லாம் நடை சாத்தப்பட்டன. கலவரம் ஊர் எல்லைகளைத் தாண்டி தெருக்களில்கூட நடந்து கொண்டிருந்தது. அந்தத் தெருவில் பெட்ரோல் குண்டு வெடித்து ஒருத்தர் செத்துப் போய்விட்டார் என இந்தத் தெருவில் பேசிக் கொள்வார்கள். தெருக்களில் பொதுவாக எல்லா சாதிக்காரர்களும் சேர்ந்தேதான் கலவரத்தை எதிர்கொண்டோம். எங்களுக்குள் ஒரு புரிதல் சாத்தியப்பட்டிருந்தது. தொடர்ச்சியாக பல நாட்கள் நீடித்த இந்தக் கலவரத்தில், சில நூறுபேர் கொல்லப்பட்டனர். பஞ்சாலைகள் கொளுத்தப்பட்டன. வாட்ச் மேன் ஒருத்தரை உட்கார்ந்த நிலையிலேயே எரித்ததாகச் செய்திகள் வந்தன. வந்த செய்திகளிலேயே என்னை அதிர்ச்சிக்குள்ளாக்கியது சுந்தருடைய அம்மாவின் கொலைச் செய்தி. கொலையாளி நெட்டை ராயன். சுந்தர் அம்மா கையால் சோறு சாப்பிட்டவன். எங்களுடைய தோழன். அவன்தான் அந்தக் கொலையைச் செய்திருந்தான்.

கலவரக்காரர்கள் ஒவ்வொரு வீடாய்க் கொளுத்திக் கொண்டிருந்த போது இவன் சுந்தரின் வீட்டிற்குள் புகுந்திருக்கிறான். சுந்தருடைய அம்மாவின் தாலிச் சரடைப் பறிக்க முயன்றிருக்கிறான். அத்து முடித்த பிறகு அரிவாளால் வெட்டி அந்தம்மாவைக் கொன்றிருக் கிறான். இந்தக் கொலை எங்களுடைய விளையாட்டு அமைப்பிற்குள் பூதாகரமான விளைவுகளை ஏற்படுத்திவிட்டது. யாரும் இந்தப் பக்கமும் அந்தப் பக்கமும் போய் விளையாட முடியாது. ஒருவருக் கொருவர் முகம் பார்த்துப் பேசுவதை நிறுத்திக் கொண்டார்கள்.

டோர்னமெண்ட்டுகள் நடப்பது நின்று போயின. அந்த வருடத்தைய நேஷனல் லெவல் டோர்னமெண்ட் நடைபெறுமா என ஆங்காங்கே பேசிக் கொண்டார்கள். ஐம்பது வருடங்களாகத் தொடர்ந்து நடைபெறும் போட்டிகளில் இந்த ஆண்டு தடை என்பதை யோசிக்கக்கூட முடியாது என ஹாக்கி நலன் விரும்பிகள் போர்க் கொடி தூக்கினார்கள். டோர்னமெண்ட் மட்டும் நடைபெறா விட்டால் இந்தியளவில் ஊருக்கே அசிங்கம் என பெரியவர்கள் பேசினார்கள்.

ஒவ்வொரு கிராமமாகப் போய் முக்கியஸ்தர்கள் எல்லோரும் கலந்து பேசினார்கள். டோர்னமெண்ட் நடக்கும் இடங்களில் மட்டும் எந்தச் சண்டையும் வைத்துக் கொள்ளக்கூடாது என பேசி முடிவெடுத்தனர். அந்த ஆண்டு ஒரு பதற்ற நிலையில் டோர்னமெண்ட் நடந்து முடிந்தது. அப்படியும் ஒரு சில இடங்களில் அடிதடிகள் நடந்தன. எப்படியாவது இந்தப் பதற்றத்தில் இருந்து எங்களை மாதிரியான விளையாட்டு வீரர்களை வெளியேற்ற எங்களது சீனியர்கள் முயற்சி செய்தார்கள். என் மீது தனிக் கவனம் எடுத்துக் கொண்டார்கள். அப்படிதான் எனக்குச் சென்னை கல்லூரியில் அட்மிஷன் வாங்கித் தந்தார்கள்.

நான் சென்னைக்குக் கிளம்புவதற்கு முன்பு தினேஷைப் போய்ப் பார்த்தேன். அவன்தான் என் கோச் மெச்சிய அந்தக் கோலைப் போட்டபோது பந்தை எனக்கு பாஸ் செய்தவன். மைதானத்தில் என்னுடைய ஒவ்வொரு அசைவையும் நன்கு தெரிந்தவன். நான் ராங் புட்டில் கோல் அடிப்பேன் என்பது தெரிந்து சரியாக அந்தத் திசை நோக்கி எனக்குப் பந்தை அனுப்புவான். ''பின்னாடிருந்து நீ கோல் போடுற வித்தைய பாத்துக்கிட்டே இருப்பேன் மச்சான்'' என்பான். நான் கோல் அடித்து முடிந்ததும் மைதானமே அதிர ஒரு சத்தம் கேட்டால் அது அவனுடையதுதான்.

அவன் சென்னையிலேயே வேறு ஒரு கல்லூரிக்கு விண்ணப் பித்திருந்தான். சென்னையில் அவன் இருப்பான் என்பதே எனக்கு சந்தோஷமாக இருந்தது. கண்டிப்பாக அவனுக்கு எதிராக விளையாடுவேன் என்பதை நினைக்கையில் பெருமையாகவும் இருந்தது. சீக்கிரம் வந்துடறேன் போவென்று என்னை அனுப்பி வைத்தான். நாங்கள் கல்லூரி விடுதியில் இரவு உணவுக்காக மேஜையில் அமர்ந்திருந்தபோது அந்தச் செய்தி வந்தது. அவனை வெட்டிக் கொன்றுவிட்டார்கள். பதிலுக்கு அந்தப் பக்கத்தைச் சேர்ந்த சிலர் வெட்டிக் கொல்லப்பட்டனர். ஊர் மறுபடி பற்றி எரிந்தது, அப்பா கடைக்குப் போகாததால் வியாபாரத்தில் நஷ்டம் வர

ஆரம்பித்தது. கஷ்ட ஜீவனத்தை நோக்கிக் குடும்பம் பயணப்பட ஆரம்பித்தது. நான் இலவச மெஸ் என்பதால் தப்பித்தேன்.

விடுமுறைக்கு எங்கே வேண்டுமானாலும் போ, ஊருக்கு மட்டும் வந்துவிடாதே என அம்மா லெட்டர் போட்டது. ஊருக்குப் போனால் உண்மையிலேயே கொல்லப்படுவோம் என எங்களில் சிலரே பயப்பட்டார்கள். அது உண்மை என்பதைத்தானே நெருக்கத்தில் நடந்த கொலை காட்டிவிட்டது? கல்லூரிக் காலத்தில்கூட எங்கள் ஊரில் நெருப்பு அணைந்த பிறகும் கங்கு கருவேலந்தூரில் இருப்பதைப்போல கனகனவென்றிருந்தது. நல்லவேளை கல்லூரியில் இந்த வாடையே காட்டாமல் வேறு உலகத்தில் நடை போட வைத்தார்கள். நாங்கள் கல்லூரிக்குள் நுழைந்தபோது, கைகளில் கழுத்தில் கறுப்பு, சிவப்பு, மஞ்சள் என கயிறுகளைக் கட்டிக் கொண்டிருந்தோம். போன முதல் வாரத்தில் செய்த ஒரே உருப்படியான வேலை அந்தக் கயிறுகளைக் கழற்றிப் போட்டது தான். அதனால்தான் வாழ்க்கையில் கொஞ்சமாவது கயிறைப் பிடித்து மேலே ஏறிக் கொண்டிருக்கிறோம். நான் பிடித்த கயிறு ஹாக்கி. இதுமட்டும்தான் என்னை மட்டுமல்ல என் குடும்பத்தையே மேலே தூக்கிக் கொண்டு போகும். எனக்கு இதைவிட்டால் வேறு எதுவும் தெரியாது. என்னுடைய பன்னிரண்டாம் வகுப்பு ஆங்கிலப் பாடத்தின் இரண்டு தாள்களையும் எனக்குப் பக்கத்தில் உட்கார்ந்து பரிட்சை எழுதிய வேறொரு பள்ளியைச் சேர்ந்த கணேஷ்குமார் என்கிற பையனைப் பார்த்துதான் எழுதினேன்.

திருநெல்வேலி விளையாட்டு விடுதியைச் சேர்ந்த மாணவர்களுக்கு மட்டுமான சிறப்பு ஏற்பாடு அது. பன்னிரண்டில் பாஸ் செய்து விட்டால் பிழைத்துக் கொள்வார்கள் என எல்லோரும் சேர்ந்து கொடுத்த சலுகை. அதனால் வாத்தியார்கள் இதைக் கண்டுகொள்ள மாட்டார்கள். அப்படிதான் நான் பன்னிரண்டாம் வகுப்பு பாஸ் செய்தேன். நான் மட்டுமல்ல நாங்கள் எல்லோருமே கிட்டதட்ட படிப்பிற்கு அப்போது முக்கியத்துவம் கொடுத்ததே இல்லை. எங்களுக்குத் தெரிந்தது விளையாட்டு. நீங்கள் சோறு போடுகிறீர்கள். உங்களுக்காக, உங்களது கௌரவத்திற்காக நாங்கள் கோல் போடுகிறோம். எங்கள் தமிழிலக்கியத்தில் ஒன்று சொல்வார்கள். ஈ, தா, கொடு என்பார்கள். நாங்கள் வேறு ஒரு அர்த்தத்தில் இதை எடுத்துக்கொள்ள விரும்புகிறோம். ஈ, தாவென்றெல்லாம் கேட்க விடாமல் நீங்களே கொடுத்துவிடுங்கள். உங்களது கௌரவத்தைக் காக்க விளையாடும் எங்களை கௌரவமாக நடத்துங்கள் என்றுதான் கேட்கிறோம். அர்ஜுனா விருது பற்றியெல்லாம் உங்களுக்குத் தெரிந்திருக்கும்தானே? அர்ஜுனா விருது வாங்கிய சீனியர் ஒருவர்

மேட்டில் யாருக்கும் தெரியாமல் டீ குடித்துக் கொண்டிருக்கிறார். அவர் யாரென்று அவருக்கு ஊற்றிக் கொடுப்பவருக்குத் தெரியாது. இதுதான் எங்கள் நிலைமை. ஆனாலும் எங்கள் வாழ்க்கைக்காக விளையாடினோம். அதில் கனவும் இருந்தது. அந்தக் கனவில் இந்திய அணியின் நீலநிறக் கோட்டும் இருந்தது. அந்தக் கோட்டை அணிந்து நான் நடந்து வருகிற காட்சியும் இருந்தது.

அத்தியாயம்

8

பார்பிக்கு மழை பிடிக்கும். எனக்கு மழை பிடிக்காது. நான் மழையை வெறுக்கிறேன். பொதுவாகவே மழை நேரங்களில் அத்தெலட்டு களின் பயிற்சிகளுக்கு எந்தவித பாதிப்பும் கிடையாது. அவர்கள் ஓடிக் கொண்டிருப்பார்கள். அவர்களுக்கு மட்டும் சிந்தெட்டிக் ட்ராக் உண்டு. ஆனால் எங்களுக்கு அப்படியில்லை. கிராவல் மைதானம் தான். செயற்கை இழை மைதானம் அப்போது சொன்ன மாதிரி சென்னையில் மட்டுமே இருந்தது. அது பழையதாகும்போது ஒரு துண்டை அறுத்துக் கொண்டுவந்து தருவார்கள் என ஏங்கிக் கொண்டிருந்தோம். அதனாலேயே நாங்கள் மிகவும் பின் தங்கி இருந்தோம். இந்திய அணியில் விளையாட வேண்டுமெனில் இந்த மைதானத்தில் இருந்தும் தப்பிக்க வேண்டும். மழை பெய்தால் தண்ணீர் தேங்கிவிடும். செயற்கை இழை மைதானத்திலும் தண்ணீரைத் தேக்குவார்கள். ஆனால் அது கரும்பிற்கும் தென்னைக்கும் தேக்குகிற மாதிரியான தண்ணீர். செயற்கை இழையில் தண்ணீர் விடாமல் விளையாட முடியாது. நெல் வயல்களைப்போல தண்ணீர் தேங்கிக் கொண்டிருக்க வேண்டும் என்பதே விநோதமாக இருந்தது. தண்ணீரில்லாத மைதானம் அறுத்துவிடும் சதையை. குதிரை வேகத்தில் பந்து உருளும் அங்கே. பந்தைத் தடுத்து நிறுத்துவதே ஒரு கலை.

கால்கள் இரண்டையும் விரித்து முதுகை வாகாய்க் குனிந்து மட்டையைப் படுக்கப் போட்டுத் தடுக்க வேண்டும். அது எனக்குச் சிறப்பாகவே கைவந்தது. என்னால் எல்லா வகையிலான மைதானங் களிலும் விளையாட முடியும். என் ஸ்டெமினா அப்படி. மழை

பெய்கிற காலத்தில்கூட வேண்டா வெறுப்பாக ஓடிக் கொண்டிருப்பேன். அதுவும் குற்றால சீசன் துவங்கிவிட்டால் தினமும் மாலையில் ஐகிரவுண்டில் மழை பெய்துவிடும். அந்தக் காலம் துவங்கினாலே எங்கள் எல்லோருக்கும் முகம் சுருங்கிவிடும். பள்ளி விட்டு வரும்போது மழை மட்டும் வந்துவிடக்கூடாது கடவுளே என வேண்டிக்கொண்டே வருவோம். ஒருநாளும் வேண்டுதல் பலித்ததில்லை. மாலையானாலே சொல்லி வைத்ததுபோல உரிமை யோடு வந்துவிடும் கருமேகங்கள்.

மழை வந்தால் மாலை விளையாட்டு பாழாய்ப் போகும். கேலரியில் சும்மா உட்கார வேண்டும். அல்லது மழைத் தண்ணீருக்குள் கால்பந்து விளையாட விடுவார்கள். வேண்டாவெறுப்பாகதான் ஆரம்பத்தில் விளையாட ஆரம்பித்தேன். ஆனால் மழையில் கால்பந்து விளையாடுவது எனக்குப் போகப் போகப் பிடித்துவிட்டது. சரசரவென்று காலணியில் மண் ஒட்ட பந்தைக் கடத்தும்போது ஒரு வித துள்ளல். பொதுவாகவே ஹாக்கியில் சின்னப் பந்தைதான் தட்டிக்கொண்டு ஓடுவோம். திடீரென பெரிய பந்தைக் கடத்துவது வித்தியாசமான அனுபவமாக இருந்தது. அதனால் ஊருக்குப் போனாலும் சில நேரங்களில் கால்பந்து விளையாடப் போவேன்.

மழை நீர் சொட்டச் சொட்ட பார்பி ஸ்ட்ரெச்சிங் பண்ணிக் கொண்டிருக்கிற காட்சியைத் தூரத்தில் இருந்து பார்ப்பேன். ஒருதடவை அவளைக் கடந்து ஓடும்போது மழையில் நனைந்த அவளது முடி அவள் மார்பில் சொட்டுகளை விட்டுக் கொண்டிருந்ததைப் பார்த்தேன். அவளது கைகள் செவசெவவென்று இருந்தன. முடியைத் தூக்கிக் கட்டும்போது டி ஷர்ட்டில் மீறிக்கொண்டு அசைந்த அவளுடைய பெரிய மார்பகங்களைப் பார்த்தேன். திடீரென கண்களை விலக்கிக் கொண்டேன். அந்த ஒருதடவைக்குப் பிறகு நான் வலுக்கட்டாயமாகத் திரும்பிப் பார்ப்பதில்லை. ரகசியமாகதான் பார்ப்பேன். அந்த அடிப்படையிலேயே அவள் அடிக்கடி மழையில் நனையக் கூப்பிடுவாள். எனக்கு மழை ரம்மியமாக எப்போதும் இருந்ததில்லை என்பதால், நான் ரசிப்பதில்லை அதுமாதிரியான சந்தர்ப்பங்களை. அவளுக்கும் அது தெரியும் என்பதால் விட்டுவிடுவாள். எப்போதாவது கடற்கரையில் மழை வரும்போது ஓட எத்தனிக்கும்போது, ‘முளைச்சிர மாட்டீங்க’ என்பாள் சிரித்துக் கொண்டே. ஓடுவதை நிறுத்திக் கொள்வேன்.

எனக்கு மழை இதுமாதிரியான சிக்கலை மட்டுமல்ல, மோசமான ஒரு அனுபவத்தையும் தந்திருக்கிறது. தங்கராஜ் பாண்டியனை ஒரு மழை நேரத்தில் கால்பந்து விளையாடிக் கொண்டிருந்தபோது

மைதானத்தில் வைத்து குத்திக் கொன்றார்கள். ஜெகா அண்ணன்தான் குத்தினார். இன்னொரு தடவை தர்மனை நடு ரோட்டில் அவன் அம்மாவோடு சேர்ந்து போகும்போது வெட்டிக் கொன்றார். அப்போதும் மழை பெய்தது. இரண்டு கொலைகளுமே நான் வெவ்வேறு சமயங்களில் விடுமுறையில் இருந்தபோது நடந்தன. சாதிக் கலவரம் எங்களது ஊரில் உச்சத்தில் நடந்த சமயத்தில் நடந்த கொலைகள் அவை. எங்களது விளையாட்டு வீரர்கள் சிலரே நேரடியான சாதிக் கொலைகளில் கலந்துகொள்ள ஆரம்பித்தார்கள்.

ஜெகா அண்ணன்கூட மாநில அளவிலான ஹாக்கி பிளேயர். இந்திய அணியில் விளையாடும் அளவிற்கு தகுதியுள்ளவர்தான். நேஷனல் லெவல் போட்டிகள் நடைபெறும்போது ஜெகா அண்ணன் விளையாடுவதைப் பார்த்து விசில் அடிப்பதற்காகவே நாங்கள் போவோம். ஜெகா அண்ணன் கோல் போடுவதில் எனக்குக் குரு. எல்லோரும் பந்தை வைத்து சிங்கிள் ட்ரிபிளிங்தான் செய்வார்கள். ஆனால் எனக்கு ஜெகா அண்ணன் டபுள் ட்ரிபிளிங் அடிக்கச் சொல்லித் தந்தார். நான் ஹாஸ்டலில் போய் எல்லோரிடமும் செய்து காட்டுவேன். கோச் கூப்பிட்டு இதுமாதிரி செய்யாதே என்று ஒருதடவை சொன்னபிறகுதான் அதைக் கைவிட்டேன். விதிகளை மீறி ஒரு சின்ன விஷயத்தைக்கூட விளையாட்டிலும் செய்யக்கூடாது என்பதில் என்னுடைய கோச் உறுதியாக இருந்தார். ஜெகா அண்ணன் விதிகளை விளையாட்டிலும் மீறினார். வெளியிலும் மீறினார்.

தர்மன் எதிர்சாதிக்காக வேலை பார்த்தான் என்பதற்காக ஜெகா அண்ணன் வெட்டிக் கொன்றார். தான் ஹாக்கி சொல்லிக் கொடுத்த மாணவனையே வெட்டிக் கொன்றார். தர்மனின் அம்மா முடியை அவிழ்த்துப் போட்டுவிட்டு, எம்மவன சாகடிச்சவன சாகடிக்காம திருப்பி முடிய மாட்டேன் என சபதம் போட்டார். அதே மாதிரி பல நேரங்களில் அவர்களது வீட்டைக் கடக்கும்போது முடியை விரித்துப் போட்டு அந்தம்மா அமர்ந்து ஈர் உருவிக் கொண்டிருக்கும். என்னை அழைத்து ஏதாவது தின்னக் கொடுக்கும். தர்மன் எனக்கும் நண்பன்தான். ஜெகா அண்ணன் என் குரு. அந்த வழக்கில் இருந்து ஜாமீனில் வெளியே வந்தபிறகு ஜெகா அண்ணன் ஊரில் ரௌடியாகி விட்டார். ஒருதடவை விளையாடப் போனபோது, இன்ன காரணத்திற்காகதான் என்றில்லாமல் சுப்பிரமணியபுர பையன்கள் என்னை அடித்துவிட்டார்கள். ஜெகா அண்ணன்தான் பஞ்சாயத்திற்கு வந்தது. ''விளையாடற பசங்க மேல கைய வைக்காதீங்க'' என்றார் அண்ணன். ''ஏன், நீ மட்டும் என்னவாம்...'' என திருப்பிக் கேட்ட போது, ''அவங்க வெறுமனே விளையாடியிருந்தா ஏன் நாம் சம்பவம் செய்யப் போறேன்'' என்றார் அண்ணன்.

அதற்கடுத்து என் மீதும் எல்லோருடைய பார்வையும் விழுந்தது. தங்கராஜ் பாண்டியன் கொல்லப்பட்ட போதும் உடனிருந்தேன் என்பதால் நானும் விலக்கப்பட்டவன் ஆகிப் போனேன். ஏதோ பெண் விவகாரத்தில், அவர்கள் இருவருக்குமிடையில் தகராறு. அன்றைக்கு நாங்கள் ஒழுக்கமாகப் பெய்த மழையில் கால்பந்து விளையாடிக் கொண்டிருந்தபோது ஜெகா அண்ணனும் தங்கராஜும் ஒன்றாக விளையாட வந்தார்கள். விளையாடிக் கொண்டிருக்கும் போது விளையாட்டாக தங்கராஜை முதுகுப் புறமாகப் போய் ஜெகா அண்ணன் பிடித்தார். விடு மாப்ளே என அவர் சிரித்துக்கொண்டே திமிறிக் கொண்டிருந்தார். அதேமாதிரி இன்னும் இரண்டு பேர் வந்து அவரைப் பிடித்துக் கொண்டபோது ஜெகா அண்ணன் கைகளை விடுவித்துக்கொண்டு மறைத்து வைத்திருந்த கத்தியால் குத்தினார். நாக்கை மடித்து வலியைத் தாங்கிக் கொண்டிருந்தார் தங்கராஜ். நான் திரும்பி ஓடிவந்துவிட்டேன்.

எனக்கு மட்டுமல்ல. அந்தக் காலகட்டத்தில் எங்கள் எல்லோருக்கும் இது மாதிரி ஏதாவது பிரச்சினை இருந்தது. இயல்பாக விளையாடப் போக முடியவில்லை. சாதிப் பிரச்சினை ஊரில் உள்ள எல்லா மைதானங்களிலும் எதிரொலித்தது. கொல்வதற்குப் பதிலாக பல இடங்களில் மண்டையை உடைத்துக் கொண்டார்கள் மைதானங்களில். சில போட்டிகள் ரத்து செய்யப்பட்டன. மழையைத் தவிர்த்து இதுபோல் போட்டிகள் ரத்து செய்யப்படுவதை மக்கள் ஆச்சரியத்துடன் பார்த்தார்கள். எப்படியாவது வீட்டில் இளந்தாரிகள் ஊரை விட்டு வெளியேற வேண்டுமென குடும்பத்தினர் செண்பகவல்லியம்மன் கோயிலைச் சுற்றினார்கள். அந்தக் கலவரமே அவளது கோயிலின் தேர் வடம் பிடிப்பதில்தான் ஆரம்பித்தது. ஆரம்பித்த இடத்திலேயே தீர்வைத் தேடினார்கள் அப்பாவிகள்.

இதிலிருந்து தப்பித்து சிலர் ராணுவத்திற்குக் கிளம்பிப் போனார்கள். ஸ்போர்ட்ஸ் கோட்டாவில் வேலை கிடைத்துவிட்டால் வெளியேறி விடலாம் என வெறித்தனமாக விளையாட ஆரம்பித்தார்கள். ஆனால் சுதந்திரமாக விளையாட வழியில்லை அங்கே. அதனால் எல்லோரும் சென்னைக்குக் கிளம்பிப் போனார்கள். நான்கூட ஸ்போர்ட்ஸ் ஹாஸ்டல் முடித்த பிறகு இலவச மெஸ் என்பதற்காகவே சென்னைக்குக் கிளம்பிப் படிக்க வந்தேன். இலவச மெஸ் என்பது சாதாரண வார்த்தையாக இருக்கலாம். ஆனால் எங்களைப் பொறுத்த வரை சத்தான வார்த்தைகள். சத்துள்ள குதிரைகள் செயற்கைப் புல்வெளி மைதானத்தில் துள்ளி ஓட கிடைக்கும் வாய்ப்பிற்காகவும் ஊரிலிருந்து நகர்ந்து வந்தோம்.

கல்லூரியில் படித்துக் கொண்டிருந்தபோது ஒருதடவை ஜெகா அண்ணன் சம்பவமொன்றைச் செய்துவிட்டு என்னுடைய ஹாஸ்டலுக்குள் வந்து பதுங்கிக் கொண்டார். அந்தச் சமயத்தில் கஞ்சா அடித்துவிட்டு என்னுடன் படிக்கும் பையன் கழுத்தில் கத்தியை வைத்துவிட்டார் என்பதற்காக, என்னை ஒருமாதம் சஸ்பெண்ட் செய்தார்கள். நான் வெளியில் போய் பெருங்களத்தூரில் ஒருநண்பனின் குடிசையில் தங்கினேன்.

அந்தக் குடிசையைச் சுற்றிலும் மஞ்சணத்திச் செடி வாடை வந்து கொண்டே இருக்கும். மாலையில் வீட்டிற்கு வந்ததும் ஏதாவது பாம்பு இருக்கிறதா என பார்ப்பதுதான் முதல் வேலை. சேராத இடம் சேர்ந்தால் இதையெல்லாம் அனுபவித்துதானே ஆகவேண்டும்? என்னோடு இருந்தபோது அண்ணன் மிருகமாக மாறியிருந்ததைக் கண்கூடாகப் பார்த்தேன். தங்கியிருக்கிற இடத்தில் இப்படி கன்னம் வைக்கலாமா? கை நனைத்த இடத்தில் மோட்டு வளையை நோட்டம் விடலாமா? அண்ணன் அதைச் செய்யப் பழகியிருந்தார் என்பதை அந்தச் சம்பவத்தின்போதுதான் உணர்ந்து கொண்டேன்.

அவர் இருந்தபோது அறையை விட்டு வெளியே வராதீர்கள், வேண்டாத வம்பு வந்துவிடும் என இந்தக் காரணத்திற்காக மட்டும் சொல்லவில்லை. கேசவனுக்குப் பயந்தும் சொன்னேன். கேசவன் அண்ணனால் கொல்லப்பட்ட தர்மனின் சித்தி பையன். அவன் போய் அவனது குடும்பத்திடம் சொல்லிவிடுவான் என பயந்தேன். அவன் வேறொரு ஹாஸ்டலில் இருந்தாலும் அடிக்கடி என்னைப் பார்க்க வருவான். ஒருதடவை அவனிடமும் அண்ணன் கையும் களவுமாக மாட்டிக் கொண்டார்.

அவன் அவரை என் அறைக்குள் வைத்துப் பார்த்துவிட்டான். என்னை வெளியே அழைத்துப் போனான். மழை பெய்து கொண்டிருந்தது அப்போதும். என்னுடைய கல்லூரியில் மழையை ஒரு குடையைப் போல மரங்கள் போர்த்தியிருக்கும். அதை மீறிப் பொத்துக்கொண்டு ஊத்தும் அந்த மழையில் நனைந்தபடி கேசவன் என்னிடம், ‘‘இந்த சிநேகம் உன் வாழ்க்கையை பாழாக்கிடும். விட்டுடு’’ என்றான். நான் உடனடியாகச் சரியென்றேன். அவரைத் துரத்துவதற்கு நேரம் பார்த்துக் கொண்டிருந்த சமயத்தில்தான், அவரே தப்பித்து ஓடிப் போனார். ஹாஸ்டல் பையன்கள் எல்லோரும் சேர்ந்து அந்தக் கத்தியைக் கழுத்தில் வைத்த சம்பவத்திற்காகத் துரத்தினார்கள். அன்றைக்கு மட்டும் அவர் கையில் கிடைத்திருந்தால் ஆட்டை உரிப்பதுபோல உரித்திருப்பார்கள். மலையாளிகள், பெங்காலிகள், சூடான்காரன், வட இந்தியன்கள் என எல்லோரும் சேர்ந்து

துரத்தினார்கள். ஊரில் அண்ணன் பெரிய ரௌடியாக இருக்கலாம். ஆனால் இங்கே அடிக்குப் பயந்து தலை தெறிக்க ஒரு தெருநாய் மாதிரி ஓடினார். சொந்தத் தெருவில் சொறிநாய்கூட குலைக்கத்தான் செய்யும்.

அவரை அழைத்துக் கொண்டுவர வேண்டும் என எனக்குக் கெடு வைத்தார்கள். நான் மன்னிப்புக் கேட்டேன். கல்லூரி அணியின் ஸ்டார் பிளேயர் என்பதால், அதோடு என்னை மன்னித்து ஒரு மாத சஸ்பெண்ட் நடவடிக்கையோடு நிறுத்திக் கொண்டார்கள். விசாரணைக் குழுவில் வந்த பேராசிரியர் ஒருவர், ''உனக்கே ஃப்ரீ மெஸ், அதுல எக்ஸ்ட்ரா தேவையில்லாத லக்கேஜ் வேறயா...'' என்றதும் எனக்குச் சுருக்கென்று இருந்தது. நான் இலவச உணவு சாப்பிடுபவன் அல்ல. இந்தக் கல்லூரி அணிக்காக நான் போட்ட கோல்களை அந்தப் பேராசிரியர் எண்ணுவதற்கு அவரது விரல்கள் பத்தாது. ஆனால் இதைச் சொல்லக்கூட தைரியமில்லை எனக்கு அப்போது.

கேசவனைப் பார்த்துவிட்டு வந்த அன்று அண்ணன், என்ன சொன்னான் பொடிப்பயல் என்றார் என்னிடம். உண்மையில் கேசவன் நிறையச் சொல்லியிருந்தான். நான் அமைதியாக இருந்தேன். ''அவங்க அம்மா இப்ப என்னைப் பத்தி என்ன சொல்றாங்களாம்?'' என்றார் அண்ணன் மறுபடியும். ''அதுவும் எம்புள்ளதான். தப்பிச்சிருவாங்கன்னு நினைச்சு எல்லாரையும் ஒண்ணாதான் விளையாட அனுப்பிச்சோம். ஒருத்தனுமே கரை சேரலையே...'' என தர்மனுடைய அம்மா சொன்ன விஷயத்தைச் சொன்னேன். ''முடிய முடிஞ்சிட்டாங்களா?'' என்றதும், இல்லையென்றேன். அண்ணன் உஷாரான ஒரு பாவனையை முகத்தில் கொண்டுவந்தார். ஒரு மிருகம் அதற்கான குணத்தைத் துணைக்கு அழைத்துக் கொண்டுவிட்டது. வெளியே ஜன்னலுக்கு வெளியே எனக்குப் பிடிக்காத மழை அடித்துப் பெய்து கொண்டிருந்தது.

அத்தியாயம்

௭

எங்களது கல்லூரி வாழ்க்கை எதனைக்காட்டிலும் அற்புதமாக இருந்தது. சாப்பாட்டிற்கு எந்தக் குறையும் இல்லை. மெஸ்ஸில் இருப்பவர்கள் நன்றாகப் பார்த்துக் கொள்வார்கள். விளையாட்டு வீரர்கள் என்றால் இரண்டு துண்டு மீன்களைத் தட்டில் வைப்பார்கள். மற்ற பையன்கள் சண்டைக்கெல்லாம் வர மாட்டார்கள். சாப்பாட்டிற் கெல்லாம் சண்டை போடும் கூட்டமும் இல்லை அது. எல்லோரும் பெரிய வீட்டுப் பையன்கள். பாதி நேரம் மெஸ்ஸிற்கே வராமல் வெளியே ஹோட்டல்களில்தான் சாப்பிடுவார்கள். அதில் சில நண்பர்கள் வெளியே அழைத்துப் போய் பன்றிக் கறி வாங்கித் தருவார்கள். அது முழுக்க கொழுப்பு என்பதால், உடலுக்கு நல்லது என பின்னாலேயே போய் வாங்கித் தின்பேன்.

எங்கள் கல்லூரி வளாகத்திலேயே வெண்பன்றி வளர்க்கும் ஒரு கூடாரம் இருந்தது. அந்தக்கால ஆங்கிலப் படங்களைப்போல காட்டுக்குள் ஒதுங்கியிருந்த பழைய பங்களா அது. குதிரைக் கொட்டடிபோல பன்றிக் குடில்கள் இருக்கும். பன்றிக் குடில்கள் ஒன்றும் எனக்குப் புதிதில்லை. கல்லூரிக் குடிலில் வந்த வாடை வேறுவிதமாக இருந்தது. எங்கள் வீட்டிற்கு அருகிலேயே பன்றி வளர்ப்பவர்கள் இருந்தார்கள். அந்தக் குடும்பத்துப் பையனும் நானும் ஒன்றாகப் படித்தவர்கள். அடிக்கடி அவனது வீட்டிற்குப் போவேன். அவனுடைய அம்மா கொண்டைக்கடலை போட்டு புளிக்குளம்பு நன்றாக வைக்கும். இடுப்புயர செம்மண் குன்றுகளுக்கு நடுவில் நின்றுகொண்டு பன்றிகள் சீறும். நான் டாய்லெட் போகும் போது என் முதுகிற்குப் பின்னால் நின்று உறுமும் பன்றியைக்கூட

அடையாளம் கண்டிருக்கிறேன். அதன் முன்னம்பற்கள் என்றால் எனக்கு எப்போதும் பயம். அதன் காதில் இரட்டை வளையம் போடுகிற மாதிரி ஒரு வெட்டு இருக்கும். தீவிரமான காட்டுப் பன்றி ஒன்று யானையையே அடித்து விரட்டும் என இலக்கியங்களில் படித்திருக்கிறேன். என் வீட்டிற்கு அருகில் இருந்த பன்றிகளும் மூர்க்கமானவைதான்.

பன்றிகளின் காதை அறுத்து அடையாளம் போடுவதற்காக பெரிய வளையம் ஒன்றைத் துரட்டியில் கட்டித் துரத்தும்போது நானும் கூடச் சேர்ந்து ஓடுவேன். கோரமான ஓசையொன்றை எழுப்பியபடி அவற்றின் கழுத்து அந்தக் கம்பிக்குள் மாட்டிக்கொள்ளும். தரதரவென்று இழுத்து வருவார்கள். அந்தச் சத்தத்தையெல்லாம் கண்டுகொள்ளாமல் வாசலில் வைத்துத் துணி துவைத்துக் கொண்டிருப்பார்கள் சிலர். நானும் சேர்ந்து கம்பைப் பிடித்து இழுப்பேன். குழந்தைக்குக் காது குத்துவதைப்போல பொறுமையாக காதை பல வடிவங்களில் அடையாளத்திற்காக வெட்டுவார்கள். நான் பத்தாம் வகுப்பு படிக்கும்போதுகூட இப்படிச் சுற்றித் திரிந்திருக்கிறேன். அந்தப் பகுதி கோயில் கொடையின்போது நாங்கள் பெரியவர்கள் ஆனபிறகு ஒருதடவை உட்கார்ந்து சாப்பிட்டோம்.

சிலர் பிராந்தி பாட்டிலை கைலிக்குள் இருந்து எடுத்தார்கள். என்னையும் குடிக்கச் சொன்னார்கள். உயிர் போனாலும் தொட மாட்டேன் என்பதைத் தெரிந்தும் சொன்னார்கள். நல்ல போதையில் இருந்த நண்பன் ஒருத்தன் ஒரு துண்டுக் கறியை எடுத்து வாய்க்கு அருகில் வைத்தபடி குனிந்துகொண்டு, ''என்ன மாப்ளே பன்னிக் கறியா?'' என்றான். ஒரு சில நிமிடங்களில் அவன் உட்கார்ந்திருந்த நாற்காலியில் இருந்து கீழே விழுந்தது தெரிந்தது. அவனை நண்பனின் அப்பா பின்னால் இருந்து உதைத்துத் தள்ளியிருந்தார். அவரும் நிறை போதையிலிருந்தார். ''ஆட்டுக் கறி எடுக்க வக்கில்லாதவங்களாடா நாங்க'' என்றார் கண்கள் சிவக்க. பன்றிக் குடில்களில் இருந்து உறுமும் சத்தம் கேட்டது.

இதேமாதிரி வைரவன் கோயிலுக்கு நேர்ந்துவிட்ட என் உயரத்தில் இருந்த பன்றியொன்று உறுமிக்கொண்டு என்னை ஒருதடவை சுடுகாட்டுச் சாலையில் விரட்டியது. வெட்டியானைப்போல அந்தப் பன்றி சுடுகாட்டில் தனியாகச் சுற்றிக் கொண்டிருக்கும். பாக்கெட் சாராயம் குடிக்குமா என உண்மையிலேயே தெரியவில்லை. பன்றிகளுடன் இயைந்து வாழ்ந்து எனக்கு பன்றிகளின் மனநிலை பற்றியெல்லாம் நன்றாகத் தெரியும். பக்கத்தில் போகக் கூடாது என்றால் போகக் கூடாது. முட்டித் தூக்கிவிடும். அண்ணன் தம்பி

என்றெல்லாம் பார்க்காது. ஆனால் எங்கள் கல்லூரியில் பார்த்த பன்றிகள் அப்படியில்லை. ஓங்கி உதைகூட விடலாம் அதற்கு. சொரணையே இல்லாமல் நாங்கள் ஹாஸ்டலில் மிச்சம் வைத்த சோற்றைக் குழைத்து அடித்துக் கொண்டிருக்கும். நாங்கள் பன்றிகளைப்போல இல்லாவிட்டாலும் பசி கொண்டலையும் ஒரு மிருகம்போல கல்லூரியில் சாப்பிட்டோம்.

அது ஒரு ராஜ உபசாரம். பூரிக் கிழங்கில் துவங்கி, மீன், முட்டை, மாட்டுக்கறி, கோழி, பிரட், சமோசா, பிரியாணி, முட்டை பரோட்டா என அத்தனை மெனுவும் தட்டில் இருக்கும். விளையாட்டு வீரர்கள் என்பதால் எவ்வளவு வேண்டுமானாலும் சாப்பிட்டுக் கொள்ளலாம். அதற்காக எல்லா நேரங்களிலும் பொறித்த கோழி இரண்டு வேண்டும் என்றெல்லாம் கேட்டுக் கொண்டிருக்க முடியாது. பணக்காரப் பையன்கள் வெளியே சாப்பிடப் போனால், அந்தத் தலைக் கணக்கை எங்களது தட்டுக் கணக்கில் பெரிய மனது பண்ணி ஏற்றுவார்கள். மலையாளி ஒருவர் அந்த மெஸ்ஸைக் குத்தகைக்கு எடுத்து நடத்திக் கொண்டிருந்தார். நான் ஊருக்குப் போகும்போது அவருக்கு கருப்பட்டி மிட்டாய், சீனி மிட்டாய் வாங்கிக்கொண்டு வருவேன். நாங்கள் தின்று தின்று வெறுத்துப் போன அந்தப் பண்டங்களை முகம் மலர வாங்கிக் கொள்வார். அதை அவர் கேரளாவிற்குப் போகிறவர் களிடம் கொடுத்து அனுப்புவார். ஒருதடவை எனக்குப் பரிசாகக் கிடைத்த விலையுயர்ந்த சட்டை துணி ஒன்றைப் போய்க் கொடுத்தேன். ‘‘அடுப்புல நிக்கறவன் பகட்டா உடுத்திக்கிட்டு அலையக்கூடாது. வளர்ற பையன் நீ போட்டாதான் அம்சமா இருக்கும்’’ என்றார் அழகான மலையாள வாடைத் தமிழில். இரவு நேரங்களில் சிக்கன் தங்கிவிட்டால் என் அறைக்கு வந்து கதவைத் தட்டிக் கொடுத்து விட்டுப் போவார். நான் பன்னிரண்டு மணிக்கு எழுந்துகூட சாப்பிட்டுவிட்டுத் திரும்பப் படுத்துக்கொள்வேன்.

காலையில் எழுந்ததும் பலமேறியிருக்கிறதாவென கைகால்களைத் தொட்டுப் பார்ப்பேன். சுவையெல்லாம் முதல் இரண்டு மாதங்களுக்கு மட்டுமே இருந்தன. பலத்தைப் பெருக்க உணவில் விழுந்தேன். அதற்காகத்தானே மைதானம் மைதானமாக நாய் மாதிரி ஓடுகிறோம். அப்படி ஓடிய ஓட்டம் கல்லூரியில் தற்காலிகமாக நின்றது. வருடத்திற்கு மூவாயிரம் மட்டும் கல்லூரிக் கட்டணம் கட்டினால் போதுமானது என்பதால் கவலையில்லை எங்களுக்கு. அதில் சில மாணவர்களுக்கு ஸ்காலர்ஷிப் கிடைக்கும். அப்போது வழக்கமாக ஏதாவது புதுப் பொருட்கள் வாங்குவார்கள். தாம்பரம் பஜாருக்கு அவர்கள் போகும்போது துணைக்கும் போயிருக்கிறேன். எங்கள் வகுப்பில் நாமக்கல்லைச் சேர்ந்த ஆசிரியர் ஒருவர் இருந்தார்.

அவர் எங்களது விளையாட்டு விடுதி டி.எஸ்.ஓவைப் போலவே நுணுக்கமாகக் கத்தியை வீசுவார். ''என்னடே ஸ்காலர்ஷிப் வந்துருச்சுபோல. புதுச் சட்டையெல்லாம் பளபளக்குது...'' என்பார். அவர் சாதியைச் சேர்ந்த இரண்டு பெண்கள் க்ளுக்கென்று சிரிப்பார்கள். சொல்லி வைத்து அந்த நாடகத்தை அவர்கள் அரங்கேற்றுவதுபோல எனக்குத் தோன்றும். அவர் என்னையெல்லாம் போட்டுப் படுத்திய பாடு இருக்கிறதே... எங்கள் ஊராக இருந்தால் அந்த வயிற்றில் ஊசியை வைத்துக் குத்தி காற்றைப் பிரித்து எடுத்திருப்பேன்.

இந்த உலகத்திலேயே கொடுமையாக தமிழ் இலக்கியத்தைக் கற்பித்தவர் அவராக மட்டுமே இருக்க முடியும். நம்பியகப் பொருள் என ஒரு புத்தகம் இருக்கிறது. தலைவனும் தலைவியும் காதல் கொள்வதில் துவங்கி கலவி கொள்வது வரை அருமையாகப் பாடல்களாகப் பாடியிருப்பார்கள். இவர் எப்படிப் பரிட்சை வைப்பார் தெரியுமா? பாயிண்ட் ஒன்று, தலைவனும் தலைவியும் காதலித்தார்கள். பாயிண்ட் இரண்டு, இருவரும் சந்தித்துக் கொண்டார்கள் என இருபது பாயிண்டில் காதல் துவங்கி மேட்டர் பண்ணியது வரை அடுக்கி விடுவார். இந்த இருபது பாயிண்டையும் அப்படியே மனப்பாடம் செய்து எழுத வேண்டும். எனக்கெல்லாம் இது இரண்டு நிமிட வேலை. ஆனால் அதில் ஆர்வம் காட்டுவதில்லை அவ்வளவுதான். மேட்டரை இரண்டு நிமிடத்தில் முடிப்பவர்களை யெல்லாம் மருத்துவமனையில்தான் சேர்க்க வேண்டும்.

என்னோடு படிக்க வந்த எல்லா விளையாட்டு மாணவர்களும் இப்படிதான் ஆர்வமில்லாமல் இருந்தார்கள். ஆனால் நான் படிக்கும் விஷயத்திலும் திடீரென ஆர்வம் காட்ட ஆரம்பித்தேன். எப்படியாவது டிகிரியை முடித்துவிட வேண்டும் என ஒருதடவை கோச்சிடம் பேசியபோது சொன்னார். அதற்கடுத்து என் கவனம் எல்லாம் விளையாட்டிலும் படிப்பிலும் உணவிலும் இருந்தது. எனது வகுப்புத் தோழிகள் சிலரே என்னைக் காதலித்தார்கள். வாலிபால் டீமில் இருந்த நாகர்கோயில்காரி தீவிரமாகக் காதலித்தாள். ஒருவித கிறுகிறுப்பு இருக்கும். பேசிக் கொள்வேன். அந்தப் பெண்ணின் காதலை ஊக்குவிப்பதுபோல நடந்து கொள்வேன். ஆனால் வலையில் சிக்க மாட்டேன். என் கவனமெல்லாம் ராதாகிருஷ்ணன் ஸ்டேடிய செயற்கை இழை மைதானத்தில் அடிக்கப் போகும் கோலில் இருந்தது. சில சமயம் அந்தப் பெண்களை நினைத்து சுயமைதுனம் மட்டும் தனியாகச் செய்து கொள்வேன். அதற்கடுத்து ஒரு சில நாட்கள் குற்றவுணர்வுடன் அவர்கள் முகத்தைப் பார்க்காமல் தவிர்த்து ஓடுவேன். மறுபடியும் இது ஒரு வட்டம்போல நிகழும்.

காய்ந்த மாடு கம்பங் கொல்லையில் விழுவதுதான் இயற்கையின் நியதி. ஆனால் மாட்டைத் தொழுவத்தில் கட்டிப் போடுவதில் துவங்குகிறது எங்கள் பயிற்சி. வழக்கமாக இராணுவ வீரர்களைதான் இப்படி ஏன் எதற்கு என்ற கேள்வியே கேட்காமல் வளர்த் தெடுப்பார்கள். சுடு என்றால் சுட வேண்டும். அங்கே நின்று எந்தக் கேள்வியும் கேட்கக் கூடாது. விளையாட்டு வீரர்களையும் கிட்ட தட்ட அப்படிதான் வளர்த்தெடுப்பார்கள். எங்கள் பி.டி. மாஸ்டர் தெளிவாகச் சொல்லிவிட்டார். ''பொம்பளைப் பிள்ளைகளோட கேம்பஸ்ல எவனாவது சுத்தறத பாத்தேன்... உடனடியா ஃப்ரீ மெஸ்ஸ கட் பண்ணி விட்டுருவேன்.'' புரிகிறதா? அடிமடியில் கைவைத்துவிட்டால் நாங்கள் என்ன செய்வோம்? புத்தன் மாதிரி எல்லாம் பேசிக் கொண்டிருக்கவில்லை என்பது இப்போது புரிந்திருக்கும்.

நிர்ப்பந்தம் இருந்தால்தான் ஒரு வேலையைச் செய்கிறோம் அல்லது செய்யாமல் இருக்கிறோம். இதே விஷயத்தை ஜிட்டு கிருஷ்ணமூர்த்தி சொன்னால் திருப்பதி லட்டைக் கையில் ஏந்துவது மாதிரி பக்தியோடு ஏந்துவீர்கள். நாங்கள் போகிற போக்கில் எளிமையாகச் சொன்னால் எளக்காரமாகப் பார்ப்பீர்கள். ஆனாலும் யார் சொன்னாலும் அது எங்கள் வாழ்க்கையில் நன்றாகப் பொருந்தும். எங்களுக்கு ஜெயித்தே ஆகவேண்டிய நிர்ப்பந்தம் இருக்கிறது. திரும்பிப் போய் சுதாகரன் அண்ணன் மாதிரி கட்டையை மருந்தில் முக்கி கொதிக்கிற மேடையில் வைக்க முடியாது. கந்தக பூமியான எங்கள் ஊரில் புல் பூண்டுகூட முளைக்காது. கூலிகளாய் இருக்க வேண்டும். அது பிடிக்கவில்லை என்றால் கடை கண்ணிகளில் வேலை பார்க்க வேண்டும். அது எங்களுக்கு நெருக்கடியான காலகட்டம். தமிழ்நாடு அரசு வேலைவாய்ப்புகளை நிறுத்தி சட்டம் போட்டார்கள். அதுவரை எங்கள் ஊரில் இருந்து மட்டும் விளையாட்டு ஒதுக்கீட்டில் வருடா வருடம் குறைந்தது ஒரு ஐந்து பேராவது தமிழக அரசுப் பணிகளுக்கு வேலைக்குப் போவார்கள்.

ஓட்டுவீடுகள் ஒருவருட இடைவெளியில் காரை வீடுகள் ஆவதைப் பக்கத்தில் இருந்து பார்த்திருக்கிறேன். காய்ந்து கொண்டிருக்கும் சாந்து பூசிய கட்டடங்களுக்கு தண்ணீர் எடுத்துக்கொண்டு போய் ஊற்றியிருக்கிறேன். விளையாட்டுப் பிரிவிலும் வேலைக்கு ஆட்கள் எடுப்பது குறைந்து போனதால் மத்திய அரசுப் பணிகளுக்குதான் கெடுபிடி இருந்தது. இதிலெல்லாம் வாய்ப்பு கிடைக்காவிட்டால், இராணுவத்திற்குதான் போகவேண்டும். நானும் ஒருதடவை இப்படிக் கிளம்பி ஊட்டி எம்.ஆர்.சி அணியில் சேர்வதற்காகப் போனேன். முதல் இரண்டு நாட்கள் நன்றாக இருந்தது வாழ்க்கை. தப்பித்து விட்டோம் என்று தோன்றியது. பெரிய பெரிய பூரிகள்

மூன்றை வாங்கிக்கொண்டு தட்டு நிறைய சிக்கனைப் போட்டுக் கொண்டு வந்து சாப்பிட்டேன். ரம்மியமாக இருந்தது. இரண்டு நாள் கழித்து மெஸ்ஸிற்குப் போய் அந்தப் பூரியைப் பார்க்க வேண்டும் என்பதை நினைக்கும்போதே அச்சமாக இருந்தது.

வேண்டாவெறுப்பாகச் சாப்பிடுவோம். இரவில் விளையாட்டு வீரர்களாக இருந்தாலும் கொஞ்ச நாட்களுக்குக் காவல் காக்கப் போக வேண்டும். சாக்கை முக்காடுபோல போட்டுக்கொண்டு போய் நிற்போம். அடிக்கடி சீனியர்கள் அவர்களது அறைக்கு அழைப்பார்கள். பதினொரு மணிவரை அவர்களுக்குக் கால் அழுத்தி விடவேண்டும். அதிகாலை நாலரை மணிக்கு எழுந்து கொள்வதெல்லாம் எப்போதும் எங்களுக்குப் பிரச்சினையில்லையே. ஆனால் அந்தக் குளிரும் இந்தக் கொடுமையும் சேர்ந்து அங்கிருந்து எங்களைத் தப்பித்து ஓட வைத்தது. பகலெல்லாம் அமர்ந்து மைதானத்தில் உள்ள சிறிய பட்டன் அளவுள்ள கற்களைக்கூட பொறுக்கிப் பாருங்கள், முதுகை நிமிர்த்தவே முடியாது. என்னால் முடியாதென்று சொல்லி அழுது அடம்பிடித்து திருப்பி ஊருக்கு வந்துவிட்டேன். அதற்கடுத்துதான் விளையாட்டு விடுதியில் போய்ச் சேர்ந்தேன்.

இதையெல்லாம் செய்வதற்கும் அங்கே ஆட்கள் இருந்தார்கள். வீட்டிற்குத் திரும்பிப் போக முடியாது. தனக்குக் கீழே இருப்பவர் களுக்கும் சேர்த்து படியளக்க வேண்டும். என்னுடைய நண்பர்கள் பலர் இராணுவத்தில் இருந்து விடுமுறையில் வரும்போது என் மடியில் படுத்து அழுதிருக்கிறார்கள். நான் எப்படியோ அந்த நரகக் குழியில் இருந்து தப்பித்து வந்துவிட்டேன் என ஆசுவாசப்பட்டுக் கொள்வேன். ஆனால் வெளியில் அதைக் காட்டிக்கொள்ள மாட்டேன். வெளியே வர முடியாத மாதிரி கண்ணுக்குத் தெரியாத ஒரு பெட்டி எங்களைச் சுற்றிப் போர்த்தப்பட்டிருக்கிறது. நாங்கள் சுதந்திரமாக இருப்பதாகக் கற்பனை செய்துகொண்டு அந்தப் பெட்டிக்குள்தான் ஓடுகிறோம். விளையாடுகிறோம். அந்தப் பெட்டிக்குள் ஒரு குரல் எங்களை குறுக்கும் நெடுக்குமாக ஜிக்ஜாக்காக ஓடச் சொல்கிறது. பந்தைக் கையில் கொடுத்து உருட்டச் சொல்கிறது. அப்படியே பருந்துப் பார்வையில் மேலே வாருங்கள். ஒரு செவ்வக வடிவ பெட்டி தெரிகிறதா? அதைச் சுற்றிலும் சுண்ணாம்புக் கோடுகள் எல்லைகளாகத் தெரிகின்றனவா? அதுதான் மைதானம். அதுதான் அந்த மந்திரப் பெட்டி. அந்தப் பெட்டிக்கு ஒப்புக் கொடுத்தவன் தப்பான ஆட்டம் ஆட மாட்டான். அவன் விதிகளை மதிப்பான். விதிகளை மீறுகிறவன் அந்த மந்திரப் பெட்டியில் இருந்து தன்னைப்போல வெளியே வந்து விழுவான்.

நான் எப்போதெல்லாம் வெளியே எல்லைக்கு அருகில் வருகிறேனோ அப்போதெல்லாம் ஒரு கை என்னைத் தூக்கி மறுபடியும் அந்தப் பெட்டிக்குள் இழுத்து விட்டிருக்கிறது. அது என்னைக் காக்கிற கை. அந்தக் கை தூக்கியதை நான் பல நேரங்களில் அசை போட்டு உணர்ந்திருக்கிறேன். கல்லூரியிலும் அப்படிச் சில கைகள் பெட்டியிலிருந்து வெளியே துள்ளி விழாமல் பார்த்துக் கொண்டன. என்னுடைய அரிசியில் அவர்களின் பெயர்களும் எழுதப் பட்டிருக்கின்றன.

அத்தியாயம்

10

ஒரு ரயில் நான் ஏற்கெனவே சந்தித்திருந்த இரண்டு பயணிகளை திரும்பவும் ஒரே நாளில் என் கண் முன்னால் இறக்கிவிட்டுச் சென்றது. மதிய வேளைகளில் சில நேரங்களில் சானிட்டோரியம் ரயில் நிலையத்து பெஞ்சுகளில் போய் உட்கார்ந்து கொள்வேன். அப்போது என் தோள்பட்டையில் அடி பட்டிருந்ததால் விளையாடவும் போகாமல் இருந்தேன். தினமும் இப்படிப் போய் இருட்டுகிற வரை அமர்ந்திருப்பேன். மனிதர்கள் அலைவுறுவதைப் பார்த்தபடியே இருப்பது ஒரு பொழுதுபோக்கு. சோரவே மாட்டேன். மனிதர்கள் மைதானத்தில் ஜிக் ஜாக்காக ஓடுவதைப்போல ஏறி இறங்கி ஓடிக் கொண்டிருப்பார்கள். எல்லாத் தட்டு மனிதர்களையும் பார்ப்பேன். எங்கள் கல்லூரி இளம்பெண்கள் குவிவார்கள். முகங்களை உடல்களைப் பார்த்த நேரம் போக மற்ற நேரங்களில் கால்களை மட்டும் பார்த்தபடி இருப்பேன்.

எனக்குக் கால்கள் எந்த நேரமும் சுத்தமாக இருக்க வேண்டும். ரப்பர் செருப்பு போட்ட என்னுடைய கால்களை நான் மறக்க நினைத்தேன். கால்கள் சொல்லிவிடும் எல்லாவற்றையும். நகத்தை வெட்டாத கால்களுடைய பெண்களின் முகத்தை ஏறிட்டுக்கூட பார்க்க மாட்டேன். கால்களைப் பார்த்தாலே ஒருவரின் குணாதிசயத்தை உடனே சொல்லிவிடலாம். நானெல்லாம் கால் மணி நேரம் காலை சோப்பில் ஊறப் போட்டுத் தேய்ப்பேன். உள்ளங் கைகளையும்தான். மட்டை பிடித்த கை காய்த்துப் போய் இருக்க வேண்டுமில்லையா? என் உள்ளங்கைகள் பெண்களுக்கு இருப்பதைப்போல மிருதுவாக இருக்கும். பார்த்தவர்கள் நம்பவே மாட்டார்கள். எனக்கு எப்போதும்

உள்ளங்கைகளில் வியர்க்கும். பாதங்களிலும்கூட வியர்க்கும். சாக்ஸைத் துவைக்காமல் போடவே மாட்டேன். எனக்கு எல்லாமும் தும்பைப் பூ மாதிரி இருக்கவேண்டும். வடை திங்கிற காசைக்கூட தியாகம் பண்ணி அயர்ன் செய்து உடைகளைப் போட்டுக் கொள்வேன்.

ரயில் நிலையப் படிகளில் இறங்கி வரும் எல்லாக் கால்களும் ஒரு கதை சொல்லும். அறுந்த செருப்புகள், அடிடாஸ் ஷூக்கள், அழகிய முத்துக்கள் பதித்த ஒற்றை வயர் கொண்ட காலணிகள், ஹைஹீல்ஸ்கள், ரப்பர் செருப்புகள், பளீர் வெள்ளை வேட்டிகளுக்குள் மறைந்து கிடக்கும் வெள்ளைச் செருப்புகள் என விதம்விதமான கால்கள். எனக்குப் பிடித்த கால்கள் வந்தால் தலையைத் தூக்கி முகம் பார்ப்பேன். இது ஒரு சுவாரசியமான விளையாட்டு எனக்கு. என் கணிப்பும் முகமும் ஒத்துப் போகிறதா என விளையாடிக் கொண்டிருப்பேன். வெளியில் நடப்பவற்றையெல்லாம் சுத்தமாக மறந்துவிடுவேன்.

அப்படியொரு நாள் அமர்ந்திருந்த போதுதான் தூரத்தில் என் விளையாட்டு விடுதி டி.எஸ்.ஓ ரயில் ப்ளாட்ஃபாரத்தில் நின்று கொண்டிருப்பது தெரிந்தது. ஓய்வு பெற்றுவிட்டார் என்பதை அவருடைய தளர்ச்சியான உடல் காட்டியது. தூரத்தில் நின்று பார்க்கும்போது அவரது கைகள் நடுங்குவது தெரிந்தது. அப்படியே பூனை மாதிரி போய் ரயில் வருகிற நேரமாகப் பார்த்து தள்ளி விடலாமா என்று யோசித்தேன். யாருக்கும் சத்தியமாகத் தெரியாது. அந்தக் கூட்டத்தில் இடித்துவிட்டு ஓடினால் யாருக்குத் தெரியப் போகிறது. மூளைக்குள் அந்தச் சிந்தனை பளிச்சென்று சந்தோஷத்தைக் கொண்டுவந்தது. நான் எழுந்து நடந்து போனேன் அவரை நோக்கி.

அவர் உடனடியாக என்னை அடையாளம் கண்டுகொண்டார். அவர் வழக்கமாகச் சொல்லும் அசிங்கமான வார்த்தையைச் சொல்லி மூக்கில் குத்த வந்தார். விளையாட்டாகதான் செய்கிறார் என்பதை அவருடைய சிரிப்பு உணர்த்தியது. உடனடியாக இடுப்பைக் கட்டிக்கொண்டு குழந்தை மாதிரி கன்னத்தைத் தடவினார். என் கோபமெல்லாம் உடனடியாக வடிந்துவிட்டது. என்ன மாதிரியான மனிதர் இவர்? அதிகாரத்தில் இருக்கும்போதுதான் ஆட்ட மெல்லாமா? ஆனால் அவர் உண்மையாகவே சிரிப்பதுபோல பட்டது எனக்கு. நான் மெதுவாக ''நீங்கள் அடித்தது நினைவில் இருக்கிறதா? அந்தப் பெண் உங்களது சாதியில்லை'' என்றேன். ஆனால் பணிவையும் பக்கத்தில் வைத்துக் கொண்டேன். ''அது எனக்குத் தெரியாது. ஒருவேளை அவள் என் சாதியாக இருந்தால் உன்னைக் கொன்றே போட்டிருப்பார்கள். என்னால் ஒன்றும் செய்திருக்க

முடியாது. என்னால் முடிந்தவரை இந்த விளையாட்டிற்கு எல்லாம் செய்தேன். அது எனக்கு என்ன செய்தது? அது எனக்கு ஒன்றும் செய்யவில்லை'' என்றார். வயதான ஆட்கள் என்றால் இப்படிப் புலம்பத்தான் செய்வார்கள் என்பதால் அதைப் பெரிய விஷயமாக எடுத்துக் கொள்ளவில்லை.

இந்த ஆள் சும்மா ஜிக்ஜாக் காட்டுகிறார். நானும்கூட பார்பியின் சாதி அதுவல்ல என்று பொய்தான் சொன்னேன். இந்த நிமிடம் வரை அவள் என்ன சாதி என்பது சத்தியமாக எனக்குத் தெரியாது. அவரை வெல்ல வேண்டும் என்பதற்காக வழக்கப்படி பொய் சொன்னேன். அவரை பத்திரமாக ப்ளாட்ஃபாரத்தில் ஏற்றிவிட்டேன். தேர்வுக் குழுவில் அவருக்குத் தெரிந்தவர்கள் இருப்பதாகவும் எனக்காக அவர் பரிந்துரைப்பதாகவும் சொல்லிச் சென்றார். யாரையும் எப்போதும் எதிரியாகப் பாவிக்கவே கூடாது. எல்லோருக்கும் ஒரு வணக்கத்தைப் போட்டு வைத்துவிட வேண்டும். அதுதான் விளையாட்டுத் துறையில் செய்யவேண்டிய முதல் கடமை.

ஏதோ ஒரு சின்ன பயிற்சியாளர் என்று நினைத்து முகத்தைக் காட்டிவிட்டு வருவோம். அவர் ஒரு போட்டித் தொடருக்குப் பயிற்சியாளராக வந்து உட்காருவார். அவர் போகும் வரை மைதானத்தில் ஆடி ருசி பார்க்கவே முடியாது. நிரந்தரமாக ஆணி அடித்து கேலரியில் அமர்த்தி விடுவார்கள். என்னுடைய விளையாட்டு வாழ்க்கையிலேயே அப்படிப் பலதடவைகள் அமர வைத்திருக்கிறார்கள். திறமையைத் தாண்டி கொஞ்சம் சிபாரிசும் இருந்ததால்தான் தப்பித்திருக்கிறேன். டி.எஸ்.ஓவும் பலமில்லாதவர் எல்லாம் இல்லை. விளையாட்டுத் துறையில் மட்டும் ஓய்வுக்குப் பிறகுதான் ஆதிக்கம் செலுத்துவார்கள். இந்தியச் செயலாளராக இருந்த சிங் ஒருவர், கலெக்டராக இருந்த பெண் ஒருவரின் பின்பக்கத்தை பார்ட்டியில் வைத்து தடவிக் கிள்ளினார். சேலையில் இருந்தார் அப்பெண் அப்போது. அதற்கடுத்து அந்தச் செயலாளர் சாகிற வரை ஒன்றும் செய்ய முடியவில்லை. சிங்கம் மாதிரி பதவியில் இருந்தார். இவருக்கு வேண்டியவர்கள்கூட அப்படி வந்து ஒருநாள் உட்காரலாம், யார் கண்டது? அப்படி ஒரு வாய்ப்பு அவருக்குக் கிடைக்குமானால் எனக்கு நிச்சயம் வாய்ப்புத் தருவார் என்று தோன்றியது. அதனால்தான் பக்குவமாக நடந்துகொண்டேன். அவர் ப்ளாட்ஃபாரத்தின் மேல் ஏறிய பிறகும் எனக்குக் கைகாட்டிச் சிரித்தார்.

நான் மறுபடியும் படிகளில் இருந்து என் பார்வையை எடுத்துவிட்டு என்னைக் கடந்து போகிற கால்களைப் பார்க்க ஆரம்பித்தேன். ஒரு

குழந்தை ரோஜா நிறச் செருப்புகளுடன் கடந்து போனது. சில பல செருப்புகள் நெருக்கியடித்துக்கொண்டு ஓடின. நிதானமாக ஒரு அடிடாஸ் ஷூ அணிந்து சாய்த்துச் சாய்த்து நடந்து வந்த அந்தக் கால்களைப் பார்த்தேன். இடுப்பிற்குக் கீழ் காலுக்குப் பக்கத்தில் படர்ந்திருந்த அந்த பலாஸோவும் அதற்குத் தோதாக போட்டிருந்த டிஷர்ட்டும் நேர்த்தியாக இருந்தன. நான் நிமிர்ந்து பார்த்து அதிர்ந்து விட்டேன். ஜாக்குலின் நித்திய குமாரி என்கிற பார்பி. முகத்தில் அப்போதும் ரோஸ் நிறத்தில் அந்தப் பருக்கள் கொஞ்சமாக இருந்தன. நான் அவளது கண்களை இறைஞ்சுகிற மாதிரி பார்க்கத் துவங்கினேன். அவளும் ஒரு சில நிமிட இடைவெளியில் என் கண்களைப் பார்த்தாள். சத்தியமாகச் சொல்கிறேன். அந்தக் கண்ணில் ஆச்சரியத்தைத் தாண்டி காதலைப் பார்த்தேன் நான். பொய் சொல்லவில்லை. முதன்முறையாக வாழ்வில் இப்படியான ஏக்கத்துடன் கூடிய காதலை அந்தக் கண்களில் பார்த்தேன். ஒரு சில நொடிகள்தான். அதற்குப் பிறகு அது மறைந்து ஆச்சரியம் வந்து ஒட்டிக்கொண்டது.

அவள் சிரித்துக்கொண்டே எனக்குப் பக்கத்தில் வந்து உட்கார்ந்தாள். தன்னுடைய முடியை சரி செய்தாள். இடுப்புப் பக்கத்தில் பனியனை இழுத்து விட்டுக்கொண்டாள். அவள் என்னை எதிர்நோக்கத் தயாராகிக் கொண்டிருந்தாள். நானும்கூட அந்த நேரத்தைப் பதற்றத்திலிருந்து விடுபடுவதற்கு எடுத்துக்கொண்டேன். முதல் கேள்வி என்ன கேட்டிருப்பாள் என்று சொல்லுங்கள். ஆனால் அந்தக் கேள்வி எனக்கு முக்கியமானது. என் வாழ்வில் இரண்டே இரண்டு பேர்தான் அந்தக் கேள்வியை என்னை நோக்கிப் பார்த்த அடுத்த கணமே கேட்டிருக்கிறார்கள். என்னுடைய கோச் ஒருவர். அடுத்ததாக பார்பி. ''ஏன் ஷேவ் பண்ணலாம்ல...'' என்றாள்.

நான் செய்தது பைத்தியக்காரத்தனம்தான். ஆனால் அன்றைக்கு வேறொரு மனநிலையில் ஏற்கெனவே இருந்தபடியால் உடனடியாக அவளைக் கொஞ்ச நேரம் காத்திருக்கும்படி சொன்னேன். அவளும் எதற்கு என்பதைப்போல பார்த்தாள். நான் படியேறி கடைகள் இருந்த பக்கத்தை நோக்கி வேக நடை போட்டேன். வந்தபிறகுதான் பயம் வந்து ஒட்டிக்கொண்டது. ஒருவேளை அவள் கிளம்பிப் போய் விட்டால் என்ன செய்வது? மேல் நடை மேடையில் நடக்கும்போதும் கீழே அமர்ந்திருந்த அவள் தெரிந்தாள். தன்னுடைய மொபைலை எடுத்து நோண்ட ஆரம்பித்தவள், பின்னர் வசதியாகச் சாய்ந்து அமர்ந்து கொண்டாள். அவள் கிளம்பவே மாட்டாள் என்று தோன்றியது. எதைப் பற்றி அவள் யோசிப்பாள் இப்போது? என்னைப் பற்றித்தான் யோசிப்பாள். இந்த நேரத்தில் அதைத் தவிர அவளுக்கு வேறெதுவும் வாய்ப்பு இல்லை.

மொழுமொழுவென்று வந்து நின்ற என்னை சந்தோஷமாகப் பார்த்தாள். ''இவ்வளவு சீரியஸாகவா அதை எடுத்துக்கிட்டீங்க...'' என்றாள். அவளது வார்த்தை உபயோகம் இன்னமும் மாறவில்லை. அவள் பழைய மாதிரியே ஏற்ற இறக்கங்களோடு அதைச் சொன்னாள். கொஞ்சம் விரிந்திருந்தாள். பூசின மாதிரி இருந்தாள். முழுக்கவே அவளது சிகையலங்காரம் பார்பிக்கு இருப்பதைப் போலவே இருந்தது. சிவப்புத் தீற்றலை அவள் சாயமாக தன் முடியில் தெளித்து விட்டதுபோல நுனியில் மட்டும் தீட்டியிருந்தாள். அது வித்தியாச மாக இருந்தது. வெளிநாட்டுக் கிளிகளின் கொண்டையில் கறுப்பும் சிவப்பும் காக்கியும் கலந்து இருப்பதைப்போல தலைமுடியின் ஒரு ஓரத்தில் மட்டும் இருந்தது அந்தத் தீற்றல். அவள் முகம் பிரகாசமாக இருந்ததைப்போல இருந்தாலும் கண்களில் ஒளி சற்றுக் குறைந்திருந்தது. அதில் பழைய குழந்தைத் தனம் சில நேரங்களில் மட்டும் எட்டிப் பார்த்தது.

அவளது குடும்பம் குறித்து நான் விசாரித்தேன். அவளுக்கு ஒரு அக்கா இருப்பது எனக்குத் தெரியும். ஒருதடவை பெரிய மனுஷன் மாதிரி போய், உங்க தங்கச்சிய லவ் பண்றேன் என்று சொல்வதற்காகப் போய் நின்றேன். அவளுடைய அக்கா அப்போது கல்லூரியில் படித்துக் கொண்டிருந்தார். அவரும் விளையாட்டு வீராங்கனைதான். பக்கத்தில் போகும்போதே, ஏண்டா இங்க வர்ற என்பதைப்போல பார்த்தார். அக்கா இங்கிலீஸ் எழுதச் சொல்லித் தருவீங்களா என்று போய் நின்றேன். சிரித்துக்கொண்டே, விக்ரம் கோச்சிடம் கேட்டுச் சொல்லவா என்றார். பதறியடித்துத் திரும்பி ஓடிவந்துவிட்டேன். ஆனால் எங்கே பார்த்தாலும் என்னை அழைத்துப் பேசுவார் அவளது அக்கா. நான் பார்பி குறித்து மூச்சுக்கூட விட்டதில்லை.

அந்த அக்கா நன்றாக இருப்பதாகச் சொன்னாள் பார்பி. அவள் முதல் சந்திப்பில் அடுத்த அரை மணி நேரத்திலேயே தெளிவாகச் சொல்லி விட்டாள். ''என்னைப் பற்றி எதுவும் தோண்டித் தோண்டி விசாரிக்காதீர்கள். எல்லாவற்றையும் மறக்க வேண்டிய கட்டாயத்தில் இருக்கிறேன்'' என்றாள் அழுத்தமாக. அவளைப் பார்த்த போதையில் நானும் சரியென்று வாக்குக் கொடுத்து விட்டேன். என்னுடைய தொலைபேசி எண்ணை வாங்கிப் போனவள் அன்றிரவே என்னிடம் பேசினாள். நாங்கள் பேசியபடியே இருந்தோம். மறுநாள் பயிற்சி இல்லையென்றால் இரவு முழுக்கப் பேசுவோம். அவள் அதிகமும் என்னைக் குறித்தே பேசுவாள். சில நேரங்களில் நான் சாடை மாடையாகப் பேசுவதையெல்லாம் அவள் அனுமதிப்பாள். அமைதியாகக் கேட்டுக் கொள்வாள். உணர்ச்சி மேலிட, என் பேச்சை நீ கேட்கணும் பாத்துக்க என்று

சொல்லியிருக்கிறேன் சில சந்தர்ப்பங்களில். சரியென்பாள் உடனடியாக. ஆனால் பாருங்கள், அவள் சொல்வதைத்தான் கடைசிவரை கேட்டுக் கொண்டிருந்தேன்.

அவளது மனநிலை ஏற்ற இறக்கங்களுடன் இருக்கும் எப்போதும். மகிழ்ச்சியின் உச்சியில் நிற்கும் அவள் துயரத்தின் அடிவாரத்திற்கு திடீரென குதிப்பாள். நம்மையும் கையில் பிடித்துக்கொண்டு குதிப்பாள். நான் இதுமாதிரி என்வாழ்வில் இப்படி இருந்ததில்லை. எங்கள் வீட்டிலெல்லாம் ஒருவாரத்தை எடுத்துக் கொண்டால், இரண்டு நாள் கஷ்டம் இருக்கும், மீதி நாள் சந்தோஷம் இருக்கும். சண்டை சச்சரவுகள் பொதுவாகவே இருக்காது. எனக்கும்கூட அப்படிதான் சீராகதான் எல்லாமும் போகவேண்டும்.

ஈ.சி.ஜி எடுக்கும்போது கோடுகள் மேலேயும் கீழேயும் தாவுவதைப் போல அவளது மனநிலை தாவும். உச்சத்தில் வைத்திருப்பாள் என்னை. தரையில் கொட்டி மிதிப்பாள் அடுத்த கணமே. ஒருதடவை ஹோட்டலில் சாப்பிட்டுக் கொண்டிருந்தேன். ஏதோ ஒருசண்டையில் உடனடியாக இலையில் இருந்து எழுந்து வரவேண்டும் இல்லாவிட்டால் போய்விடுவேன் என்றாள். முதன்முறையாக அப்போது அவள் மீது வெறுப்பு வந்தது. இலையில் இருந்து எழுப்புகிறவர்கள் எவரையும் நான் மதிக்க மாட்டேன். ஆனால் ரயில்வே ப்ளாட்ஃபாரத்தில் வைத்து அந்தக் கண்களில் கண்ட வெளிச்சம் அவளை நோக்கி என்னை ஈர்த்துக்கொண்டே இருந்தது. நான் என் வீட்டில் வாழ்வதற்கு நேரெதிராக அவளுடன் சில காலம் வாழ்ந்தேன்.

சில நாட்கள் சண்டை. சில நாட்கள் மகிழ்ச்சி. ஆனால் தொடர்ந்தாற் போல அவளிடம் இதுவரை பத்து நாட்கள் பேசியதில்லை. ஆனால் கொண்டாடும் சமயங்களில் உண்மையிலேயே அவள் ராட்சசி. அவளை நான் அறிய முற்படும் சமயங்களில் எல்லாம் அவள் இதை ஒரு சாக்காக வைத்து விலகி ஓடியிருக்கிறாள். என்னை அவள் அறிய விரும்புகிற நேரத்தில் பார்பியாக இருந்திருக்கிறாள் என்பது இப்போது எனக்குப் புரிகிறது. அவளது இரண்டு நிலைகளையும் உணர்ந்து வாழ்ந்தேன் என்பதை உறுதியாகச் சொல்ல முடிகிறது. என்னுடைய கோச் ஒரு விஷயத்தைக் கற்பித்திருக்கிறார். எப்போதும் அதை நினைவில் வைத்திருக்கிறேன். ''யார் மீதாவது கோபம் வந்தால், அந்தச் சமயத்தில் அவர்களது பாஸிட்டிவான பக்கங்களை மட்டும் யோசி. நெகட்டிவான விஷயங்களை நோக்காதே'' என்று சொல்லிவிட்டு, ஒரு திருக்குறளை எனக்குச் சொன்னார். ''குணம் நாடி குற்றமும் நாடி அதன் மிகை நாடி வாய்ப்ப கொளல் என்று

வள்ளுவரே சொல்லியிருக்கிறார்'' என்றார். அந்தக் குறளைத் தப்பாகத்தான் சொல்லுகிறார் என்பது எனக்குத் தெரியும். ஆனால் அதை அவர் தீவிரமான குரலில் சொன்னார். அதில் உள்ள அர்த்தம் எனக்கு நன்றாக விளங்கிவிட்டது. அதைத்தான் பார்பியின் விஷயத்தில் செய்து கொண்டிருக்கிறேன். குற்றத்தை விட குணங்கள் அதிகம் கொண்டவள் பார்பி. ஒரு குற்றம் நடந்தால் அதில் அந்தக் குற்றத்தில் எல்லோருக்கும் பங்கிருக்கிறது. குழு விளையாட்டுகளில் ஒரே ஆளால் இந்தப் போட்டியில் தோற்றுவிட்டோம் என எங்கேயாவது சொன்னால் அது நல்ல விளையாட்டே கிடையாது.

அத்தியாயம்

11

நான் கல்லூரிக்கு வந்த பிறகு, மீசையை முறுக்கி விட்டுக்கொண்டு அலைந்தேன். அதென்ன மீசையெல்லாம் ஒரு விஷயமா என்று கேட்காதீர்கள். மீசைக்காக பெரிய அடிதடி, கொலை வரைக்கும் போயிருக்கிறது. முறுக்கி விட்டுக்கொண்டு சைக்கிளில் போனால், பெரிய சண்டியரா என நாலு பேர் வழிமறித்து அடிப்பார்கள். விளையாட்டு விடுதியில் கோச்சைப் பற்றிக் கேட்கவே வேண்டாம். ஒருதடவை கோபிநாத், பந்து அவனை நோக்கி வரும்போது ஸ்டைலாக முடியைக் கோதிவிட்டுக் கொண்டிருந்தான். அப்படியே அவனை வெளியே அனுப்பியவர்தான். அதற்கடுத்து அவன் மொட்டையடித்து வந்து நின்ற பிறகுதான் பெரிய மனசு பண்ணி உள்ளே அனுப்பினார். முடியே இந்தக் கதியென்றால் மீசையைப் பற்றி யோசிக்க முடியுமா?

சென்னையில் விதவிதமாய் மீசை வைத்தேன். ஒவ்வொரு முறையும் ஒரு தோரணையில் வைக்கும்போதும் அழைத்துத் தலையில் குட்டுவதாக நான் கருதுபவர்கள் எல்லோரையும் நினைவில் கொண்டுவருவேன். ஊருக்கு இடையில் போனால் மறைந்து திரிந்து அலைவேன். அதனாலேயே பெரும்பாலும் ஊருக்குப் போவது பிடிக்காது. நான் நினைத்த மாதிரி ஒரு கோலை அடித்து முடித்ததும் அனிச்சையாக என் கைகள் மீசையை முறுக்க வேண்டும். ஜான்சன் அந்தச் சிவந்த முகத்தில் சுருட்டுபோல் விரிந்து கிடக்கும் அந்த மீசையை அப்படிதான் கோலடித்த பிறகு முறுக்கிவிடுவார். இது பல ஆண்டு தவம் என்னைப் பொறுத்தவரை.

ஒரு அரிய கோலுக்குப் பிறகு நான் அப்படி மீசையை முறுக்கி விடுவதை ரசிக்கும் ஆட்கள் கேலரியில் இருப்பார்கள். என் சீனியர்கள் சிலர் வாடா செல்லக்குட்டி என்பார்கள். மீசைதான் பயமுறுத்தும். மற்றபடி டேய் என்றால் காலில் விழுந்துவிடும் மனநிலையில்தான் இருந்தேன். அது என் நடத்தையிலும் பிரதிபலிப்பதால், செல்லமாகவே அதை எடுத்துக் கொள்வார்கள். ஆனால் பார்பிக்கு மீசையை இப்படி வைப்பது சுத்தமாகப் பிடிக்காது. அவளுக்கு எல்லாமும் நறுக்குத் தெறித்தாற்போல இருக்க வேண்டும். ஒருதடவை கையை இழுத்து மடியில் வைத்து நகம் வெட்டிவிட்டாள். நான் அவளுக்காகவே போய் மீசையைக் கத்தரித்து விட்டு வந்தேன். மைதானத்தில் எல்லோரும் வித்தியாசமாகப் பார்த்தார்கள். நான் மூச்சுவிடாமல் அந்த நாட்களைக் கடந்தேன்.

விளையாட்டில் எதுவும் குறைவைக்கவில்லை என்பதால், எதையும் கண்டுகொள்ளவில்லை அவர்கள். அவள் ஒவ்வொரு துளியாய் உளி கொண்டு என்னைச் செதுக்கினாள். அவளும் சாதாரண ஆளில்லை தானே? பத்தாம் வகுப்பு படிக்கும்போதே தைவானுக்கு ஓடப் போனவள். அவளுடைய குடும்பம் அவளை அனுப்புமளவிற்கு அப்போதே வசதி படைத்திருந்தது. இதைச் சொல்கிறேன் என்று தவறாக எடுத்துக் கொள்ளாதீர்கள். சென்னையில் ஒரு கல்லூரி வாசலில் போய் நில்லுங்கள். அப்படியே தென் மாவட்டத்தில் உள்ள ஒரு கல்லூரி வாசலில் போய் நில்லுங்கள். இரண்டையும் ஒப்பிட்டால் உங்களுக்கே தெரிந்துவிடும். எந்தப் பக்கத்தில் வத்தலும் தொத்தலும் நிறைய இருக்கும் என்று எளிதாகவே புரிந்துவிடும். புரோட்டினில் குளிப்பவர்கள் யார் என்பதை அறிவீர்கள். இவர்கள் எல்லோரும் புஷ்டியாவதற்கே இன்னும் ஐம்பது ஆண்டுகள் பிடிக்கும்.

நடக்கும்போதே தெரிந்துவிடும். டேய் கிராமத்தான் வர்றான் என எளிதாக அடையாளம் கண்டு விடுவார்கள். வாயைத் திறக்கவே கூடாது. அங்கிட்டு என்றாலே முத்திரை குத்தி விடுவார்கள். என்னுடைய வகுப்புப் பெண்களோடு ஒருதடவை ஃபோட்டோ எடுத்துப் போய் சீனியர் ஒருவரிடம் காட்டினேன். ''ஜீன்ஸ் போட்ட விவசாயி மாதிரி இருக்க'' என்றார். எனக்கு அவமானமாக இருந்தது. பதவிசாக நடந்துகொள்வது எப்படி என்பதையெல்லாம் பார்பிதான் கற்பித்தாள். என் உடைகளை மாற்றினாள். கண்ட வார்த்தைகளில் டிஷர்ட் போட்டுக் கொண்டிருந்தவனை அர்த்தம் பொதிந்த வாசகங்களைக் காட்டி அணியச் சொன்னாள். அவளும் அப்படிதான். அவள் என்ன வாசகம் தாங்கிய டிஷர்ட்டை அணிந்து வருகிறாள் என பார்ப்பதற்கு ஆவலுடன் காத்துக் கிடப்பேன். பல நேரங்களில் அவளை விட அந்த பனியன் வாசகங்கள்தான் என்னிடம் அதிகமும்

உரையாடும். அவள் அணியும் ஜீன்ஸ்கள் எல்லாமும் நறுக்குத் தைத்தாற்போல இருக்கும். பிராண்ட் அல்லாத ஒரு பொருளைக்கூட அவள் பயன்படுத்திப் பார்த்ததில்லை. கண்ணுக்கு மையிடும் அந்தப் பொருள் நவீன சாதனம்போல நூல் பிடித்த மாதிரி இருந்தது. அதன் மூடிகளைக் கழற்றி விளையாடுவேன். அவள் மீதிருந்து கோகோ பட்டர் க்ரீம் வாடை இருந்தபடியே இருக்கும். தெரியாமல் அவளது சருமத்தைத் தொடும் போதெல்லாம் அதில் மெல்லிய ஈரப்பதம் பிசுபிசுப்பாய் ஒட்டியிருக்கும். வறண்ட சருமத்தை அவள் மீது ஒரு புள்ளியாகக்கூட பார்த்ததில்லை. அவள் இப்போது மட்டும் அப்படி யில்லை. வத்தலும் தொத்தலுக்கும் நடுவே தனியாகத் தெரிவாள். ரோஸ் கலரில் முகப்பருக்களோடு அவளை முதல்நாள் பார்த்த ஞாபகம் இப்போதும் இருக்கிறது. ஸ்டேடியம் முகப்பில் ரோல்காலிற்கு நிற்கும்போது என்னைக் கடந்து போனாள். என் கண்கள் மட்டும் வலமிருந்து இடம் நகர்ந்து நடுவில் வந்து நின்றன.

அதற்கடுத்து அவளைப் பார்க்கும் போதெல்லாம் ஒரு விஷயத்தைக் கூர்ந்து கவனித்தேன். அவள் எப்போதும் விளையாடாத நேரங்களில் ஏதாவது ஒரு பழத்தைத் தின்றபடியே இருப்பாள். எங்களுக்கு அந்த நேரத்தில் பழம் என்றாலே ஒரு இளக்காரம். கறியிருக்க வேண்டும் எங்கும். இது ஏதோ பெண்களின் பழக்கம் என்றுதான் அப்போ தெல்லாம் நினைத்துக் கொண்டிருந்தேன். சென்னை வந்தபிறகுதான் பழம் சாப்பிடுவதும் ஒரு அந்தஸ்து மட்டுமல்ல, சரியான உணவுப் பழக்கமும் என்பதைத் தெரிந்து கொண்டேன். பார்பியுடன் சுற்றும் போதுதான் அது என் பழக்கமாகவும் மாறியது. அவள் விதவிதமான பழச்சாறு நிலையங்களுக்கு என்னை அழைத்துப் போவாள். அவகாடோ என்று ஒரு பழம் இருக்கிறது என்பது பார்பி காட்டிய பிறகுதான் எனக்குத் தெரியும்.

பழச்சாறு அருந்தியபடியே இதுகுறித்து அவளிடம் கேட்டேன். ஒரே வார்த்தையில் முடித்து விட்டாள். ''நித்தமும் ஒரு வேலிப் பழமாவது சாப்பிடு'' என்றாள். எனக்கு ஆச்சரியமாகப் போய்விட்டது. இவளுக்கு எப்படி இதுமாதிரி பழமொழிகளெல்லாம் தெரியும்? அப்படி யென்றால் என்ன அர்த்தம் என்று கேட்டேன். ''போய்த் தேடித் தெரிந்து கொள்ளுங்கள்'' என்றாள் முறுவலித்தபடி. நான் அதற்குப் பிறகு போய்த் தேடி, அட மடையனே என்று தலையில் அடித்துக் கொண்டேன். வேலிப் பழங்களென்றால் உங்களுக்கு நன்றாகத் தெரியுமே... கோவைப் பழம், சூரிப் பழம், காரப் பழம், கிளுவம் பழம், சங்கம்பழம், பூலாம்பழம், உண்ணிப் பழம், சப்பாத்திக் கள்ளிப் பழம், சீனிக் கத்தாழைப் பழம் போன்றவைதான் வேலிப் பழங்கள்.

இவை எல்லாவற்றையும் என் சின்ன வயதில் பறித்துச் சாப்பிட்டிருக்கிறேன்.

சும்மா சொல்லக்கூடாது. அத்தனையும் ருசிகளின் கோட்டை. நாமும் ஒரு காலத்தில், எல்லாமும் சாப்பிட்டுக் கொண்டிருந்த ஆள்தான் என்று தோன்றியது. இடையில் எதற்காகவோ விட்டுவிட்டோம். அந்த அறிவில்லை எங்களுக்கு. இறைச்சியில் இறங்கிவிட்டோம். இறைச்சி மட்டும்தான் சிறந்தது என்று மண்டையில் பதிந்துவிட்டது. இப்படிதான் தேடுவது கைக்குப் பக்கத்திலேயே இருக்கும். அடுத்த வீட்டு மொட்டை மாடியில் அதைத் தேடிக் கொண்டிருப்போம். அவளிடம் போய் அப்பழங்களை வேட்டையாடி உண்ட காலங்கள் குறித்துச் சொன்னேன். அமைதியாகக் கன்னத்தில் கைவைத்து அதைக் கேட்டுக் கொண்டிருந்தாள். பார்பி அந்தக் கதைகளைக் கேட்டுக் கொண்டிருந்தது.

அதுவரை அதிகமாகப் போனால் வசந்தபவனில் சாப்பிட்டிருப் போம். அசைவமென்றால் முனியாண்டி விலாஸ். இரவில்கூட பிரியாணி சாப்பிடுவோம். ஃபாஸ்ட்ஃபுட்டில் பீஃப் ஃப்ரைட் ரைஸ் சாப்பிடுவோம். இரவுகளில் இட்லி சிக்கன் குழம்பு சாப்பிடுவோம். மத்தியானம் ஆந்திரா மெஸ்ஸில் போய் சாப்பிடுவோம். நாள்தவறாமல் நித்தமும் நடக்கும் சடங்கு இது. பார்பி என்னை பல இடங்களுக்கும் அழைத்துப் போனாள். ''நீங்கள் ஒரு சர்வதேச வீரன் என்பதை உணர்ந்து கொள்ளுங்கள். இன்னும் ஊரில் விறகு மட்டை வைத்து விளையாடிய வீரர் இல்லை. பொறுப்பாக நடந்துகொள்ள வேண்டும்'' என்பாள் பார்பி. மீசையைக் கத்தரித்துவிட்டு வந்த அன்று கண்களை மேலேயும் கீழேயும் உருட்டி ஒரு அபிநயம் காட்டினாள். அது அப்படியே இன்னும் கண்ணுக்குள்ளேயே இருக்கிறது.

அவளைப் பொறுத்தவரை உணர்வை சிற்சில அசைவுகளின் மூலமே வெளிப்படுத்துவாள். கைகளைப் பிடித்துக்கொண்டாள் என்றால் ஏதோ பரபரப்பாக இருக்கிறாள் என்று அர்த்தம். தோளில் பிடித்தாள் என்றால் அவளுக்கு இடுப்பு வலிக்கிறது என்று அர்த்தம். யாராவது அவளை சகிக்க முடியாதளவிற்குப் பார்த்தால் இதோ என்னுடைய ஆள் என்பது மாதிரி விரலைப் பிடித்துக் கொள்வாள். ஒரு சில நொடிகளில் கருணையில்லாமல் அதை உதறவும் செய்வாள். அப்போது அவளது முகத்தை ஏறிட்டுப் பார்த்திருக்கிறேன். அவள் சிறு அசைவைக்கூட வித்தியாசமாகக் காட்ட மாட்டாள். நேர்கொண்டு பார்ப்பாள். அவள் பொதுவாகவே யாருடைய கண்களையும் பார்க்க மாட்டாள். கருணையோடு அவளைப் பார்ப்பதை அவள் விரும்புவதே இல்லை என்று ஒருதடவை சொல்லியிருக்கிறாள்.

ஒரு நாள் பெரிய மால் ஒன்றில் தான் மட்டும் இத்தனை அழகாக இருந்தும் கால்களைத் தாங்கியபடி நடந்து போனதை உணர்ந்ததாகச் சொன்னாள். மைதானத்திற்கு நடுவே அவள் நின்று கொண்டிருந்த மாதிரியும், ஒட்டுமொத்த மாலும் ஒரு கேலரிபோல் இருந்ததாகவும் அத்தனை பேரும் அவளை உற்றுப் பார்த்ததாகவும் சொன்னாள். அதிலிருந்து அவள் யார் கண்களையும் சந்திப்பதில்லை. அவள் பாட்டிற்கு நடந்து போய்க் கொண்டிருப்பாள். இதைத்தானே என்னுடைய கோச் சொன்னார். 'விளையாடும்போது கேலரியைப் பார்க்காதே.'

பார்பி இப்படியும் யோசிக்கிறாள் என்பதை நினைக்கையில் எனக்குக் குற்றவுணர்வு வராமல் என்ன செய்யும்? நெஞ்சில் இரும்புக் குண்டு விழுந்த மாதிரி ஒரு அடைப்பு வந்துவிட்டுப் போகும். அதனால் அவளை எப்போதும் உற்சாகப்படுத்தியபடியே இருப்பேன். அது சில நேரங்களில் மிகையாகவே இருக்கும். ஒருநாள் தெளிவாகச் சொல்லி விட்டாள். ''இங்க பாருங்க. ஓட முடிஞ்சவனுக்குதான் ஓடச் சொல்கிற தன்னம்பிக்கை கதைகள். எனக்கில்லை.'' அதற்கடுத்து அவளிடம் தன்னம்பிக்கைக் கதைகளைக் கொட்டவே இல்லை. இயல்பாய் இருக்க முயற்சி செய்து கொண்டிருந்தேன் அவளிடம். அதை அவள் விரும்பவும் செய்தாள். ஆனால் என் விஷயத்தில் அவள் அப்படி நடந்து கொள்ளவே இல்லை. என் மீது ஆதிக்கம் செலுத்தினாள். என்னை அங்குல அங்குலமாகச் செதுக்கினாள்.

சரிவிகித உணவு எப்படி எடுத்துக் கொள்வது என்பதைச் சொல்லித் தந்தாள். அவள் பல வண்ணங்களில் உடையுடுத்துவாள். அதில் ஒரு நேர்த்தி இருக்கும். எனக்குப் பிடித்த நிறங்கள் என்னென்ன என்பது அவளுக்கு நன்றாகத் தெரியும். போட்டு விட்டு வந்து வேண்டு மென்றே நடந்து காட்டுவாள். எங்களை மாதிரியான ஆட்களுக்கு, 'நல்லாருக்கு' என சொல்வதில் எப்போதும் தயக்கம். ஒருமாதி ரியாகச் சிரித்துத் தொலைப்போம். காதல் பண்ணவே லாயக்கில்லாத ஜென்மங்கள். ஆனால் அவள் காதல் என்கிற அங்கீகார அட்டையை மறைமுகமாகக் கொடுத்த மாதிரிதான் தெரிகிறது என்பதால் மற்றவர்களைவிட நான் பரவாயில்லை. சில நேரங்களில் தனியாகப் பாட்டுப் பாடிக்கொண்டு சுற்றியிருக்கிறேன். மற்றவன்களை யெல்லாம் போய்ப் பாருங்கள். எங்கள் ஊர்க்காரர்கள்தான். என்ன தூக்கிருவோமா என்கிற மாதிரியே எப்போதும் காதலிக்கிற பெண்களோடு அலைவான்கள். நான்கூட ஒரு சிலரைக் கூப்பிட்டு, ''டேய், அப்படியெல்லாம் இருக்காதீங்கடா'' என்றேன். ''பாஸ¬, இப்பருந்தே தட்டி வைக்கணும். அப்பறம் அவள்க பின்னாடி அலைய முடியாது பாத்துக்கங்க.'' இவன்கள் அமெரிக்கா போனாலும் மாற மாட்டான்கள். கல்யாணத்திற்குப் பிறகு அடித்து

மண்டையை உடைத்துக்கொண்ட நட்புத் தம்பதிகள் எல்லாம் இருக்கிறார்கள். எனக்கு இப்படிச் சண்டை போடுவதே பிடிக்காது. என்னுடைய அம்மாவும் அப்பாவும் என் கண் முன்னால் சண்டை போட்டதை நான் பார்த்ததே இல்லை. எப்போதும் எங்கள் வீட்டில் எது இருக்கிறதோ இல்லையோ ஒரு அமைதி இருக்கும்.

ஆனால் இவளுக்கு எதற்காவது சண்டை போட்டுக்கொண்டே இருக்க வேண்டும். முணுக்கென்றால் கண்களில் நீர் தேங்க கோபித்துக்கொண்டு கிளம்பிப் போய்விடுவாள். அதுவும் அவளைப் பற்றிய கதையைத் தோண்டித் துருவிக் கேட்டால், உடனடியாகக் கிளம்பிப் போய்விடுவாள். ''உங்களுடைய கவனத்தை விளையாட்டில் மட்டும் செலுத்துங்கள்'' என்பாள் பெரிய மனுஷி மாதிரி. ஆனால் அதற்கடுத்து குறைந்தது ஒரு வாரத்திற்காவது இணைப்பில் வரவே மாட்டாள். எனக்கு அது தேவையாக இருக்கவில்லை. எனக்குத் தேவை ஒரு மெல்லிய மௌனம். அந்த மௌனத்தில் அவள் உடன் இருக்க வேண்டும். அவளோடு கரம் கோர்த்து மைதானத்தில் நான் தனியாக நடக்க வேண்டும்.

அவளை ஒருநாள் அப்படி எங்கள் கல்லூரி மைதானத்திற்கு விடுமுறைக் காலத்தின்போது அழைத்துப் போனேன். மஞ்சள் வெய்யில் மைதானத்தில் இருந்து விடைபெறும் நேரம். எங்கள் கல்லூரியே ஒரு காடு. அந்தக் காட்டிற்கு நடுவே செவ்வக வடிவில் ஒரு பொட்டல் வெளி. மரங்களுக்கு மேலே இருந்து சூரியன் அந்தப் பொட்டல் வெளியில் வெளிச்சத்தைப் பாய்ச்சுவதிலிருந்து பின்நகர்ந்து செல்லும் நேரத்தில் நாங்கள் நடந்து போன காட்சி எப்போதும் என் நினைவில் நிற்கும். அவள் அத்தெலட்டாக மாறியிருந்தாள். மைதானம் என்றதுமே விளையாட்டு உடையில்தான் வந்திருந்தாள். எனக்குப் பிடித்த கத்தரிப்பூ நிற உடைகள்.

மைதானம் இருட்டியதும் நான் அவளுடைய கைகளைப் பிடித்துக் கொண்டபோது அவள் மறுப்புத் தெரிவிக்கவில்லை. நாங்கள் ஹாக்கி கோல் போஸ்ட்டில் போய் முதுகைச் சாய்த்துக்கொண்டு அமர்ந்தோம். மைதானத்திற்கு எதுவும் தெரியக்கூடாது என்பதால் முதுகைக் காட்டிக்கொண்டு அமர்ந்தோம். எங்களைச் சுற்றி யாரும் இல்லை. நான் எழுந்து போய் மைதானத்தின் ஒரு ஓரத்தில் போட்டிருந்த என் தோள்ப்பையை எடுத்து வந்து என் மடியில் வைத்துக் கொண்டேன். அவள் என்னது என்கிற மாதிரி பார்த்தாள்.

நான் அந்தப் பையினுள் இருந்து பார்பி பொம்மையை எடுத்துக் கொடுத்தேன். அந்தப் பொம்மை வந்து சேர்ந்த அந்தக் கதையைச் சொன்னேன். திருடியது என்று சொல்லவே இல்லை. ஒரு குட்டி

தேவதை கொடுத்ததாகச் சொன்னேன். ஆமாம் குட்டி தேவதைதானே கொடுத்தது? அதை இன்னொரு தேவதைக்குக் கொடுக்கிறேன். இடையில் பாதுகாப்பாக இதை வைத்துக்கொண்டதற்கே தனியாகப் பதக்கம் கொடுக்க வேண்டும் எனக்கு.

அவள் அதை வாங்கி மடியில் வைத்துக்கொண்டு எந்தவித உணர்ச்சிகளையும் காட்டாதவளாக அமர்ந்திருந்தாள். ''இந்த பார்பி பொம்மையை கடைசியில் சரியான ஆளிடம் ஒப்படைத்து விட்டேன். அதனோடு நான் இருக்கவும் வேண்டும்'' என்றேன். சுற்றி வளைத்துப் பேசினாலும் அதெல்லாம் அவளுக்குப் புரியும் என்பது எனக்கு நன்றாகத் தெரியும். ''ஒருவேளை நானும்கூட ரிலே ரேஸில் கடத்துவதைப்போல என் ரவுண்டை ஓடி முடித்துவிட்டு இன்னொரு கைக்குக் கடத்தலாம் இதை'' என்றாள். துல்லியமாகத் தாக்கி விட்டாள். இது முதன்முறையல்ல எனக்கு. ஒருமுறை ஒரு உற்சாகமான தருணத்தில் அவளது தொடையில் கை வைத்தேன். அப்போதும் விலக்கி விட்டு அவளும் அந்த உற்சாகமான மனநிலையிலேயே ''உங்ககிட்ட மாட்டப் போறவ செத்தா'' என்றாள். யாரைச் சொல்கிறாள் என்கிற குழப்பத்தை எப்போதும் எனக்குள் விதைக்கும் விளையாட்டை ஆடிக்கொண்டே இருந்தாள்.

என்னை மைதானத்திற்கு வெளியேயும் பார்வை படாதபடி அனுப்பி வைக்க மாட்டாள். உள்ளே விளையாடவும் விட மாட்டாள். எத்தனை நேரம்தான் ஒரு தகுதியான ஆட்டக்காரன் கேலரியில் அமர்ந்து வேடிக்கை பார்த்துக் கொண்டிருக்க முடியும்? என்னைக் காப்பாற்ற வந்த தேவதைபோல சில சமயங்களில் நடந்து கொண்டாள். சில சமயங்களில் என் கனவை உடைத்து என்னைத் தெருவில் அலைய விடப் போகும் சாத்தானாகவும் இருந்தாள்.

நான் அவள் மீது உச்சகட்ட வெறுப்பில் இருப்பேன். நாளையில் இருந்து இவளோடு பேசவே மாட்டேன் என டைரியில் எல்லாம் எழுதி வைத்திருக்கிறேன். ஆனால் அடுத்த நாள் ஒரு தொலைபேசி அழைப்பில் என்னை உருகச் செய்துவிடுவாள். ''நேத்து மேட்ச் என்னாச்சு?'' என்பாள் எதையும் காட்டிக் கொள்ளாமல். 'அடி மயிரே, நேத்து நீ கூட்டின எளவால ஒரு மயிரும் விளையாட முடியலை' என்று சொல்ல வேண்டும்போல தோன்றுகிற அடுத்த நொடி ஒரு பாசம் எனக்குள் எட்டிப் பார்க்கும். தடாலடியாக சின்ன வயதில் இருந்தே கற்றுக்கொண்ட வித்தைப்படி காலில் விழுந்துவிடுவேன். அதற்கடுத்து அவள் இழுத்த இழுப்பிற்கெல்லாம் போவேன். அவள் நல்ல மனநிலைகளில் என்னைத் தாங்கித் தாங்கிப் பார்த்துக் கொள்வாள். நான் ஏதாவது போட்டிக்குக் கிளம்புகிறேன் என்றால் முதல் நாள் இரவு தொலைபேசியில் மறக்காமல் அழைத்துவிடுவாள்.

அவளை இணைப்பில் வைத்துக்கொண்டு, ஜட்டி, சீப், க்ரீம், ரேஷர் என்று திருப்பிச் சொல்லிக் கொண்டிருக்க வேண்டும். ஒரு சின்ன நகம் வெட்டி வரை எல்லாவற்றையும் ஞாபகமாக எடுத்து வைக்கச் சொல்வாள். மறுநாள் என்னை ட்ரெயின் ஏற்றி விடும்போது, பழம், தண்ணீர் பாட்டில் கொடுத்து வழியனுப்பி விடுவாள். நட்புறவோடு இருக்கும் காலங்களில் ஃபோனில் பேச ஆரம்பிக்கும்போதே, என்ன ஜூஸ் குடிச்சீங்க என்பாள். இல்லை குடிக்கலை என்றால், குடிச்சிட்டு கூப்பிடுங்க என இணைப்பைத் துண்டித்து விடுவாள். இதனாலேயே அவள் பின்னால் அடிமை மாதிரி அலைந்தேன். ஏற்கெனவே நான் நல்ல நிறம்தான். ஏதாவது பத்திரிகையில் நான் கோலடிக்கிற படங்களை கவர் படமாகவே எடுத்துப் போடலாம். அவள் என்னை மேலும் மேலும் மரக்கட்டையைத் தேய்த்து பாலீஷ் பண்ணுவதைப்போல மெருகேற்றினாள்.

உடலுக்கு க்ரீம் போட வேண்டும் என்று சொல்லி அவளுக்குப் பிடித்த பிராண்ட் அயிட்டங்களை வாங்கி வந்து தருவாள். என்ன பெர்ஃப்யூம் என்பதைக்கூட அவள்தான் தீர்மானிப்பாள். ஒருகட்டத்தில் நான் எனக்குத் துணி எடுக்கப் போவதையே நிறுத்தியிருந்தேன். அவளே வாங்கிக்கொண்டு வந்துவிடுவாள். இத்தனை வருடங்கள் விளையாடாமல் இருந்தாலும் அவள் கொஞ்சம் குண்டடித்திருந் தாளே தவிர மற்றபடி கச்சிதமாக இருந்தாள். மிதமான உடல் வாகுடன் பெரிய மார்பகங்களோடு இருந்தால், வேடிக்கை பார்க்காமல் என்ன செய்வார்கள்? அவளுடைய சருமத்தைப் பல தடவைகள் தொட்டுப் பார்த்திருக்கிறேன். அவளது முழு உடலையும் நான் தொட்டுப் பார்த்த அந்தத் துண்டு சருமத்தில் உணர்ந்தேன். அப்படியே நெஞ்சில் அணைக்க வேண்டும் என்று இரவுகளில் தோன்றிக்கொண்டே இருக்கும். எனக்குப் பிற பெண்களை நினைத்தால் காமம் வருவது அப்போது நின்றிருந்தது. எல்லா உணர்வுகளுக்கும் பார்பிதான் எனக்கு, காமம் மட்டும் விதிவிலக்கா என்ன?

முழுக்க அவள் மீது சாய்ந்துவிட்டேன். மீட்டெடுக்க முடியவே இல்லை. அவள் தேள்போல் கொத்துவாள். சர்ப்பம்போல் தீண்டுவாள் பல சமயங்களில். அப்புறம் ஆட்டுக்குட்டிகளை நக்கி விடுவதைப் போல என்னையும் நக்கிவிடுவாள். எல்லா இலைகளிலும் வாய் வைக்கும் செம்மறி ஆடான என்னை தரமான இலைகளில் மட்டும் வாய் வைக்கும்படி கற்றுக் கொடுத்த இடையன் அவள். அதனா லேயே அவள் எனக்கு முக்கியமானவளாக இருந்தாள். பொது வாகவே விளையாட்டு வீரர்கள் கண்ணுக்குத் தெரியாமல் எதையாவது ஒரு உச்சியைக் கற்பனை செய்து கொள்வார்கள். அதை

நோக்கி விசையைச் செலுத்திக்கொண்டே இருப்பார்கள். நானொன்றும் விதிவிலக்கில்லை அதற்கு.

ஒருதடவை கதையொன்றைக் கேட்டிருக்கிறேன். ஒருத்தன் அந்த ஊரில் இருந்த உச்சிக்குப் போக வேண்டும் என்று தவம் கிடந்தானாம். கடைசியில் ஒருநாள் அந்த உச்சியை அடைந்தும் விட்டானாம். மேலே இருந்து அதற்கடுத்து என்ன என்று யோசித்திருக்கிறான். ஒரு சூன்யம் வந்து மனதில் உட்கார்ந்து விட்டது. மேலே இருந்து குதித்துத் தற்கொலை செய்து கொண்டானாம். எங்களுக்கு உச்சிகள் என்பது பல. ஒவ்வொரு முறை விழுந்தாலும் எழத் தெரியும். நாங்கள் ஒவ்வொரு முறையும், அதற்கும் பெரிய உச்சிகளை உருவாக்கத் தெரிந்தவர்கள். ஆனால் பார்பி விஷயம் அப்படியல்ல என்று தோன்றியது. இது மட்டும்தான் இந்த விஷயத்தில் என் உச்சி என்பதில் உறுதியாக இருந்தேன். அப்போது நான் இப்படிச் சிந்திக்கும் நிலையில்கூட இல்லை. நான் என்னை கேள்விகளுக்கு அப்பாற்பட்டு ஒப்புக் கொடுத்திருந்தேன். அவள் என்னை வழிநடத்துகிற இடத்திற்கு நகர்ந்திருந்தாள். அம்மாவுக்குக் கோபம் வந்தால் நாலு அடி போடத் தானே செய்வார்கள். அப்படி எடுத்துக்கொண்டேன் அவள் எனக்குப் பரிசளித்த தற்காலிகமான மரணங்களை.

அத்தியாயம்

12

எனக்குக் காரோட்டுவது என்றால் கொள்ளை ப்ரியம். சின்ன வயதிலிருந்தே எங்கேயாவது கிடைத்தால் எடுத்து ஓட்டிக் கொண்டிருப்பேன். ஹாக்கி மட்டும் திகட்டிப் போயிருந்தால், கார் ரேஸுக்குதான் போய் நின்றிருப்பேன். ட்ரைவிங் பள்ளிக்கெல்லாம் போகவில்லை. ஒருநாள் சொந்தக்காரர் அண்ணன் பக்கத்தில் உட்கார்ந்துகொண்டு எடுறா, ஒரு மயிரும் இல்லை என்றார். நான் ஏறி உட்கார்ந்த இரண்டு நிமிடங்களுக்குப் பதற்றப்பட்டேன். அப்புறம் ஒரு பிரச்சினையுமில்லை. சில இடங்களில் மட்டும்தான் தடுமாறினேன். எடுத்த எடுப்பிலேயே ஆக்சிலேட்டரை மிதித்த போது அண்ணன் தலையில் தட்டினார். ''இது உங்க கிரவுண்ட் இல்லை. நெனச்ச மாதிரி வேகமெடுக்க முடியாது. தறி கெட்டு ஓட இது கிரவுண்ட் இல்ல. எல்லாரும் இருக்கிற ரோடு'' என்றார். எனக்கு விளங்கிவிட்டது.

அதற்கடுத்து ஆக்சிலேட்டர் என் காலில் இருந்தாலும் எல்லோருடைய உயிரும் என்னுடைய சட்டை பாக்கெட்டில் என்பதைப்போல பொறுப்பாக நடந்துகொள்வேன். நூத்தி நாப்பதெல்லாம் சாதாரணமாகப் போவேன். யாருக்கும் சிறு தொந்தரவு இருக்காது. பிரேக்கில் எப்போதும் கால் இருந்தபடியே இருந்தாலும் இந்த வேகம் சாத்தியமாகும். அதைப்போல சென்னையின் சந்து பொந்துகள் எல்லாமும் எனக்குத் தெரியும். நடந்தே பல இடங்களில் சுற்றியிருக்கிறேன். காருக்கு இருபுறமும் இடையில் அரை அடி விட்டால்கூட போதும் புகுந்து வெளியேறி வந்துவிடுவேன்.

கார் ஓட்டும்போது நான் மைதானத்தில் இருப்பதைப் போலவே உணர்வேன். என் கவனம் குவிவதை ரசிப்பேன். வேறு எதைப் பற்றியும் சிந்திக்க மாட்டேன். சாலை தெரியும். மனிதர்கள் தெரிவார்கள். வண்டிகள் தெரியும். கோல் போஸ்ட்டை நோக்கி ஓடுவதைப்போல சாலையில் பறப்பேன். அப்படிதான் ஜெகா அண்ணனுடன் ஒருதொழிலில் தேவையில்லாமல் மாட்டிக்கொண்டேன்.

கல்லூரி முடித்து வெளியே வந்ததும் உடனடியாக வேலை எதுவும் இல்லை. இந்தப் பணியில் தற்காலிகமாக பணிபுரிய வாய்ப்புக் கிடைப்பதற்கு முன்பு வறுமை தாண்டவமாடியது. ஊரில் இருந்தெல்லாம் பணம் எதிர்பார்க்கவே முடியாது. தினமும் இரண்டு தடவை பயிற்சிக்குப் போக வேண்டும். இடையில் ஒரு ஐந்து மணி நேரம் மட்டும் வேலை என்று கேட்டால் எவன் தருவான்? நீங்கள் தருவீர்களா? தங்குவதற்கும் இடமில்லை. தற்செயலாக அண்ணனை தாம்பரம் ரயில்வே ஸ்டேஷனில் வைத்துப் பார்த்தேன். என் முகத்தில் இருந்த சோர்வைக் கவனித்துவிட்டார். ''மசுரால நீ, தேடி வந்துருக்கக் கூடாதா...'' என்றார். என்னை அவருடைய அறைக்கு அழைத்துப் போனார்.

போரூருக்குப் பக்கத்தில் இருந்தது அந்த ஒற்றை அறை. அதில் அண்ணனோடு இன்னொருத்தரும் இருந்தார். ஒரு மார்வாடிக்காக கார் சீசிங் வேலை பார்த்துக் கொண்டிருந்தார்கள். பணம் கட்டாத காரைத் தூக்க வேண்டும். மாற்றுச் சாவி கைவசம் இருக்கும். பொதுவாகவே இப்படிக் கட்டாமல் விடுபவர்கள் அடாவடிக்காரர் களாக இருப்பார்கள். அவர்களைச் சமாளிக்கும் திறமையுடைய ரௌடிகள் தேவை. நானும் ரௌடியானேன். சொந்தச் சகோதரர் களையே வில் வைத்துக் கொன்றவர்களுக்கு கிருஷ்ணன் தேரோட்டி யாக இருக்கவில்லையா? நான் வந்து சேர்வதற்கு முன்பு இரண்டு மூன்று இடங்களில் காரை எடுத்துக்கொண்டு வெளியேறும்போது அவர்களது ஆட்களிடம் மாட்டிக்கொண்டு அடியும் வாங்கியிருக் கிறார்கள். ஒரு காரை எடுத்துக்கொண்டு வந்து கொடுத்தால் பத்தாயிரம் ரூபாய் சன்மானம். என்னை அவர்கள் விட்டிருக்கவும் மாட்டார்கள்.

வீட்டில் ராஜ உபசாரம் நடக்கும். தினம்தோறும் ஒரு முழு பாட்டில் ரம் வந்துவிடும். மட்டன், மாட்டுக்கறி, சிக்கன் என்று எதற்கும் குறைவிருக்காது. நம்முடைய விஷயத்தில் கேட்கவும் வேண்டுமா? ரௌடிகளுக்கு உடம்பு மதமதக்க வேண்டும். மாமிசம் தின்றபடியே இருந்தால்தான் அந்த மிதமிதப்பைத் தொடர முடியும். இந்த மதமதப்பைக் கழற்றத்தான் ஜெயிலில் எல்லாம் சுரைக்காய்,

பூசணிக்காய் என நீர்ச்சத்துள்ள காய்கறிகளாகவே பார்த்துப் போடுவார்களாம். இதேதான் விளையாட்டு வீரனுக்கும். நான் எளிதாகவே இந்த சாகசத் தொழிலில் ஒன்றிப் போனேன். பணம் கட்டவில்லை. மயிறான் தூக்கறோம். எல்லா வகை கார்களையும் தூக்கியிருக்கிறோம். நான் சேர்ந்த பிறகு ஒரு இடத்திலும் தடங்கல் இல்லை.

பொம்மைக் காரைக் கொண்டுவருவதைப்போல அலுங்காமல் குலுங்காமல் கொண்டுவந்துவிடுவோம். ஒருதடவை ஆரணியில் பி.எம்.டபிள்யூ கார் ஒன்றைத் தூக்கத் திட்டமிட்டோம். ஆள் அந்தப் பகுதியில் பயங்கரமான ஆள். அவரது தோப்பு வாசலில்தான் காரை நிறுத்தியிருந்தார். மிகச் சரியாகத் துல்லியமாகத் திட்டமிட்டு அந்தக் காரைத் தூக்கிக்கொண்டு வந்தோம். அது அழகான மாலை வேளை. நான் மைதானத்தில் இருந்தாகவேண்டிய வேளை. அந்த நெடுஞ்சாலையில் அந்த பி.எம்.டபிள்யூ காரை நான் ரம்மியமாக ஓட்டிக்கொண்டு வருவதை அண்ணன் குறுகுறுவென்று பார்த்துக் கொண்டு வந்தார். ''வேண்டாம்லே இந்தத் தொழிலு. உழைச்சு சொந்தக் காசுல ஓட்டு. நீ ஓட்டுறது ஹீரோ மாதிரி இருக்கு'' என்றார். அதற்கடுத்து அண்ணன் அந்த வேலைக்கு என்னை அழைத்துப் போகவில்லை. வீட்டில் மட்டும் தங்கியுண்டுகொள்ள அனுமதித்தார்.

இரவுகளில் அண்ணன் மிருகமாவதை அருகில் இருந்து பார்ப்பேன். எந்த நேரம் வேண்டுமானாலும் என் முகத்தில் தலையணையை அழுத்திவிடுவாரோ என பயம் இருந்துகொண்டே இருக்கும். அப்படி ஒருதடவை செய்தும் இருக்கிறார். பாட்டிலை அப்படியே தரையில் போட்டு உடைப்பார். குழம்புச் சட்டியைத் தரையில் கவிழ்த்துவார். சோற்றுச் சட்டியை உதைப்பார். படுத்திருந்தால் முதுகில் ஒரு உதை விடுவார். மறுநாள் காலை தங்கம் மாதிரி இருப்பார். ''மன்னிச்சுருலே, வெறி தன்னப்போல வந்திருது'' என்பார் தலையைக் குனிந்துகொண்டு. எனக்கு ஒரு மாதிரியாகப் போய்விடும். பொறுத்துக் கொள்வேன். சீக்கிரமே அந்த இடத்தை விட்டு நகர்ந்துவிட வேண்டும் என திட்டமிட்டுக் கொண்டிருப்பேன்.

அன்றைக்கு ஞாயிற்றுக் கிழமை என்பதால் நாங்கள் தங்கியிருந்த காம்பவுண்டில் புதியவர்களின் நடமாட்டம் இருந்து கொண்டிருந்தது. அண்ணன் அன்றைக்குக் காலையிலேயே குடிக்க ஆரம்பித்திருந்தார். அவர் அந்த ஏரியாவில் ஒரு பெண்ணைக் காதலிப்பதாகச் சொல்லி, பல தடவை அறைக்கு அழைத்து வந்திருக்கிறார். இந்த அசிங்கத்தை எங்கே போய்ச் சொல்வது? உள்ளே அந்தப் பெண்ணுடன் அவர் இருக்கும்போது நான் வேறு

வழியில்லாமல் வெளியில் நின்று விளக்குப் பிடித்துக் கொண்டிருப்பேன். அவமானமாக இருக்கும். அன்று அந்தப் பெண் வரமுடியாது என்று சொல்லி விட்டாள்போல. கடும் கோபத்தோடு குடித்துக் கொண்டிருந்தார் அண்ணன்.

எந்த நேரம் வேண்டுமானாலும் பிரளயம் நடக்கலாம் என்பது தெரிந்தது. மிருகம் தலையைத் தொங்கப் போட்டு உட்கார்ந்து குடித்துக் கொண்டிருந்தது. அது தன் வேலையைக் காட்டவும் செய்தது. எதிர் வீட்டில் இருந்த பெண் ஒருத்தியை எழுந்து போய் சீண்ட ஆரம்பித்தார் அண்ணன். அந்தப் பெண்ணின் கணவர் வெளியூரில் வேலையில் இருக்கிறார். ஒரே ஒரு சின்னக் குழந்தையோடு தனியாக இருந்தார். இவர் குழந்தையின் கன்னத்தைக் கிள்ளுவதுபோல உள்ளே நுழைந்து அந்தப் பெண்ணிடம் சீண்டலை ஆரம்பித்தார்.

ஒருகட்டத்தில் காலுக்கு மேலே அந்தப் பெண்ணின் புடவையைத் தூக்கி முதுகில் வாய்வைத்தார். போதையில் தள்ளாடிக் கொண்டிருந்தார். ''மேல் வீட்டுக்காரனோட இருப்ப. எங்கூட இருக்க மாட்டியா...'' என்றார் குழறலுடன். அந்தப் பெண் போட்ட சத்தம் கேட்டு மேல் வீட்டிலிருந்து விருந்தினர்களாக வந்தவர்கள் ஓடிவந்தார்கள். அண்ணன் மூக்கு எப்படித்தான் வியர்த்ததோ? திடீரென போதை கலைந்து வெளியே ஓடினார். இந்த ரௌடிப் பயல்களுக்கெல்லாம் ஒரு கெட்ட பழக்கமிருக்கிறது. வயதான ஏட்டையா வந்தால்கூட கொஞ்ச தூரம் நடக்கிற மாதிரி நடந்து, போட்டது போட்டபடி ஓடிவிடுவார்கள். ரௌடிகளின் அடிப்படை விதியே ஆபத்து என்று கருதினால் தலைதெறிக்க ஓடுவது. ஓடிப் போய்விட்டார் அண்ணன். நான் மாட்டிக்கொண்டேன். என்னை வந்தவர்கள் துவைத்து எடுத்தார்கள்.

போலீஸ் வருகிற வரை சட்டைக் காலரைப் பிடித்து தடுத்து நிறுத்தியிருந்தார்கள். அடிக்கடி பொடனியில் அடிவிழுந்தது. என்னை அந்த போலீஸ் வாகனத்தில் ஏற்றும்போது ஒருத்தர் லத்தியை வைத்து நெஞ்சுக் குழியில் குத்தினார். நரக வலியாக இருந்தது அது. என்னை ஏற்றும்போது பக்கத்து பலசரக்குக் கடைக்கார அண்ணாச்சி வந்து நின்று, ''இந்தப் பையன் அப்புராணி. விட்டுருங்க பாவம். ஏதோ விளையாட்டுல இருக்கானாம்'' என்றார். இதுவரை என்னிடம் ஒரு வார்த்தைகூட பேசியே இருக்காத அண்ணாச்சி அதைச் சொன்னார். இந்த நகரம் நம்மையும் கவனித்தபடிதான் இருக்கிறது என்று உணர்ந்தேன். சரியான திசையில் பந்தைச் செலுத்தினார் அண்ணாச்சி.

இன்ஸ்பெக்டரிடம் என்னை ஒப்படைக்கும்போதே இதைச் சொல்லிதான் உள்ளே அனுப்பினார்கள். இன்ஸ்பெக்டர் என்னை

கௌரவமாக அமர வைத்துப் பேசினார். ''ரௌடிப் பய சகவாசம் உனக்கெதுக்கு தம்பி. இந்தா பாரு விட்டுட்டு ஓடிட்டான்ல. விளையாட்டுல இருக்கறவங்க எந்த மாதிரியான பதட்டமான வேலையையும் பாக்கக் கூடாது'' என அறிவுரை சொன்னார். என் அறையில் இருந்த துணிமணிகளை மட்டும் எடுத்துக்கொள்ள அனுமதி தந்தார்கள். அத்தனையும் தூக்கிக்கொண்டு ஒத்தைப் பைசா இல்லாமல் இன்னொரு இடத்தைத் தேடி அலைந்து கொண்டிருந்தேன்.

அதற்கடுத்து அண்ணனை நான் பார்க்கவே இல்லை. அவர் நிச்சயம் என் முன்னால் வந்து நிற்கத் தயங்குவார் என்பது எனக்குத் தெரியும். அவர் பலதடவைகள் என்னை கடுமையான சித்திரவதைகள் செய்திருக்கிறார். ஆனால் பிரச்சினை என்று வரும்போது அவர் மட்டும்தான் தப்பித்திருக்கிறார். அவரிடம் நேர்மை இல்லை. நானாக இருந்தால் அப்படிச் செய்திருக்கவே மாட்டேன். கூட நின்றுதான் அடிவாங்கியிருப்பேன். கல்லூரியில் இருந்தபோதும் இதைத்தான் செய்தார் அவர். அப்போது நான் அவருக்குச் சோறு போட்டேன். அவருக்குக் குற்றவுணர்வு இருந்திருக்கும். இப்போது அவர் எனக்குச் சோறு போட்டார். தப்பி ஓடியதை தன்னுடைய உரிமை என்றுதான் எடுத்துக்கொண்டு இருந்திருப்பார். அதனால்தான் சொல்கிறேன். திரும்பி வந்து என் முன்னால் நிற்க மாட்டார்.

ஆனால் உண்மையிலேயே நான் உழைத்து வாங்கிய காரில் போகவேண்டும் என்று சொன்னபோது அவரது கண்கள் மினுமினுப்பதைப் பார்த்தேன். தனக்கொரு பிரச்சினையென்றால் தப்பித்து ஓடிவிடு என்பதைத்தானே சின்ன வயதில் இருந்தே எங்களுக்குக் கற்றுத் தந்தார்கள். கிடைத்த வாழ்க்கைக்காக எதையும் அத்துவிட்டு ஓடுவதை வாழ்க்கை நெடுக பார்த்துக் கொண்டுதானே இருக்கிறோம். நான் மட்டும் விதிவிலக்கா என்ன? அவரையும் குற்றம் சொல்ல முடியாது என்பதால் இந்த நிமிடம் வரை அவர் மீது எனக்குக் கோபம் இல்லை. அண்ணன் எதற்காக என் மீது ஒருவித கவனத்துடனேயே இருந்தார் என்று யோசித்துப் பார்த்திருக்கிறேன் பலதடவை. தர்மனின் சாவுக்குப் பழிவாங்கும் சங்கிலியில் நான் என்னை இணைத்துக் கொண்டிருந்தேனோ என அண்ணன் நினைத்துக் கொண்டிருக்கலாம். அண்ணன் எப்போதும் ஒருவித சந்தேகக் கண்ணோட்டத்துடனேயே அணுகியதை பிற்பாடு யோசித்துப் பார்த்தால் புரிகிறது. ஒருவேளை நான் சம்பவம் செய்யும் ஆட்களுக்குத் துணை நின்றுவிடலாம் என அவர் பயந்திருக்கலாம்.

அந்த வகையில் அப்போது தப்பித்து ஓடினாலும், அண்ணன் தைரியசாலிதான் ஒருவகையில். ஒருத்தன் ஸ்கெட்ச் போட

வாய்ப்பிருக்கிறது என்பது தெரிந்தும், அவனை வீட்டுக்குள் இருத்தி வைப்பது சாதாரணமான காரியமா என்ன? ஒருவேளை நான் போட்ட சோற்றிற்கு மறு சோறு போட்டாரோ என்னவோ?

குறுகிய கால வாழ்க்கைதான் அது. பல நேரங்களில் நெஞ்சுக் குழியைத் தடவிப் பார்ப்பேன். வலிமிகுந்த அந்தக் கணம் நினைவுக்கு வரும். கூடவே இன்னொன்றும் வரும். விதவிதமான கார்களை ஓட்டியதால் நான் கார் பைத்தியம் ஆனேன். உழைத்த காசில் ஓட்டு என்று அண்ணன் சொன்ன வார்த்தைகள் நெஞ்சில் இருக்கின்றன. என் பார்பியை பக்கத்தில் வைத்துக்கொண்டு நெடுஞ்சாலையில் பறப்பேன் என்கிற குறுகுறுப்பை அந்தக் காலகட்ட அனுபவங்கள் தான் தந்தன. அண்ணன் எனக்கு நான் விருப்பப்பட்ட விருந்தை இலையில் பரப்பி வைத்துவிட்டு அதன் ஓரத்தில் கொஞ்சம் சித்திரவதைகளையும் பிட்டு வைத்தார். ஒருவகையில் வாழ்க்கை முழுக்க இதுதான் எங்களுக்கு நடந்திருக்கிறது. அந்தத் துயரத்தைத் துடுப்பு போட்டுக் கடக்க வேண்டும். படகில் நான் பார்பியை ஏற்றிக்கொள்ள நினைத்ததில்லை எப்போதும். என் காரில் அவள் ஒரு பார்பியைப்போல இடதுபுறம் அமர்ந்து நகர்வலம் வர வேண்டும். அரசிகள் நகர்வலம் வரும்போது ஒரு வேலையும் செய்யக்கூடாது. சேவகன் நானிருக்க அவளுக்கேன் கவலை... எந்த பார்பியைச் சொல்லிக் கொண்டிருக்கிறேன் என எனக்கே விளங்கவில்லை.

அத்தியாயம்

13

அந்த முறை பார்பியிடம் இருந்து விடுபட்டே ஆகவேண்டும் என்கிற தீவிர மனநிலைக்கு வந்துவிட்டேன். விடுபடுவது குறித்து என்னுடைய கோச் ஆழமாக ஒருமுறை எனக்குக் கற்பித்திருக்கிறார். விரைவில் வரவிருக்கும் போட்டியில் நான் சாதித்தே ஆகவேண்டும். அது நடந்தால்தான் என் விளையாட்டு வாழ்வு முழுமையடையும். ஏற்கெனவே என்னைப் பற்றிய முணுமுணுப்புகள் கிளம்பியிருந்தன அங்கே. செத்துச் செத்து விளையாடும் இந்த விளையாட்டிற்கு முடிவு கட்டிவிட வேண்டும் என நினைத்துக் கொண்டிருந்த நேரம். அலுவலகத்தில் சில பெண்களை உற்றுப் பார்க்கத் துவங்கினேன். அவர்களும் சந்தோஷமாகவே திரும்பிப் பார்க்க வேண்டும் என்று மனம் விரும்பியது. ஆனால் அவர்கள் நான் பார்ப்பதை அறிந்த மாதிரியே காட்டிக் கொள்ளவில்லை. இதைக் கவனித்துப் பார்த்த என் அலுவலக நண்பன் என்னை அழைத்து அதைச் சொன்னான். அவன் விளையாட்டு வீரன் இல்லை. ''உனக்கு பிரச்சினை செக்ஸ்தான். பெட்டர் என்ஜாய் இட் அண்ட் கம் பேக். கான்சன்ட்ரேஷன மிஸ் பண்ணிடாத'' என்றான்.

தோளுக்கு மேல் வளர்ந்த பிறகு இப்படி ஒரு அறிவுரையைக் கேட்கும் போது அவமானமாக இருந்தது. இன்னும் முத்த வேண்டும் கனியை ருசிக்க என்கிற நிலையில் என்னதான் செய்வது? உண்மையில் பார்பியிடம் நான் இதைத்தான் தேடுகிறேனா? ஒருதடவை அவளை என்னுடைய அறைக்கும் அழைத்து வந்தேன். அவள் அனிச்சையாய் என்னுடைய துணி மணிகளை எடுத்து மடிக்க ஆரம்பித்தாள். என்னுடைய ஜட்டியை எடுத்து லைஃப்ஸ்டைல் கவரில் போட்டு

வைத்தாள். நான் அவளுக்கு ஜூஸ் போட்டுக் கொடுத்தேன். கால் வலி எப்படி இருக்கிறது என்று கேட்டேன். நிறைய நடந்துவிட்டேன் என்றாள். அவள் ஏனோ வழக்கம்போல அல்லாமல் மிக அமைதியாக இருந்தாள். முழங்கால் அளவுத் தண்ணீர் இருக்கிற ராமேஸ்வரம் கடல் மாதிரி தளும்பாமல் இருந்தாள்.

''மசாஜ் பண்ணவா? பார்பிக்களுக்கு அது சுகமானதாக இருக்கும்'' என்றேன். ''ஜாக்குலின் நித்திய குமாரிக்கு'' என்றாள். அவள் என்னிடம் ஒப்புக் கொடுக்கத் தயாராகிவிட்டாள் என்பது எனக்குப் புரிந்துவிட்டது. அப்போது அவள் இந்தோனேசியா பாலிப் பெண்களைப் போலவே இருந்தாள். என் அனுபவத்தில் நான் நிறைய செக்ஸ் படங்களைப் பார்த்திருக்கிறேன். எனக்கு ஆக்ரோஷமான படங்கள் பிடிப்பதே இல்லை. மெதுவாக இந்தியப் பாணியில் முன்னகர வேண்டும் எனக்கு. மடியில் கிடத்தி முத்தமிட்டுக் கொண்டிருக்கும்போது அந்தப் பையன் மட்டும் திடீரென கேமராவைப் பார்க்கும் காட்சிகளைப் பார்ப்பதற்காகவே அதே மாதிரி தேடிக் கொண்டிருப்பேன். அப்படித் தேடுகையில் இந்த பாலிப் பெண்கள் மட்டும் ஒரு வீடியோவிலும் தென்பட்டதில்லை. கல்லூரிக் காலம் வரை நான் செக்ஸ் படங்களைப் பார்த்ததே இல்லை. அப்படிப் பார்ப்பது பெரும்பாவம் என சொல்லிச் சொல்லி வளர்க்கப்பட்டு வாய்ப்பு மறுக்கப்பட்டவர்கள் நாங்கள். ''சிந்துற விந்து ஒவ்வொண்ணும் குழந்தைடே. சக்தி பாத்துக்க. சிந்துனா நொண்டியடிப்பு கிரவுண்ட்ல'' என்பார் திருப்பதி அண்ணன். ஒரு தடவை தெரியாமல் கரமைதுனம் செய்துவிட்டு மறுநாள் கிரவுண்டில் கால்கள் நடுங்கின. இரண்டாவது தடவை பண்ணியபோது கால்களில் நடுக்கம் நின்றிருந்தது. எதற்கு எது செட்டாகிவிட்டது? ஆடிக்கொரு தடவை அமாவாசைக்கு ஒருதடவைதான் அதுவும்.

கல்லூரிக் காலத்தில் வெறுமனே பார்த்துக்கொண்டே அலைவேன். அதுவும் முகத்தைதான் உற்று உற்றுப் பார்த்துக் கொண்டிருப்பேன். பார்பி சாயலில் பெண்களைத் தேடுவேன். அப்படியான பெண்ணொருத்தியை பாலியில் வைத்து ஒரு மேட்ச்சிற்குப் போனபோது பார்த்தேன். அங்கு எல்லோருமே பார்பி மாதிரி இருப்பார்கள். அதுவும் அந்தப் பெண் என் பெட்டியில் இருக்கிற பார்பி மாதிரியே இருந்தாள். ஐரோப்பியன் ஒருத்தனின் காலை மடியில் கிடத்தி அவள் மசாஜ் பண்ணிக் கொண்டிருக்கிற காட்சி எனக்கு எரிச்சலைத் தந்தது. அரசிகள் வேலை செய்யக்கூடாது என வாய்விட்டுச் சொன்னேன். அந்த இடத்தை உடனடியாகக் கடக்க விரும்பினேன்.

என்னருகே அமர்ந்திருந்த பாலி பார்பிக்கு மசாஜ் செய்துவிட விரும்பிதான் அப்படிக் கேட்டேன். அவள் உடனடியாகச் சரியென்றாள். அவள் பெயரைச் சொன்னதால் கொஞ்சம் சுருங்கிப் போனேன்தான். என்றாவது இப்படி ஒரு சம்பவம் நடக்கும் என்பதை யூகித்து ஆலிவ் ஆயிலை ஏற்கெனவே வாங்கி வைத்திருந்தேன். அவள் எண்ணெய் வேண்டாம் என்றாள். இல்லாவிட்டால் என் கைகள் வலிக்கும் என்றதும் ஒத்துக் கொண்டாள். நான் மெதுவாக அவளது பாதங்களை என் மடியில் வைத்து மசாஜ் செய்யத் துவங்கினேன். பாசம் என்கிற உணர்வு இப்படித்தான் பரவுமோ? ரோஸ் மில்க் குடிக்கும்போது நெஞ்சில் ஒரு குளிர்ச்சி பரவுமே, அப்படியிருந்தது அந்த உணர்வு. அவள் கண்களை மூடினாள். என்ன நினைக்கிறாள் என்பதை காட்டிக் கொள்ளாமல் இருப்பதற்காகக்கூட அவள் இமைகளை மூடியிருக்கலாம். நான் மெல்ல அவள் முழங்காலுக்கு நகர்ந்தபோதும் அவள் கண்களைத் திறக்கவில்லை.

என் அருகில் நகர்ந்து அமரச் சொன்னேன். அவள் வயிற்றில் நான் தெரியாமல் வைத்த மாதிரி கைகளை வைத்தபோது அவள் ஒன்றும் சொல்லவில்லை. நான் மெதுவாக அவளது வயிற்றைத் தடவிக் கொடுத்தேன். ''லைட்டா தொப்ப போட்டுருச்சு'' என்றாள் பழைய அத்தெலட். நான் டிஷர்ட்டைக் கழற்ற முடியுமா என்று கேட்டபோது மறுத்துவிட்டாள். நான் உள்ளே கைகளை விட்டு அவளது உடலை அழுத்தி விட்டேன். அவளது காதிற்குள் பாலித் தீவு மசாஜ் பற்றிய கேட்ட கதைகளையும் அதன் நன்மைகளையும் சொல்லிக் கொண்டிருந்தேன். அவள் கண்களை எந்தக் கணத்திலும் திறக்கவில்லை.

அவள் முதுகிற்குப் பக்கமாய் நகர்ந்தபோது அந்த பிரா கொக்கியைக் கழற்ற முடியுமா என்று கேட்டேன். அவள் தயக்கமின்றி கழற்றி விட்டாள். கழற்றும்போது அவள் கையிலிருந்த மோதிரத்தைப் பார்த்தேன். அவளது மார்பகங்களைத் தயக்கத்தோடு தொட்டபோது அவள் நிமிர்ந்து அமர்ந்தாள். நான் அவற்றை மெல்ல வருடிக் கொடுத்தேன். மசாஜ் என்கிற நினைப்பு வருகிற மாதிரி மெல்ல மார்புக்கூட்டிற்குள் அழுத்தி விட்டேன். இறுக்கமாகப் பிடிக்கத் துவங்கியபோது அவள் வேண்டாம் என்று சொல்லிவிட்டு எழுந்து விட்டாள். ஏன் என்றதற்கு, 'நெறைய ஜூஸ் குடிச்சேன்ல அதான்' என்றாள். நான் உடனடியாக தர்மசங்கடத்துடன் விலகி அவள் கண்களைப் பார்ப்பதைத் தவிர்த்தேன். அவளும்கூட புறாக்கள் தீவிரமாக கூண்டைச் சுற்றி அலைவதைப்போல, பதற்றமடைவதைப்போல தெரிந்தது. அவளை திரும்பவும் விடச் சென்றபோது அதிகமும் பேசிக் கொள்ளவில்லை. எனக்கு உடனடியாகக் குற்றவுணர்வு வந்துவிட்டது.

அவளை விட்டு விட்டு தெருமுனைக்கு வந்ததும் நீளமாக தமிழில் டைப் பண்ணி அவளுக்கு அனுப்பினேன். 'ஒரு கோச்போல அந்தக் கணத்தில் நடந்துகொண்டேன். ஒரு தந்தைக்கான பொறுப் புணர்வுடன் நடந்துகொண்டேன். ஒரு வைத்தியனின் மனநிலையில் இருந்தேன்.' இதை அவள் பார்த்துவிட்டாள் என்று காட்டியது. பிறகு ஏதோ டைப் அடிக்கிற மாதிரி தெரிந்தது. நான் அப்படியே பார்த்துக் கொண்டிருந்தபோது அது துண்டிக்கப்பட்டது. பிறகு அவளிடம் இருந்து பதில் எதுவும் வரவில்லை. அவளது தொலைபேசி அணைத்து வைக்கப்பட்டது. துவண்டு போனேன் நான். இந்த விளையாட்டு வீரர்களிடம் ஒரு பிரச்சினை இருக்கிறது. ஒரே விஷயத்தையே திரும்பத் திரும்ப யோசித்துக் கொண்டிருக்க முடியும். மைதானத்தில் ஒழுங்காகச் செயல்படமுடியவில்லை. கவனம் பிசகியது. அடித்த பந்துகள் எல்லாமும் கம்பத்திற்கு வெளியே போய் விழுந்தன. துயரம் சூழ்ந்த முகமாக கண்ணாடியில் பார்க்கும்போது தோன்றியது. எல்லோரும் அதைச் சுட்டிக் காட்டவும் ஆரம்பித்தார்கள்.

அதிகாலை எழுந்ததும் முதல் வேலையே அவளுக்குத் தொலைபேசி செய்வதுதான். அவள் தொலைபேசி பல நாட்களாக அணைத்து வைக்கப்பட்டிருந்தது. எனக்கு அவளைப் பார்க்க வேண்டும்போல இருந்தது. குறைந்தது ஒரு மெசேஜாவது அனுப்பினால் அதைக் கட்டிப் பிடித்துக்கொண்டே தூங்கி விடுவேன்போல உணர்ந்தேன். மறுபடி மசாஜ் பண்ணிவிட வேண்டும்போல இருந்தது. அவளுக்கு மசாஜ் செய்துவிட்ட காட்சிகள் திரும்பத் திரும்ப ஓடிக்கொண்டே இருந்தன.

இதை உதறிவிட வேண்டும் என தோன்றியது. இது எனக்கு சவக்குழி என்று தோன்றியது. எல்லாமே எதற்காக? அதற்காகத்தானே? அதையே நேரில் சந்தித்துவிட்டால், எல்லாம் வெட்ட வெளிச்சம் ஆகிவிடும். ஒரு ஃபார்வட் மெசேஜ் ஒன்றைப் பார்த்தேன். பெண் தோழியிடம் பிராமிஸ் செய்வதற்கு முன்பு எதற்கும் இரண்டு தடவை கர மைதுனம் செய்து விடு என்று இருந்தது. அதைச் செய்துவிட்டு மசாஜ் செய்யப் போயிருந்தால் பிரச்சினையே இல்லையே... ஆக அதுதான் பிரச்சினை. எனக்கு அறிவுரை சொன்னவரிடமே வெட்கத்தை விட்டு தயங்கித் தயங்கி உதவி கேட்டேன். அவரிடம் எது வேண்டுமானாலும் கேட்கலாம். அப்படியான நபர்தான். அவர் தேடிக் கொண்டுவந்து ஒரு புரோக்கரின் எண்ணைக் கொடுத்தார்.

நான் பாலியில் இருந்தபோது கோச் மேனேஜர்களெல்லாம் அவ்வளவு எளிதாக அறைக்குப் பெண்களைக் கூப்பிட்டு வந்ததை

ஒளிந்து திரிந்து பார்த்தோம். ஆனால் இங்கு எவ்வளவு சிக்கல் இருக்கிறது என்பதை அப்புறம்தான் உணர்ந்தேன். கிட்டதட்ட இரண்டு நாட்கள் இழுத்தடித்தார்கள். பத்தாயிரம் ரூபாய் பட்ஜெட் என்றால் எளக்காரமாகப் பார்த்தார்கள். இப்போதெல்லாம் ஐம்பதாயிரத்திற்கு மேலே போனால்தான் இரவுத் தங்கல் எல்லாமும். பத்தாயிரம் ரூபாய் பங்கு கொடுத்தால், ஒரு மணி நேரமோ இரண்டு மணி நேரமோ அனுப்பித் தருவோம் என்றான் ஒருத்தன். சில புகைப்படங்களைக் கடைசியாக அனுப்பினான். ஒரு பெண்ணின் எண்ணையும் தந்தான். அந்தப் புகைப்படத்தில் அந்தப் பெண் ரம்மியமாக அலங்கரித்துக் கொண்டிருந்தாள். ஆனால் நேரில் பார்த்த போது எனக்கு எல்லாமும் வடிந்து போனது. நான் அமைதியாக சாய்ந்து படுத்திருந்தேன். அப்போது அவளுக்கு வந்த தொலைபேசி அழைப்பில் பேச ஆரம்பித்தாள். ''எல்லாவளும் வரும்போது நல்லாத்தான் இருக்காளுக. நீங்க குடி குடின்னு பீரயும் பாட்டிலயும் வாங்கிக் குடுத்தா உப்பிப் போகாமல் என்ன பண்ணுவாங்க. ஃபோட்டோவுல இருக்கற மாதிரியே வேணும்னா இனிமே செஞ்சுதான் குடுக்கணும்'' என்று சொல்லிவிட்டு, தொலைபேசியை அணைத்துவிட்டு ஓம்மாலக்க என வாஸ்பேசினில் நடந்து போய்த் துப்பினாள். அவள் துப்பிய எச்சிலில் இருந்து பீர் வாடை அடித்தது. எனக்கு சரக்கு என்றால், இந்த மாதிரியான சந்தர்ப்பத்தில்கூட சுத்தமாக ஆகாது. அதன் வாடை எனக்குப் பெருந்துயரம். நான் முடியவே முடியாது என தீவிரமாக மறுத்துவிட்டேன். வேறு வழியில்லாத அவள் கைகளால் என்னை சந்தோஷப்படுத்தினாள். இதை நான் வீட்டிலேயே செய்திருப்பேனே? இந்தப் பத்தாயிரம் ரூபாயை வீட்டில் கொடுத்திருந்தால் சுகமாகப் பொங்கிச் சாப்பிட்டிருப்பார்கள் என்பதை நினைக்கையில் குற்றவுணர்வாக இருந்தது. நான் கிளம்பி வெளியே வந்தேன். ''அடுத்த தடவை மூடு வரும்போது கூப்பிடு. ஃப்ரீயா பண்ணித் தர்றேன்'' என முதுகிற்குப் பின்னால் குரல் கேட்டது.

கொஞ்ச நாட்கள் அந்த நினைப்பைத் தூர விரட்ட முயற்சிகள் செய்துகொண்டு தோற்றுப் போய்க்கொண்டே இருந்தேன். அவளுடைய மசாஜ் ஞாபகங்கள் அலைமோதிக் கொண்டே இருந்தன. திரும்பவும் தினவெடுத்தன தோள்கள். இந்த முறையும் கடுமையாக ஏமாந்தேன். ஆனால் எனக்கு ஒரு திறப்பு கிடைத்தது அங்கே. புரோக்கர் அந்த வீட்டு வாசலுக்கு அழைத்துப் போனபோதே சுதாரித்துவிட்டேன். திரும்பிப் போனால் சட்டையைக் கொத்தாகப் பிடித்து இழுத்து விடுவான் என பயந்துகொண்டே அவன் இழுத்த இழுப்பிற்கு அனிச்சையாக போய்க் கொண்டிருந்தேன்.

நகரத்தில் உள்ளடங்கி இருந்த வீடு அது. வாசலில் ஒரு அக்கா கால் நீட்டி அமர்ந்திருந்தது. என்னை கைகால் அலம்பச் சொன்னது. நான் வெளில போயிருக்காங்களா என்றேன். 'அடப் பாவி நாந்தான்ப்பா அது' என்றது சிரித்துக்கொண்டே. பணத்தை வேண்டுமானால் தந்துவிடுகிறேன் என்றேன். ''உனக்கு என்ன பிரச்சினைப்பா இப்பிடி வந்து உட்காரு'' என்றது அந்தக்கா. மந்திரத்திற்குக் கட்டுப்பட்டது போல உட்கார்ந்து விட்டேன். வாங்கிக்கொண்டு போயிருந்த சாத்துக்குடி பழங்களை இரண்டு பேரும் உட்கார்ந்து உரித்துச் சாப்பிட்டோம். யாரிடமும் மனம் திறந்து பேசவேயில்லை அதுவரை. யாருக்கும் தெரியாத டைரிபோல அந்தக்காவிடம் சொல்வது பாதுகாப்பாக இருக்கும் என்று தோன்றியது.

நான் பார்பியைப் பற்றிய கதையைச் சொன்னேன். மசாஜ் பற்றிய கதையைச் சொன்னேன். எல்லாவற்றையும் கேட்டு விட்டு அந்தக்கா, ''உடம்பு தேடலை உனக்கு. மனசு தேடுது. ஃபோட்டோவ வச்சுக்கிட்டு அத மாதிரியே தேட முடியுமா? உனக்கு சாம்பார் சாதம் வேணும்னா நீ அந்தக் கடைக்குதான போகணும்'' என்றது. 'எல்லா வற்றையும் கற்பனையிலேயே நிகழ்த்தப் பார்க்கிறாய். அது சிக்கலில் கொண்டுபோய் விட்டுவிடும். முன்கூட்டியே திட்டமிடப்பட்ட கணித முறைகள் மைதானத்தில் பல்லிளித்துவிடும்' என கோச் சொன்னது மறுபடியும் நினைவிற்கு வந்தது. அக்கா ஆழமாக நான் சொன்னதைப் புரிந்துகொண்டதை நினைக்கையில் ஆச்சரியமாக இருந்தது. ''நீ இப்பிடி இருந்தீன்னா மாட்டிக்குவ. பேசாம பொழப்பு தளப்ப பாக்கப் போ. எதுவுமே சொல்லாட்டி எதையோ மறைக்குறா அவ. பாவம் அவளுக்கு என்ன பிரச்சினையோ. நீ சொல்றதை யெல்லாம் பாத்தா அவ மனசு வேற பக்கமும் இருக்கும் போலருக்கு. எந்நேரம் பாத்தாலும் நமக்குச் சொந்தமில்லாததகூட ஆம்பளை கட்டிப்பிடிச்சுக்கிட்டு படுத்துக்கத்தான் நெனைப்பீங்க'' என்றது. நான் மொபைலில் இருந்த பார்பியின் புகைப்படத்தை எடுத்துக் காண்பித்தேன். ''பொட்டு மட்டும் வச்சுருந்தா பொம்ம மாதிரியே இருப்பா'' என்று சொல்லிவிட்டு அழகு காட்டிவிட்டு, ''கிறித்துவக் காரங்க சுத்திப் போடுவாங்களோ மாட்டாங்களோ'' என்றது அந்தக்கா.

நான் விடுபட விரும்புகிற விஷயத்தைச் சொன்னேன். அதற்கான தேவைகளையும் சொன்னேன். ''அழகு இருக்குற இடத்துல ஆபத்தும் இருக்கும்ல. நீதான் சூதானமா இருந்திருக்கணும்'' என்றது. அதற்கப்புறம் எப்படி விடுபடுவது என்பது குறித்து பலவாறு அந்தக்காவிற்குத் தெரிந்த மொழியில் எனக்கு அறிவுரைகள் சொன்னது. எனக்கு ஆச்சரியமாக இருந்தது. என் கோச் சொன்ன வார்த்தைகளைத்தான் அந்தக்கா வேறு வேறு வார்த்தைகளில்

சொல்லிக் கொண்டிருந்தது. ஸ்போர்ட்ஸ் ஹாஸ்டல் வாழ்வின் போது என் கோச் ஒரு முறை என்னை பார்பியின் விஷயத்தைத் தெரிந்துகொண்டு அழைத்துச் சொன்னது அது. அவளை நான் பார்பிபோல நினைத்துக் கொண்டிருக்கும் விஷயத்தை ஒருமுறை ஸ்ட்ரெச்சிங் செய்து கொண்டிருந்தபோது கோபியிடம் சொல்லி யிருந்தேன். அவன் அதை தற்காலிக வார்டனாக அப்போதிருந்த டி.எஸ்.ஓவிடம் போட்டுக் கொடுத்துவிட்டான். அவர் ''உனக்கு அந்த சாதி பொண்ணு கேட்குதோ'' என்று கேட்டு அடித்தார். அவர் இந்த விஷயத்தை என்னுடைய கோச்சிடம் சொல்லிக் கொடுத்து விட்டார்.

என் குடும்ப நிலைகளையெல்லாம் விளக்கிய கோச், இறுதியில் அந்த வார்த்தைகளை மூன்று முறை திரும்பத் திரும்ப எழுதி வைத்துப் படித்ததுபோல சொன்னார். ''எதிலிருந்தாவது விடுபட விரும்பினால் அதை துச்சமாக நினை. பல நேரங்களில் விளையாட்டு வீரனுக்கு நம்முடைய அகங்காரம்தான் சிறந்த தோழன்.'' அதைத்தான் அந்தக்காவும் சொன்னது.

அத்தியாயம்

14

ஏதோ நல்லவன் மாதிரியே பேசிக் கொண்டிருக்கிறேன் என்று நினைக்காதீர்கள். எல்லா கெட்ட சோலிகளையும் பார்த்திருக்கிறேன். பெண்கள் பக்கம் திரும்பாத உத்தமன் மாதிரி பேசிக் கொண்டிருக்கிறேன். என் வயதுப் பையன்கள் லவ் லெட்டர் கொடுத்துக் கொண்டிருக்கும்போது நான் எட்டிப் பார்த்துக் கொண்டிருந்தேன். விதம்விதமாக எட்டிப் பார்ப்பேன். அக்காக்கள் என்று உருகுவேன். ஆனால் சேலை மாற்றும்போது தற்செயலாக திறப்பதைப்போல திறந்துவிடுவேன் கதவை. டேய் லூசுப் பயலே என்பார்கள் அவசர அவசரமாக அள்ளி முடிந்தபடி. என் வீட்டு மொட்டை மாடியில் போய் பதுங்கி நின்றால் பல வீட்டு பாத்ரூம்கள் தெரியும். பூனை மாதிரி நகர்ந்து ஓடுகளுக்கு மேல் ஏறி இறங்குவேன். எனக்கு உயரம் என்றால் அலாதி ப்ரியம். பூனை மேலே இருந்து கீழே விழுவதைப் பார்த்திருக்கிறீர்களா? சத்தக் என ஒரு சத்தம் வரும். எலும்பே இல்லாத தசைகள் பொத்தென்று விழுந்தால் எப்படி இருக்கும்? ஒன்றும் நடக்காத மாதிரி அடுத்த விநாடி எழுந்து ஓடிவிடும். அதைப் போலதான் நானும். பூனையின் குணம் என் எல்லா அசைவுகளிலும் இருக்கும்.

பதுங்கிப் பாய்வது அதன் பொதுக் குணம். அதைத்தான் மைதானங் களில் செய்கிறேன். உறவுகளில் செய்கிறேன். நட்புகளிடம் செய்கிறேன். எனக்கு சுவர் ஏறி அந்தப் பக்கம் குதித்துவிட வேண்டும். தடையாய் எது வந்தாலும் தாண்டிக் குதித்துவிடுவேன். கட்டற்ற ஆள்தான். கட்டுப்பாட்டில் இருப்பதால் பொத்திக்கொண்டு இருக்கிறேன். பூனை மாதிரி பக்கத்தில் நின்றுகொண்டு, தாமரைச்

செல்வி பனியனுக்கு இடையில் தெரியும் மார்பை வெறித்துப் பார்த்திருக்கிறேன். இன்னொரு தடவை முட்டம் கடற்கரையில் கிளிஞ்சல் பொறுக்க சுற்றுலா வந்த பெண் ஒருத்தி குனிந்தபோது மார்பகங்களைப் பார்த்தேன். இடது பக்க மார்பின் மேல் பகுதியில் கறுப்பு மச்சம் இருந்தது. அத்தனை நெருக்கத்தில் மார்பகங்களைப் பார்ப்பது அதுதான் முதன் முறை. அதிக நேரம் பார்த்ததும் அப்போது தான்.

வட இந்தியப் பெண் அவள். வட இந்தியாவில் விளையாடப் போகும் போதெல்லாம் ஓய்வு நேரங்களில் காலார நடந்து போய் விதவிதமான பெண்களை உற்றுப் பார்ப்பேன். அவர்களது கண்கள் சந்திக்கும்போது விலகிவிடுவேன். ஒரே சாலையில் நடக்காமல் வேறு வேறு சாலைகளில் நடந்து விதம்விதமாகப் பார்ப்பேன். ஆனால் வெளியில் நல்லவன். என்னுடைய கோச் ‘அவனப் பாருங்கடா. நூல் பிடிச்ச மாதிரி கவனத்த விளையாட்டுல மட்டும் வச்சுருக்கான்’ என எல்லோர் முன்னிலையிலும் சொல்லுவார். பையன்கள்கூட கைதட்டுவார்கள் என்றால் சும்மாவா? அப்படி யாருக்கும் தெரியாத பூனை மாதிரி சுவரில் நடந்து கொண்டிருப்பேன். கீழே விழுந்தாலும் எழுந்து ஓடிவிடுவேன். காதல் என்று மாட்டிக் கொள்வதில் மட்டும்தான் பயம். எங்கள் ஊரில் காதல் செய்தால் கட்டி வைத்து அடிப்பார்கள். நமக்குப் பிடித்த பெண்கள் எல்லாம் அடுத்த தெருக்களில்தான் இருந்தார்கள். நெட்டை அனிதாவைப் பார்த்ததற்கே அவளுடைய அண்ணன்கள் அந்த அடி அடித்தார்கள். தெரியாத்தனமாக என்னுடைய நோட்டில் விஜி எமி மால் என்று எழுதி வைத்ததை மோப்பம் பிடித்துவிட்டு அவளுடைய அண்ணன் என் வீட்டு வாசலுக்கே வந்து மிரட்டி விட்டுப் போனான். எதுக்கு இந்த வம்பு? போனோமா பார்த்தோமா என்று வந்துகொண்டே இருந்துவிடுவேன்.

பெண்கள் விஷயத்தில் மட்டுமல்ல வேறு சில விஷயங்களிலும் சிக்கலை உருவாக்கி விட்டிருக்கிறேன். என்னால் சில கலவரங்களும் நடந்திருக்கின்றன. இந்தப் பக்கமும் அந்தப் பக்கமும் போகிற வசதிகள் இருந்தன என்பதால் ரெண்டு பக்கமும் தீயை மூட்டி விட்டு வந்திருக்கிறேன். கொலை வரைக்கும் போகவில்லையே தவிர, கொலை முயற்சி வழக்குப் போடுகிற அளவிற்கு ஆகியிருக்கிறது. சாதிச் சண்டை நடப்பதற்கு முன்பருவத்தில் எல்லாம் இங்கிருந்து அங்கிருந்து தகவல்களை மாறிக் கடத்தியிருக்கிறேன். ரகசியங் களைச் சொல்லிக் கொடுத்திருக்கிறேன். கரணம் தப்பினால் மரணம் என்கிற விளையாட்டை ஆடியிருக்கிறேன். என் நல்ல நேரம் எதிலும் மாட்டிக் கொள்ளவில்லை. எதற்காக அதையெல்லாம் செய்தேன்

என்று இப்போது யோசித்தால் அச்சமாக இருக்கிறது. வாழ்க்கை மாறியிருந்தால் என்னாவது?

என்னோடு இருந்த பலரது வாழ்க்கை அப்படி மாறியிருக்கிறது. விளையாட்டு விடுதிக்கு என்னோடு ஆறு பேர் எங்கள் ஊரில் இருந்து வந்தார்கள். ஜூனியர்கள் ஒரு பத்துப் பேர் இருப்பார்கள். எல்லோருக்கும் ஒரே குண்டானில்தான் சோறு வெந்து கொண்டிருந்தது. இப்போது திரும்பிப் பார்த்தால் அதில் நான் மட்டுமே மேலேறி வந்திருக்கிறேன். வராதவனுக்கு ஆயிரம் காரணங்கள். காலணி வாங்குகிற வசதியாவது பிற்பாடு எனக்கு வந்தது. அதுவும் இல்லாதவர்கள் அவர்கள். பயன்படுத்தி விட்டு யாராவது கொடுத்த டவுசரை போட்டுக்கொண்டு விளையாடுவார்கள். அதை ஷூ என்று சொல்லவே முடியாது. லேஸ்களை விட தையல்கள் பெரியதாக இருக்கும். இதை வைத்து விளையாடிக் கொண்டிருப்பவனிடம்தான் எளக்காரமாக, எப்பப்பா சர்வதேச தரத்தில் விளையாடப் போகிறீர்கள் என்று கேட்கிறார்கள். எட்டு ரவுண்ட் ஓடிப் பார்த்திருக்கிறீர்களா? மரணப் பசி இருக்கும். போய் உட்கார்ந்தால் எண்ணி மூன்று துண்டுகளைத் தட்டில் போடுவார்கள். சுவர் ஏறிப் பறித்து பப்பாளிப் பழங்களைத் தின்று கொண்டிருப்பார்கள். சத்துணவு இருந்ததால் தப்பித்தார்கள்.

எவனுமே மேலேறி வராததற்கு இதுமட்டும் காரணமில்லை. ரௌடிகளுடன் சேர்ந்தால் கொஞ்சம் பணப் புழக்கம் வரும். விளையாடும் இடங்களுக்குப் போவதற்கே அவர்களின் தயவு தேவையாக இருக்கும். மாட்டிக்கொண்டு மீள முடியாதவர்கள் வீழ்ந்தார்கள். என்னால் வீழ்த்தப்பட்டவர்களும் உண்டு அதில். என் பொசிஷனில் விளையாடிக் கொண்டிருந்த ஒரு பையனை மாஸ்டரிடம் சொல்லி ஓரங்கட்டினேன். அவனை மேலே வர விடாமல் பார்த்துக் கொண்டேன். நான் இருக்கிற வரை அவன் எந்தப் போட்டியிலும் ஆடவில்லை. வெளியேதான் அமர்ந்திருந்தான். பாவமாகதான் இருக்கும்.

ஆனால் என் இடத்தை விட்டுக் கொடுக்க முடியாது. பொறாமையும் போட்டியும் இல்லாவிட்டால் விளையாட்டே கிடையாது. அவுட் என்றால் தலையைக் குனிந்துகொண்டு வரும் சச்சினை எல்லோரும் பாராட்டுகிறார்கள். எனக்கோ சட்டையைக் கழற்றிச் சுற்றிய கங்குலியைத்தான் பிடிக்கும். ஆனால் சச்சின் மாதிரி கோலடித்த பிறகு ஒன்றுமே நடக்காத மாதிரி காட்டிக் கொள்வேன். பிறர் கொண்டாடி மகிழ்வதில் எனக்கு அப்படி ஒரு திருப்தி. பாருங்கப்பா சர்வசாதாரணமா போறான் என்கிற வார்த்தைகள் என் காதிற்குள்

கேட்டுக்கொண்டே இருக்கவேண்டும். இரட்டை மனநிலை என்பது எனக்கு சின்ன வயதில் இருந்தே எளிதாக வாய்த்துவிட்டது. பெண்களிடம் ஒரு மாதிரி பேசுவேன். பையன்களிடம் ஒரு மாதிரி பேசுவேன்.

நல்லவன் வேடம் போட்டுக்கொண்டே பூனை வேலைகளிலும் ஈடுபடுவேன். பார்பி விஷயத்தில்கூட வெளிப்படையாக அவளிடம் நடந்துகொண்டதே இல்லை. அவளிடம் மன்னிப்புக் கேட்டிருக்க வேண்டும். உண்மையை ஒத்துக் கொண்டிருந்திருக்க வேண்டும். இதுவரை செய்திருக்கிறேனா என்று பாருங்கள். திருட்டுத்தனம் செய்வது என்றைக்கு பார்பி பொம்மையை ஒளித்து வைக்க ஆரம்பித்தேனோ அப்போதுதான் தோன்றியது. அதற்கு முன்பு வரை நெல்லிக்காயைத் திருடித் தின்றிருப்பேன் அவ்வளவுதான்.

அதற்கடுத்து எல்லா வகைகளிலும் நான் திருடியிருக்கிறேன். புரோட்டாவும் சால்னாவுமாக கரையும் திருடிச் சேர்த்த காசுகள். காமிக்ஸ் வாங்கிப் படிப்பேன். சைக்கிள் வாடகைக்கு எடுத்து ஓட்டுவேன். பையன்களுக்கு ஃப்ரூட்டி வாங்கித் தருவேன். அதற்காகத் திருடிக்கொண்டே இருப்பேன். எனக்கு எப்போதும் அடுத்தவன் என்னைப் பாராட்டிக்கொண்டே இருக்கவேண்டும். அந்தக் கைதட்டல்கள், ஓசைகள்தான் என்னை மேல்நோக்கி நகர்த்தின. பலரது தோள்களை மிதித்துதான் மேலேறினேன். சோற்றால் அடி என்பதை வாழ்க்கையில் உணர்ந்திருக்கிறேன். அதைத்தான் நான் எல்லோருக்கும் செய்தேன். கல்லூரிக் காலகட்டத்தில் அப்படிதான் வேலியில் போகிற ஓணான்களையெல்லாம் வீட்டிற்குள் இழுத்து வைத்து சோறு போட்டேன். அவர்கள் ஊரில் போய்ச் சொல்ல வேண்டும். நான் இங்கே ராஜா மாதிரி சாப்பிட்டுக் கொண்டிருக்கிறேன் என்பதைச் சொல்லவேண்டும். இந்த அற்ப சுகத்திற்காக அத்தனை சிக்கல்களில் மாட்டி மீண்டெழுந்து வந்திருக்கிறேன்.

நல்ல கோச்சுகள் எனக்குக் கிடைத்ததால் தப்பித்தேன். என்னை ஒப்புக் கொடுத்ததால் தப்பித்தேன். என்னோடு சரிக்குச் சமமாய் விளையாடும் இளங்கோவன் டீக்கடை ஒன்றில் மாஸ்டராக இருக்கிறான். இன்னொருத்தன் லாரியில் கிளீனராக ஓடினான். மற்றவன்கள் எல்லோருமே இப்படிதான். ஒருசிலர் தப்பித்து பி.டி. வாத்தியாராக ஆனார்கள். கொஞ்சம் வசதி இருந்தவர்கள் ஒரு கூண்டுக் கடையைப் போட்டுத் தப்பித்துக் கொண்டார்கள். நான் விளையாடிவிட்டு வீட்டிற்குச் சென்று கொண்டிருக்கும்போது பக்கோடா பொட்டணத்தைக் கையில் பிடித்தபடி எதிரே நடந்து வருவார்கள். நான் ஆடிய மேட்ச்சுகள் பற்றி விவரிக்கச் சொல்லிக் கேட்பார்கள்.

அவர்களது கண்களில் அப்போதும் மைதானம் தெரியும். பந்தயத்தில் ஓடவேண்டிய குதிரையை வண்டியில் பூட்டி இழுத்து வருவதைப் போல உணர்வேன். அப்போதும் அவர்கள் கண்களில் மின்னி மறையும் வெளிச்சத்தைப் பார்த்திருக்கிறேன். ஒருதடவை அப்படி பக்கோடா பொட்டணத்தை ஏந்திக் கொண்டிருந்த ஒருத்தன் என்னாலேயே போட முடியாத ஒரு கோலைப் போட்டுக் காட்டினான். என் கர்வம் கொஞ்ச நேரம் அடங்கியது அங்கே.

எங்கள் மைதானத்தில் நான்தான் ஹீரோ. என்னையும் ஒருத்தன் அசிங்கப்படுத்த இருக்கிறான் என்பதை நினைக்கையில் எனக்குப் பற்றி எரிந்தது. அதற்குப் பிறகு அவனுடன் உறவு பேணவில்லை. பின்னே இழுப்பவனை வெட்டிவிட்டுப் போய்க்கொண்டே இருக்க வேண்டும். அவன் தோல்வியை எனக்கு நினைவுபடுத்துவான். வெற்றியை நினைவு படுத்துகிறவனே எனக்குத் தேவை. இதுமாதிரி எத்தனையோ நல்ல வீரர்கள் வாய்ப்புக் கிடைக்காமல் தெருவில் வீழ்ந்து கிடக்கிறார்கள். அதிலிருந்து துளிர்விட்ட விதை நான் என்பது எனக்கு எப்போதும் தெரியும். காட்டுச் செடிகளுக்கு நடுவே ஒரு விதை முட்டி மோதித்தான் மேல் எழவேண்டும். ஒளியைப் பார்க்க எம்பும்போது ஒரு சிலதை அழுத்திதான் மேலேற வேண்டும். மண்ணைக் கிளறிக்கொண்டு வரத்தான் செய்யவேண்டும். அதைதான் நான் எனக்குக் கிடைத்த சந்தர்ப்பங்களில் செய்தேன்.

நல்லவன் கெட்டவன் என்றெல்லாம் பேதம் பிரித்துப் பார்க்க முடியவில்லை என்னால். எனக்கு இந்தச் சமூகம் எதைத் தந்ததோ அதைத் திருப்பித் தருகிறேன். கூடுதலாக எதையும் செய்யவில்லை. ட்ராக்கில் நூறு மீட்டர் ஓடும்போது அதிகப்படியாக எட்டு பேரைதான் ஓட விடுவார்கள். ஆனால் எனக்குக் கிடைத்த வாய்ப்புகளில் குறைந்தது ஐம்பது பேராவது ஓடுவார்கள். என் கையைப் பிடித்துத் தள்ளியவர்கள் ஏராளம். என் காலுக்குள் கால் கொடுத்துத் தடுக்கி விழ வைத்தவர்களும் உண்டு. பிறகு நான் ஓடக் கற்றுக் கொண்டேன். பூனையைப்போல மைதானத்தில் குதித்து ஓடக் கற்றுக்கொண்டேன். தட்டிவிட்டேன் என்பதே தெரியாமல் எத்தனையோ பையன்களை தரையில் விழச் செய்து தாண்டிக் குதித்து ஓடியிருக்கிறேன். பூனைதான் என் வாழ்க்கையின் ஆதர்ஸம். அதைப் பார்த்தால் என்னைப் பார்க்கத் தேவையில்லை. நாங்கள் பால்ய காலத் தோழர்கள். வளர்ப்புப் பிராணிகளில் இதுவரை நான் பூனைகளுக்கு மட்டுமே சோறு போட்டிருக்கிறேன். நாயையெல்லாம் ஒரு நாயாகக்கூட மதிக்க மாட்டேன். அது பலநேரங்களில் எங்களை ஒத்தவர்களோடு ஒப்பிடப்படுவதுகூட ஒரு காரணமாக இருக்கலாம்.

அத்தியாயம்

15

“நேரம் வரும்போது எல்லா கதைகளையும் நானே சொல்லுவேன். உங்களிடம் சொல்லாமல் வேறு யாரிடம் சொல்லுவேன்'' என்று முகத்தைச் சுளித்துக்கொண்டு சொன்னாள் பார்பி. இதைச் சிரித்துக் கொண்டே சொல்லியிருக்கிறாள். வேறு பக்கம் திரும்பிப் பார்த்தபடி சொல்லியிருக்கிறாள். தலையைத் தொங்கப்போட்டு குனிந்த மாதிரி சொல்லியிருக்கிறாள். முதல் முறையாக முகத்தைச் சுளித்துச் சொல்லி யிருக்கிறாள். நல்ல மாட்டிற்கு ஒரு சூடு என என்னுடைய தங்கமணி வார்டன் அடிக்கடி சொல்லியிருப்பது அந்த நேரத்தில் எனக்கு நினைவிற்கு வந்தது.

என்னை அவள் இன்னமும் வாங்க போங்கவென்றுதான் அழைத்துக் கொண்டிருந்தாள். ஒருசில தடவை பெயர் சொல்லிக் கூப்பிடச் சொன்னேன். உதட்டைப் பிதுக்கி மறுத்துவிட்டாள். அதற்கடுத்து ஒரு சிரிப்பு சிரிப்பாள். அதைத் தொடர்ந்து பிடிக்கதான் அவள் பின்னாலேயே நாய்க்குட்டி மாதிரி சுற்றிக் கொண்டிருக்கிறேன். அவளும் என்னை நாய் மாதிரிதான் நடத்தினாள். என்னை இதுவரை அப்படி நடத்தியவர்களுக்கும் அவளுக்கும் பெரிய வித்தியாச மெல்லாம் இல்லை. அவள் விரும்பினால் மெல்ல தோளோடு தோள் வருடுவாள். சில நேரங்களில் அவளை ஷாப்பிங் அழைத்துப் போகும்போது, என் கைகளை சில நொடிகள் கோர்த்துக்கொண்டு பின்னர் அதே வேகத்திலேயே விலக்கியும் கொள்வாள். ஆட்டோவில் போகும்போது அவள் முடி என் முகத்தில் அலைபாயும்போது அதை ஒதுக்க முயற்சி செய்யவே மாட்டாள்.

அவள் விரும்பினால் இதெல்லாம் தொடரும். அவள் எப்படியோ தப்பித்து ஒரு மென்பொருள் நிறுவனத்தில் நல்ல வேலையில் இருப்பதாக போகிற போக்கில் ஒருதடவை சொன்னாள். எந்த நிறுவனம் என்று கேட்கக் கூட தயாரில்லாத நிலையில் இருந்தேன். எதன் காரணமாகவும் அவளை இழந்துவிடக் கூடாது என்கிற தீவிரத்தின் முன்னால் தகவல்களெல்லாம் ஒரு பொருட்டா என்ன? திடீரென நத்தை ஓட்டுக்குள் சுருங்கிய மாதிரி தன்னை உள்ளிழுத்துக் கொள்வாள். அவள் தீவிர மனநிலைக்குப் போய்விட்டால், ஒரு வார்த்தை பேச மாட்டாள். எதற்காக அந்த மனநிலைக்குப் போகிறாள் என்பதும் தெரியாது. கேட்கிற கேள்விக்கு மட்டும் பதில். எங்கே எந்த இடத்தில் இருந்தாலும் கிளம்பலாமா என்கிற வார்த்தை வந்து விழும். எனக்கே இந்த வார்த்தை இன்னும் சில நிமிடங்களில் வரப் போகிறது என்பது முன்கூட்டியே தெரிந்துவிடும். ஆரம்பத்தில் அவளது தற்போதைய கதையை அறிந்துகொள்வதிலேயே அத்தனை ஆர்வத்தையும் செலுத்தினேன். எவ்வளவுதான் ஒட்டிக்கிட்டு உருண்டாலும் ஒட்டுகிற மண்தான் ஒட்டும் என்பதைப்போல அவள் சிதறிய பிஸ்கெட்டுகளை மட்டுமே நான் கவ்விப் பிடித்துக் கொண்டிருந்தேன். அம்மா அப்பா நலத்தைப் பற்றி கொஞ்சம் விரிவாகப் பேசியிருக்கிறாள். இரண்டு பேரும் உயிரோடு எங்கேயோ மருந்து மாத்திரைகளைச் சாப்பிட்டபடி இருக்கின்றனர். அவர்களுக்குக் காய்ச்சல் வந்தது குறித்துச் சொன்னாள். இன்னொருமுறை அவளுடைய அம்மா படியில் விழுந்துவிட்டார். அதன் நிமித்தமாக வேளாங்கண்ணிக்கு குடும்பத்தோடு போய்விட்டு வந்த செய்தியைச் சிதறடித்தாள். நல்ல மனநிலையில் இருக்கும்போதுதான் இதுகூட வந்துவிழும்.

அவள் என்னைப் பற்றியே அதிகமும் பேசினாள். என்னைப் பேசவிட்டுக் கேட்டுக் கொண்டிருந்தாள். மைதானத்தில் என்னுடைய புதிய கண்டுபிடிப்புகளை ஆர்வமாகக் கேட்பாள். தன்ராஜ் பிள்ளைக்குப் பிறகு எனக்குப் பிடித்த ப்ளேயர் நீங்கள்தான் என்பாள். என்னுடைய பழைய மேட்ச்களில் நான் போட்ட கோலை கேலரியில் அமர்ந்து ரசித்த கதையைச் சொல்வாள். எந்நேரமும் அவள் என் கோச் மாதிரியே என்னை நடத்த விரும்பினாள். அவரும் இப்படிதான். எப்போதாவதுதான் பாசத்தை என்னிடம் காண்பிப்பார். அதற்காக அவரது வீட்டு சமையலறையில் சுற்றிக் கொண்டிருப்பேன். அவர் எதையும் காட்டிக் கொள்ளாமல் அவருடைய மனைவியை அழைத்து ஏதாவது நல்லவிதமாக சமைத்துக் கொடுக்கச் சொல்வார். என்னை அவர் மாட்டை அடிப்பதுபோல பல நேரங்களில் அடித்திருக்கிறார். ஒருதடவைகூட அவரை விட்டு விலகவேண்டும் என்று நான் நினைத்ததே இல்லை. அதைப்போலதான் இவளும்.

நுணுக்கமாக என்னைப் பார்த்துக் கொள்வாள். என் தோள் தழுவியதில்லை அவள். ஒரு டிஷர்ட்டை எடுக்கும்போது உங்க ஷோல்டருக்கு பெருசா இருக்கும் என்பாள். எப்போதாவது அவள் வாங்கும் ஃப்ரெஞ்ச் ஃப்ரையை என் பக்கம் நகர்த்தவே மாட்டாள். என் இந்திய அணிக் கனவை நினைவுபடுத்திக் கொண்டே இருப்பாள். ''நான் யாராலும் கெடவில்லை. என் வாழ்க்கைக்கு நான்தான் பொறுப்பு. ஆனால் நீங்கள் தோற்றால் அதற்குக் காரணம் நான்தான். என்னைக் காரணத்தின் முனையில் நிறுத்தி விடாதீர்கள். யாரோ ஒருத்தரின் சிறு கவனப் பிசிறுதான் என் வாழ்க்கையைக் குலைத்துப் போட்டது'' என்றாள். எனக்குச் சுருக்கென்று இருந்தது. வேறு ஒரு மனநிலைக்கு உடனடியாக விலகிப் போய்விட்டேன். என்னை விட மூன்று வயது சின்னப் பெண் நிதானமாகப் பேசியபோது எனக்கு மகேஸ்வரி அக்கா நினைவிற்கு வந்தது. அக்கா இதே நிதானத்துடன்தான் ஒரு முறை ''பொண்ணுங்க விருப்பம் இல்லாம நீ தொடக்கூட கூடாது'' என்றது. ஏங்க்கா திடீர்னு என்றேன். ''வளர்ந்த பிறகு நாய் நாய்தான்'' என்றது. அக்கா என்னை நாய் என்று திட்டும்போதுகூட அதன் கை என் தலையை வருடிக் கொடுத்துக் கொண்டிருக்கும்.

ஆளற்ற இந்தக் கடற்கரையில்கூட அக்கா சொன்னதை மீறக்கூடாது என்பதில் தெளிவாக இருந்தேன். வானம் தெளிவாக இருந்தது. மழை வந்தால் நன்றாக இருக்கும் என்று தோன்றியது. அவள் தூரத்தில் எல்லாவற்றையும் மறந்து கடலலைகளுடன் தனியாக விளையாடிக் கொண்டிருந்தாள். கால்களை மெல்ல தாங்கித் தாங்கி அவள் கடலலைகளுடன் போராடுவதுபோல எனக்குத் தோன்றியது. இந்த பழவேற்காடு தீவிற்கு என்னுடைய நண்பன் ஒருவன் அழைத்து வந்து இறக்கிவிட்டுச் சென்றிருக்கிறான். சில மணி நேரங்கள் எங்களுக்கு அவகாசம் இருக்கிறது. என் நண்பன் மீனவ குலத்தவன். அவனுடைய அப்பாவிற்கு அங்கே செல்வாக்கு அதிகம் என்பதால் தனிப் படகுப் பயணமும் தனித் தீவு அனுபவமும் சாத்தியப் பட்டிருக்கிறது. வாட்டர் கேன் எடுத்து வருகிறேன் என அவளிடம் பொய் சொல்லிவிட்டு படகை எடுத்துக்கொண்டு திரும்பிப் போயிருக்கிறான்.

நானும் அவளும் கடலும் மட்டும் தனியாக இருந்தோம். அவளோடு கடலில் குளிக்க ஆசை எனக்கு. மகேஸ்வரி அக்காவின் வார்த்தைகள் எப்போதும் காதுக்குள் ஒலிக்கின்றன. எனக்குத் தேவை அவளது சின்னக் கருணைதான். மெல்லிய வருடல்கள்தான் என் மனதில் இருந்தன. வேறு வகையான எந்த நோக்கமும் இல்லை. முத்தம் கிடைத்தால் வேண்டாம் என்று சொல்லவே மாட்டேன்.

விளையாடிக் கொண்டிருந்த அவள், அங்கிருந்தபடியே கைகளை விரித்துக் கூப்பிட்டாள். நான் ஓட வேண்டும் என நினைத்தேன். ஆனால் மெல்ல அவளை நோக்கி நடந்து போனேன். என் தோள்பட்டையை ஒரு கையால் பிடித்துக்கொண்டு நடக்கப் பிரியப் பட்டிருந்தாள். நான் வசதியாய் தோள் கொடுத்தேன். சிறு பெண் போல திக்கித் திக்கி நடந்து வந்தாள். இப்படி ஐகிரவுண்ட் சாலையில் அவள் சின்னப் பெண்ணாய் இருக்கும்போது என்னோடு நடந்து வந்திருக்கிறாள். ஒரே தடவை என் தோளில் சில நொடிகள் கைவைத்தாள். ரெட்டைச் சடை போட்டிருப்பாள் அப்போது. இப்போது தோள்பட்டை உயரத்திற்கு அழகாக முடி வெட்டி யிருக்கிறாள். அவள் முடிவெட்டப் போனபோது நான் துணைக்குப் போயிருந்தேன். அதில் கலர் பண்ணிவிட்டு வந்து காட்டினாள். கன்னத்தில் ரோஸ் நிறப் பருக்களுடன் பார்பி பொம்மை மாதிரியே இருந்தாள். இரண்டு மூன்று தடவை நான் சொன்னேன் என்பதற்காக கத்தரிப் பூ நிறத்தில் உடைகளை அணிந்து வந்தாள். கடற்கரை யோரத்தில் எனக்காகக் கைவிரித்தபோதுகூட எனக்குப் பிடித்த கத்தரிப்பூ டிஷர்ட்டைதான் அணிந்திருந்தாள். அவளது இடை வெளியே தெரிந்து கொண்டிருந்தது. அவள் இடுப்பைச் சுற்றிக் கட்டிப் பிடித்துக் கொண்டு நடக்கவேண்டும் என எனக்குத் தோன்றியது.

நான் உச்சகட்ட கவனத்தில் இருந்தேன். சிறு பிசகுகூட இந்த உறவிற்கு உலை வைத்துவிடும். ஏற்கெனவே அவளால் என் விளையாட்டிலும் பல பின்னடைவுகள். மூளை முழுவதும் அவள்தான் இருந்தாள். அவளை மறந்து நான் கோல் போஸ்ட்டை நோக்கி முன்னேறிக் கொண்டிருக்கையில், திடீரென மின்னல்போல ஞாபகத்தில் வந்துவிட்டுப் போவாள். பந்து வலையை விட்டு வெளியே போய் விழுந்துவிடும். உச்சகட்ட அன்பில் நான் திளைத்துக் கொண்டிருக்கும் கணத்தில் திடீரென ஒரு இடி விழுந்தால் எப்படி இருக்கும்? நேற்றுவரை வயிற்றில் கால் போட்டுத் தூங்கிய ஒரு உறவு மறுநாள் செத்துப் போய் காணாமல் போய்விட்டால் எப்படி இருக்கும்? அப்படிதான் அவள் பல கணங்களை எனக்குப் பரிசளித்தாள். திடீரென முறுக்கிக்கொண்டு காணாமல் போவாள்.

அற்ப காரணங்களுக்குக்கூட துண்டித்துக்கொண்டு போய்விடுவாள். அப்படிப் போக காரணத்தைத் தேடுவாள் என்று நினைக்கிறேன். அசந்திருந்த சமயமொன்றில் அவளது விரலை சாலையைக் கடப்பதற்கு முன்னர் இழுத்துப் பிடித்தேன். உதறிவிட்டுப் போனவள் தான். அதற்கடுத்து பத்து நாட்களுக்குப் பிறகே இணைப்பில் வந்தாள். எதுவுமே நடக்காத மாதிரி பேசுவதுதான் அவளுடைய பலம். அதை எங்கே கற்றுக் கொண்டாள் அவள்? எனக்கு அறிமுகமான ஜாக்குலின்

நித்திய குமாரியாக இருந்தபோது அவள் அப்படியில்லை. நேர்மையாக இருந்தாள். என்னிடம் எதையும் மறைக்க மாட்டாள். இத்தனைக்கும் அப்போது அவளைத் தொட்டதுகூட கிடையாது. அப்போது தொடுவது குறித்த சிந்தனைகூட கிடையாது எனக்கு. அவள் நடந்துகொண்டே மயில் கழுத்தைத் திருப்புவதுபோல தலையை மட்டும் அடிக்கடி திருப்பி என்னிடம் பேசிக்கொண்டே வருவாள். ஒரு சந்தர்ப்பத்தில் அவளோடு அவளது வீட்டிற்கும் போயிருக்கிறேன்.

''கிரவுண்டில தெரிஞ்சவங்க'' என்றாள் என்னைப் பற்றி. அவளுடைய அப்பாவும் அம்மாவும் எனக்கு ஸ்தோத்திரம் பண்ணி நெற்றியில் எண்ணெய் வைத்து விட்டார்கள். போகும்போது சின்ன பைபிளை பரிசாகக் கொடுத்தார்கள். வீட்டிலேயே செய்த கேக் கொடுத்து உபசரித்தார்கள். நான் கௌரவம் பார்த்து ஒரு துண்டை மட்டும் கடித்துவிட்டு அப்படியே வைத்துவிட்டேன். அதற்கடுத்து சில தடவைகள் அவளைப் பார்ப்பதற்காக ஞாயிற்றுக் கிழமை சர்ச்சிற்குப் போயிருக்கிறேன். தூரத்தில் இருந்து பார்த்துக் கொள்வேன். எங்கே இருந்தாலும் அவளது கண்கள் மட்டும்தான் எனக்குத் தெரியும். துல்லியமாக அங்கிருந்து கண்களைச் சிமிட்டுவாள். ஒரு பரிசுத்தமான பார்வையை என் மீது வீசுவாள். 'எண்ணெயினால் என் தலையை அபிஷேகம் பண்ணுகிறாள்.'

அதே பரிசுத்தமான பார்வை இப்போதும் சில கணங்களில் தோன்றி மறையும். பட்டாம்பூச்சி வேண்டுமென்றே அந்தரத்தில் தன் சிறகசைப்பை நிறுத்துகிற மாதிரி. இரவில் மின்மினிப் பூச்சிகள் மெல்ல தன் ஒளியை விட்டு விட்டு உமிழ்வதைப்போல. ஒருகணத்தில் தோன்றி மறையும் அந்தச் சிறகசைப்பிற்காக மின்மினிப்பூச்சி மாதிரி பின் தொடர்ந்து அலைந்தேன். அந்தக் காலகட்டத்தில் அது எனக்குத் தேவையாகவும் இருந்தது. துயரமாகவும் மைதானங்களில் இருந்தது. ஆனாலும் அந்தத் துயரம் விருப்பமாகவும் மைதானத்திற்கு வெளியே இருந்தது. அவளது அருகாமை மட்டும் போதும் எனக்கு. அவள் என் தோளைப் பிடித்துக்கொண்டு கடலலையை உதைத்துக்கொண்டு நடந்தாள். எளிதாக அவளால் அதை உதைக்க முடியவில்லை. நூறு மீட்டரில் அவள் ஓடுகிற வேகத்தைப் பார்த்திருக்கிறேன். என்னைவிட குறைந்த விநாடிகளில் ஓடி முடிப்பாள். அவள் முழங்காலை மைதானத்தில் ஊன்றி இருகைகளாலும் எழுந்து ஓடத் தயாராகும் போது அவளது கால் கெண்டைச் சதைகள் துள்ளுவதைப் பார்த்திருக்கிறேன். 'மார்க், செட், கோ' என்றதும் அம்புபோல துள்ளிக்கொண்டு ஓடுவாள். அவள் ஓடாத இடங்கள் தமிழ்நாட்டில்

இல்லை. இந்தியாவில் ஓடியிருக்கிறாள். சர்வதேச அரங்கில் அந்தச் சின்ன வயதிலேயே நிறைய ஓடியிருக்கிறாள். இன்னொரு தேசத்தில் அவள் ஓடியதை எல்லோரும் அமர்ந்து தொலைக்காட்சியில் பார்த்திருக்கிறோம். ஓடிமுடித்ததும் பிறரைப்போல அவள் மைதானத்தில் சுருண்டு விழுந்து நான் பார்த்ததில்லை. வேகத்தைக் குறைக்கும் வண்டி மெதுவாக உறுமலை நிறுத்தி நிற்பதைப்போல அவள் ஓடி முடித்து நிற்பாள். என் கனவில்கூட அவள் ஓடுகிற மாதிரிதான் பலதடவை வந்திருக்கிறாள். இப்போது தாங்கித் தாங்கி அவள் நடந்து கொண்டிருப்பதைக் காணச் சகிக்கவில்லை எனக்கு. அப்படி ஒரு துயரம் அவளுக்கு நேர்ந்த விஷயத்தை நான் அடியாழத்து நினைவில்தான் வைத்திருக்கிறேன். அது எப்போதாவது மேலெழுந்து வரும். வரவிடாமல் அந்தச் சிந்தனையைத் துரத்துவேன். அந்தச் சிந்தனை வரும் போதெல்லாம் பார்பி பொம்மையை எடுத்துப் பார்ப்பேன்.

நான் பன்னிரண்டாம் வகுப்பு படித்துக் கொண்டிருக்கையில் அவளுக்கு அந்தத் துயரம் நேர்ந்தது. கால்பந்து மைதானத்தைச் சுற்றி அவள் ஓடி பயிற்சி எடுத்துக் கொண்டிருந்தாள். நடுவில் ஹேமர் த்ரோ பயிற்சிகள் நடந்து கொண்டிருந்தன. நடுவில் இருந்து கை நழுவிப் பறந்து வந்த சங்கிலியுடன் கூடிய அந்த இரும்புக் குண்டு யார் மீதோ விழுந்தது. எல்லோரும் அத்லெட் ட்ராக்கை நோக்கி ஓடினார்கள். நான் திரும்பி கேலரிக்கு ஓடிவந்து விட்டேன். யாரையோ தூக்கிக்கொண்டு ஓடினார்கள். மைதானத்திற்குக் கொஞ்ச நேரம் கழித்துப் போய் பார்பியைத் தேடினேன். யாரிடமும் எனக்குக் கேட்க பயம். எல்லோரையும் மைதானத்தை விட்டு அவரவர் அறைக்குப் போகச் சொல்லி கோச் உத்தரவிட்டார். நான் என்னுடைய அறைக்குத் திரும்பி வந்துவிட்டேன்.

அறையில் அத்லெட் நண்பன் ஒருவன் வந்து அவளது பெயரைச் சொன்னான். அந்த இரவு முழுக்க நான் தூங்கவேயில்லை. அவளை மதுரை ஜி.ஹெச்சிற்கு அழைத்துப் போய்விட்டதாகச் சொன்னார்கள். அதற்கடுத்து அவளை நான் பார்க்கவேயில்லை. இரண்டு தடவை அவளது வீட்டிற்குப் போய்ப் பார்த்தேன். வீடு பூட்டியிருந்தது. என் பள்ளி இறுதிப் பரிட்சை வேறு பக்கத்தில் இருந்தது. அவளை நான் தற்காலிகமாக மறக்க முயற்சித்தேன். நான் மறுபடி உயிரற்ற இந்த பார்பி பொம்மையோடு உறவைப் புதுப்பித்தேன். நான் எப்போதெல்லாம் நிஜ பார்பி நேரில் வருகிறதோ அப்போதெல்லாம் என் பால்யத்தில் வந்து சேர்ந்த பார்பியை மறந்துவிடுகிறேன். அதற்கடுத்து நான் பல தடவை இரவு நேரங்களில் பார்பி பொம்மையை எடுத்துத் துடைத்து வைப்பேன்.

எண்ணெயைக் கொஞ்சம் எடுத்து அதன் முகத்தில் அப்பித் துடைத்து வைப்பேன். அந்தப் பருக்கள் பாலீஷாக இருந்தன.

அதே பருக்களை இத்தனை ஆண்டுகள் கழித்து பக்கத்தில் வைத்துக்கொண்டும் தொட முடியாத துயரத்தில் இருந்தேன். என் அருகே அமர்ந்து என் தோளை உரசிக் கொண்டிருந்தாள். அணைக்கும் தொலைவில் இருந்தாலும் அந்த உரசலுக்காக கடலைப் பார்த்தபடி வேடிக்கை பார்த்துக் கொண்டிருந்தேன். வேடிக்கையான இன்னொரு விஷயம் சொல்லவா? எல்லோரும் கடற்கரைக்கு விரும்பிய பெண்ணோடு எதற்குப் போவார்கள்? கடற்கரைப் பக்கமெல்லாம் போய்ப் பார்த்திருக்கிறீர்கள்தானே? எனக்குக் கிடைக்கும் விருந்து எது தெரியுமா? எழுந்து கொள்ளும்போது கைகளைக் கொடுப்பாள். நான் கவட்டைக்குள் கையை வைத்துத் தூக்கிவிடுவேன். அவள் தோளுடன் சேர்ந்து மார்புகள் சில சமயம் என் நெஞ்சில் பதியும். எழுகிற வரைதான் இந்த அணைப்பு. எழுந்து விட்டால், உன் நடை வேறு, என் பாதை வேறு. இந்த கண நேரச் சுகத்திற்காகவே அவளை அடிக்கடி கடற்கரைக்கு அழைத்துப் போவேன். எனக்கு கடல் அலையில் கால் நனைக்கவே பிடிக்காது. விளையாடும்போதே அழுக்குப் படக்கூடாது என்கிறவன் மணல் ஒட்டுவதை அனுமதிப்பேனா? அனுமதித்தேன் அவளோடு இருக்கையில். பாலியல் மீறலைப் பற்றிப் பேசுகிற சமயத்தில், பாலியல் வறட்சிகளைப் பற்றியும் பேசியாக வேண்டும். துணிக்கடை பொம்மைகளை ருசிக்க வழியில்லாத ஒரு கூட்டம் இன்னமும் கையேந்தி பவன்களில் நின்று கொண்டுதான் இருக்கின்றது.

ஆளற்ற இந்தக் கடற்கரையில் என் தோளுக்கு நெருக்கத்தில் அமர்ந்திருக்கும் அவளுக்குத் தெரியாத விஷயம் ஒன்றும் இருக்கிறது. நான் அவளுடைய கால்களை அவளைக் கேட்காம லேயே அழுத்தி விடத் துவங்கினேன். அவள் ஒன்றும் பேசாமல் கடலைப் பார்த்தபடி அமர்ந்திருந்தாள். நான் அவள் கால்பக்கமாய் வசதியாகப் போய் அமர்ந்து அவளது கால்களை என் மடியில் வைத்து மசாஜ் செய்துவிட ஆரம்பித்தேன். அவள் கடலைப் பார்ப்பதை நிறுத்திவிட்டுக் கண்களை மூடிக் கொண்டாள். அவள் கண்களுக்குள் அந்த இரும்புக் குண்டு வந்துவிழுந்த மின்னல் வேகக் காட்சிகள் மறுபடி மறுபடி ஓடிக் கொண்டிருக்கலாம். அந்தக் கண நேரப் பிசகைச் செய்தது யார்? என் நண்பனிடமிருந்து ஹேமர் த்ரோவை வாங்கிச் சுற்றியது நான்தான். இரும்புக் குண்டு என் கைகளில் இருந்து நழுவிப் பறந்து போனபோதே என் அடிவயிற்றில் என்னவோ செய்தது. நெஞ்சில் ஒரு இரண்டு பேர் உட்கார்ந்த மாதிரி இருந்தது. என்னுடைய கோச்சிற்குத் தெரிந்தால் நான் செத்தே போவேன். அந்த

நேரத்தில் என் நினைவெல்லாம் என் கோச் என்னை எப்படி உதைப்பார் என்பதிலேயே இருந்தது. சம்பந்தமில்லாத விளையாட்டுக்களை சம்பந்தப்பட்ட கோச்சிற்குத் தெரியாமல் விளையாடக்கூடாது என்பது ஹாஸ்டலின் விதி.

நீ போவென என் நண்பன் என்னைத் துரத்திவிட்டான். அவனுடைய கோச் அவனை அடித்துத் துவைத்தபோதுகூட அவன் என்னைக் காட்டிக் கொடுக்கவில்லை. அவன் நாகர்கோயில்காரன். குறைவாகத் தான் பேசுவான் எல்லோரிடமும். ஆனால் அவன் பரிசுத்தமானவனாக இருந்தான் எப்போதுமே. என் விஷயத்திலும் அப்படிதான் கடைசி வரை இருந்தான். ''என் கையில இருந்து நழுவினாலும் அப்படித்தான மக்கா'' என்றான் நான் கேட்டபோது.

அவனுக்கு இருந்த நேர்மைகூட என்னிடம் இல்லை. கண்ணை மூடி அமர்ந்திருக்கும் அவளிடம் இதைச் சொல்லி பாவ மன்னிப்பு கேட்டிருக்க வேண்டும் நியாயமாக. எது செய்யத் தடுக்கிறது? சின்னச் சின்னத் திருட்டுத் தனங்கள் ரத்தத்தில் ஊறிவிட்டன. கிடைத்த எதையுமே பற்றிக்கொள்ளதான் வாழ்க்கை கற்றுக் கொடுத்திருக்கிறது. எப்போதாவதுதான் ஏதாவது கிடைக்கும். அந்த ஏதாவதையும் எதற்காகவும் இழந்துவிடக் கூடாது என்பதுதான் அடிப்படை பாலபாடம். சின்ன வயதில் எடுத்துப் போட்டுக்கொண்ட தெருச் செருப்பைப் போலதான் எல்லாமும் எப்போதாவதுதான் கிடைக்கின்றன. அதைத் திருப்பிப் பிடுங்கிக்கொண்டு போக அனுமதிக்கவே மாட்டோம். இதே பார்பி பொம்மையை பங்களாவில் இருந்து வந்து திரும்பி என்னிடமிருந்து பிடுங்கிக் கொண்டு போக முடியுமா? இந்த மனக் குழப்பங்களில் நான் இருந்த போது என் கைகள் மசாஜ் செய்வதை சில நொடிகள் நிறுத்தின.

அவள் கண்களைத் திறந்து பார்த்தாள். நான் அவளது கண்களைப் பார்ப்பதைத் தவிர்த்தேன். அவள் கால்களை என் மடியிலிருந்து விடுவித்து எடுத்துக் கொண்டாள். கிளம்பலாமா என்றாள். தூரத்தில் மோட்டார் படகு வரும் சத்தம் கேட்டது. படகில் திரும்பும்போது ஏனோ இரண்டு பேருமே அமைதியாக வந்தோம். நான் அலைகளைப் பார்த்துக்கொண்டே வந்தேன். எனக்கு உடனடியாக மைதானத்தில் விளையாட வேண்டும்போல இருந்தது. விளையாடுவதுதான் எல்லா வற்றையும் மறக்கடிக்கும். ஆனாலும் அறுந்த சங்கிலியோடு கூடிய இரும்புக் குண்டு என் கனவிலும் அடிக்கடி வருவதைத் தவிர்க்க முடியவில்லை.

அத்தியாயம்

16

என் வாழ்க்கையில் இந்த மாதிரி பீடை பிடித்ததே இல்லை. நான் அடிப்படையில் ஒரு அத்தெலட்தான். சின்ன வயதில் எங்கள் ஊர்ப்பக்கம் நடந்த எல்லா நூறு மீட்டர் ஓட்டப் பந்தயங்களிலும், முதல் பரிசு எனக்குதான். என்னோடு ஓடுகிறவர்கள் இரண்டாம் மூன்றாம் இடங்களுக்குதான் தெரிந்தே ஓடுவார்கள். ஒருதடவை பலமான அடிபட்டு முட்டிக்கால் காயத்துக்கு மகேஸ்வரி அக்கா மருந்து போடும்போது, ''நமக்கு எதுக்குல இந்த ஓட்டமெல்லாம்... இந்த செஸ் மாதிரி வேற ஏதாச்சும் விளையாடு'' என்றது. செஸ் விளையாடுவதையெல்லாம் என் வாழ்க்கையில் அந்த வயதில்கூட கற்பனை செய்ததே இல்லை. எனக்கு விளையாட்டென்றால் ஓடவேண்டும், துள்ளவேண்டும்.

அதனாலேயே ஒருநாள் காலையில் ஹாக்கி மைதானத்தில் போய் நின்றேன். ''ரெம்ப ஓட வேண்டியிருக்காதுல்ல'' என்றது மகேஸ்வரி அக்கா அப்பாவியாக. நான் புரவி மாதிரி துள்ளித் துள்ளி ஓடுவேன். எனக்கு ஜெர்ஸியில் அழுக்குப்படக்கூடாது. லேடீஸ் கேம் என்று சொல்லி கோச் சிரிப்பார். ஆனால் கோல் போடுவதில் கில்லி. 'குட் ஷாட் பட் நோ யூஸ்' என என் கோச் அடிக்கடி சொல்வார். பயனில்லாத காரியங்கள் பழுது என்பது அவருடைய கோட்பாடு. எல்லாமும் அவருக்கு நூல் பிடித்தது மாதிரி இருக்க வேண்டும். மீசையைக்கூட வரைவாரோ என்று எனக்கு அப்போதெல்லாம் சந்தேகமாக இருக்கும். ஆனால் ஒழுக்கம் ஒரு விளையாட்டு வீரனின் வாழ்வில் எந்தளவிற்குப் பின்னப்பட்டு இருக்க வேண்டும் என்பதற்கு

அவர்தான் எனக்கு ஆதர்ஸம். ஒருபோதும் நான் அதைப் பின்பற்றியதில்லை. ஆனால் பின்பற்ற விரும்புகிறேன்.

அவருக்கு அடுத்து துல்லியமாக கோலை வலைக்குள் செலுத்துவதில் நான் விற்பன்னன். அதுவும் நான் அவருடைய பொசிஷனான ரைட் இன்னர். ஏற்கெனவே சொன்ன மாதிரி அவர் இந்திய அணியில் விளையாடும் வாய்ப்பை இழந்தவர். நாங்களாவது பேருந்து போகிற ஊரில் இருந்து வந்தவர்கள். அவரோ ஒரு குக்கிராம மலைக் கிராமத்தைச் சேர்ந்தவர். அங்கிருந்து ஒரு மலைப்பூண்டு மாதிரி முட்டி மோதி கடைசியில் துரோணாச்சாரியார் ஆகிவிட்டார். அவர் தொட்டதெல்லாம் பொன்னாகியிருக்கிறது. நான் வீணாகி விடுவேனோ என பயந்தார். அவர் தன் வலைக்குள்ளேயே என்னை முழு நேரமும் வைத்திருந்தார். இதுவரை பழுதில்லை என்பதை பாழாக்கிவிடுவேனோ என அவர் பயந்திருக்கக்கூட செய்யலாம். அவரிடம் கையும் களவுமாக ஒரு தடவை மாட்டிக் கொண்டேன். பார்பியை சைக்கிளில் பின்னாலேயே விரட்டிச் சென்று ரயில்வே கேட் எதிரே மறித்தபோது, அவர் எதிரில் வந்து கொண்டிருந்தார். திரும்பிப் பார்க்காமல் ஓடிவந்து விட்டேன். அவர் என்னிடம் அதற்கடுத்து ஒரு வார்த்தைகூட பேசவில்லை. பேசப் போனாலும் அங்கிருந்தபடியே கையைக் காட்டி திரும்பிப் போகச் சொல்லி விடுவார். அவரது எம்.ஐ.டி அருகில் போய் நின்றேன். போறயா இல்ல மவனே என்று நாக்கைத் துருத்தினார். திரும்பி வந்து விட்டேன். அது எங்களுக்குக் கடுமையான காலகட்டம்.

மதுரையில் நடக்கும் ஒரு மேட்ச்சிற்காகத் தயாராகிக் கொண்டிருந் தோம். அந்த மேட்ச்சில் கப் அடிப்பது என்னுடைய கோச்சின் கௌரவப் பிரச்சினை. அவருக்கும் ராஜா கோச்சிற்கும் இடையில் ஏதோ ஒரு சண்டை என்று வெளிப்படையாகவே தெரிந்தது எல்லோருக்கும். இரண்டு பேருமே நகமும் சதையும் மாதிரி அலைவார்கள். என்ன பிரச்சினை என்று தெரியவில்லை. பையன்கள் சல்யூட் அடிக்கிறதோடு வேறு எதுவும் பேசாமல் மௌனமாக இருப்பார்கள். நான் மட்டும் அவரிடம் பேசிக் கொள்வேன். என்னுடைய ஊர்க்காரர் அவர். நான் சார்ந்திருந்த கிளப்பின் சீனியர். அவரும் என்னை அவரது அடையாளமாகதான் பார்த்தார். இருதலைக் கொள்ளி நிலை எனக்கு. இங்கேயும் அங்கேயும் முறையாக வணக்கத்தைப் போட்டு வைப்பேன். நான் அவரது அருகில் சென்று கையைத் தூக்குவதற்கு முன்பு அவர் என்னைக் கையெடுத்துக் கும்பிட்டு வாங்க பெரிய மனுஷரே என்றார். நான் திடுக்கிட்டு விட்டேன். இவரும் கண்டுபிடித்துவிட்டாரா? ''செய்யுற சோலி

ஒண்ணும் உருப்படறதுக்கு மாதிரி தெரியல. விக்ரம் உன்ன நையப்புடைக்காம இருக்கான்னு சந்தோஷப்பட்டுக்க'' என்று சொல்லிவிட்டு அவரும் என்னுடைய கோச் மாதிரியே கையை அசைத்துத் துரத்திவிட்டார். எனக்கு அந்தக் கைச்செய்கை (சைகை???) அவமானமாக இருந்தது.

ஞாயிற்றுக் கிழமைகள் யாரும் கிரவுண்டிற்குப் போக மாட்டார்கள். பையன்கள் சிலர் சினிமாவிற்குப் போவார்கள். நான் வழக்கமாக துணியெல்லாம் துவைத்து முடித்துவிட்டு காளிமார்க்கிற்குப் போவேன். காசிருந்தால் வெஜிடபிள் பிரியாணியோ தில்கோஷோ சாப்பிடுவேன். காசில்லாவிட்டாலும் சும்மா போய் வெஜிடபிள் பிரியாணி வாடையை முகர்ந்துவிட்டு வருவேன். அப்போதெல்லாம் சாப்பாடு மிக மோசமாக ஆகிவிட்டது. ஒருநாள் என் பிறந்தநாளுக்கு கேசரி பண்ணிக்கொண்டு ஹாஸ்டலுக்கு வந்த அம்மா இதைக் கேள்விப்பட்டுவிட்டு ஒப்பாரி வைத்து அழுதது. கையில் கொஞ்சம் காசைத் திணித்தது. அதைவைத்து அவ்வப்போது போய் தில்கோஷ் சாப்பிட்டுவிட்டு வருவேன்.

புதிதாக வந்த இந்த டி.எஸ்.ஓ தன்னுடைய பெயரைச் சொல்லும் போதே ஜாதிப் பெயரைச் சேர்த்துதான் துணிச்சலாகச் சொல்லுவார். முன்னால் குத்துச் சண்டை வீரர். ஆள் முகம்மது அலி மாதிரி குட்டையாக இருப்பார். உள்ளே நுழைந்ததும் சமையல்கார பாய் டேபிளில் துருவிய தேங்காயைக் கொண்டுவந்து வைத்துவிடுவார். அதைத் தின்றுகொண்டே எங்களை மாதிரியான பையன்களைக் கூப்பிட்டு உப்புப் பெறாத காரணம் சொல்லி மூக்கில் குத்துவார். பல பையன்களுக்கு சில்லுமூக்கு உடைந்திருக்கிறது. எங்களது கோச்சால் அவரை ஒன்றும் செய்ய முடியாது. உச்சகட்ட கோபம் வந்தபோது மட்டும் உணர்ச்சி வசப்பட்டு, அவன திருப்பி அடிக்கலாம்ல என்றார். அவரும் இடமாற்றல் வாங்கிவிட்டு அங்கிருந்து நகர்ந்துவிடும் யோசனையில் இருந்தார். என்னோடு பேசிக் கொண்டிருந்தபோது நெகிழ்ச்சியான மனநிலையில் இருந்தபோது அதைச் சொல்லவும் செய்தார்.

நாங்களும் இறுதி வகுப்பில் இருந்தோம். அந்தமுறை சுதந்திர தின விளையாட்டுப் போட்டி நடக்கவில்லை. கடந்த முறை நெய்வேலியில் நடந்தபோது அடைமழை அங்கு. நான்கு நாட்கள் அங்கேயே ஒரு பள்ளிக்குள் தங்கியிருந்தோம். பார்பியும் அத்லெட் அணியில் வந்திருந்தாள். நான் பெண்கள் தங்கியிருக்கும் அறைப் பக்கம் யாருக்கும் தெரியாமல் சுற்றப் போவேன். அந்த மேட்ச் நடந்த போது அவள் கேலரியில் உட்கார்ந்திருந்தாள். எனக்கு இருப்புக்

கொள்ளவில்லை. புரவியின் நடை கூடிவரவில்லை. அந்த மேட்ச்சில் சென்னை ஒய்.எம்.சி.ஏ அணியிடம் தோற்றோம். எல்லோரையும் விட்டுவிட்டு கேப்டன் முரளி ஓடிவந்து என்னை மட்டும் போட்டு அடித்தான். மேட்ச் வின்னரை அடிக்காமல் வேறு யாரை அடிப்பார்கள்?

ஊர் திரும்பியதுமே மறக்காமல் கோச்சிடம் சொல்லிவிட்டான். அவர் அறைக்கு அழைத்து ஹாக்கி மட்டையால் என்னை அடித்தார். அப்போதும் அந்த வார்த்தையைச் சொன்னார். 'விளையாடும்போது கேலரியைப் பாக்காதே!' இந்த முறை சுதந்திர தினப் போட்டியும் இல்லையென்றாகிவிட்டது. எங்களது ஒரே குறி மதுரை மேட்ச்தான். நான் ஞாயிற்றுக் கிழமைகளில் காளிமார்க் போவதை நிறுத்திக் கொண்டேன். இருந்த ஒரே நல்ல ஷார்ட்ஸ் தாமிரபரணியில் அடித்துக் கொண்டு போனதிலிருந்து குளிக்கப் போவதையும் நிறுத்தியிருந்தேன்.

ஞாயிற்றுக் கிழமை காலையில் மட்டும் ப்ரெட் தருவார்கள். காளிமார்க் வெஜ் பிரியாணியில் வறுத்துப் போட்ட ப்ரெட் மாதிரி இல்லை இது. மட்டரகமான ப்ரெட்டை பாதி பாக்கெட் தருவார்கள். ஜாம் என்று சொல்லி ஒரு இனிப்பு திரவத்தை ஊற்றுவார்கள். தங்கமணி வார்டன் இருந்தவரை பிரச்சினையில்லை. என்னை அவருடைய பையன் மாதிரி பார்த்துக் கொள்வார். மெஸ் சாவியை என்னிடம்தான் ஒப்படைத்திருந்தார். நான் பள்ளி விட்டு வந்ததும், தெரியாமல் போய் பீஃப் குழம்பையும் மோர் ஆக்குவதற்கு முன் இருக்கும் கெட்டித் தயிரையும் போட்டுக்கொண்டு சாப்பிடுவேன். அவர் இந்த ஹாஸ்டலை முன்னேற்ற நிறையத் திட்டங்கள் வைத்திருந்தார். எக்ஸ் மிலிட்டரி மேன் என்பதால் எல்லா விஷயங் களிலும் நேர்மையாக இருப்பார். நான் கோல் போட்டுவிட்டு திரும்பிப் பார்த்தால் நிச்சயம் அவர் என்னைப் பார்த்துக் கொண்டிருப்பார். அவர் என்னுடைய ரசிகர். நான் அவருடைய பையன்.

பாளையங்கோட்டையில் நடக்கவிருந்த ஒரு போட்டியில் நாங்கள்தான் வெற்றி பெறுவோம் என எல்லோரும் சொல்லிக் கொண்டிருந்தார்கள். அந்த மேட்ச்சைப் பார்ப்பதற்காக தமிழ்நாடு தேர்வுக் குழுவினர் வரப் போவதாகவும் பேச்சு அடிபட்டுக் கொண்டிருந்தது. நான் அடித்ததெல்லாம் கோலாகிக் கொண்டிருந்த நேரம். அந்தப் போட்டிக்குக் கிளம்பத் தயாராகிக் கொண்டிருந்த அன்று அதிகாலை எங்களுக்கு, தங்கமணி வார்டன் முந்தின நாள் இரவு விஸ்கி சாப்பிட்டுவிட்டு வீட்டுக்கு பைக்கில் போனபோது ஏதோ ஒருவாகனம் மோதி செத்துவிட்டார் என செய்தி வந்தது. சிதறிப் போய்விட்டோம் எல்லோரும். அந்த மேட்ச்சிற்குப் போகவில்லை என்பதில் இன்னமும் வருத்தம் எனக்கு.

கப்பைக் கொண்டுவந்து சுடுகாட்டில் அவர் தலைமாட்டில் வைத்திருக்க வேண்டும். அதுதான் அவருக்கான நிஜ அஞ்சலியாக இருக்கும் என அந்த வயதிலேயே நான் நினைத்தேன். அவரைச் சிதையில் வைத்தபோது, தலையைத் தூக்கியபோது பின்னந்தலை யில் என்னுடைய கை உள்ளே போனது. உள்ளே பஞ்சு வைத்திருந் தார்கள் என்று நினைக்கிறேன். கையில் சொட்டாய் ரத்தம் ஒட்டியது. நான் அவருடைய கைகளைத் தொட்டேன். இதே கைதான் என் தலையில் அத்தனை முறை ஆசிர்வாதம் செய்திருக்கிறது. அவருடைய பையன் மொட்டை போட மறுத்தபோது ஓடிப் போய் அடிக்கலாம் என்று தோன்றியது எனக்கு. ஏன் அப்படிச் சொன்னான் என இதுவரைக்கும் விளங்கவில்லை. எப்போதுமே துரோணாச்சாரியர் கள் பிரம்மசாரிகளாக இருக்க மட்டுமே லாயக்கானவர்கள். குடும்பம் என்பதெல்லாம் அவர்களுக்குத் துயரம்தான்.

என்னுடைய கோச் ஆடிப் போய்விட்டார், அந்தச் சாவைப் பார்த்து. அந்த டி.எஸ்.ஓ.வின் வேலைதான் இது என எல்லோரும் பேசிக் கொண்டார்கள். அவர் சார்ந்த சாதியைச் சேர்ந்த ரௌடிகள் ஹாஸ்டலில்தான் அமர்ந்து சரக்கடிப்பார்கள். சமைத்த கறியில் பாதியை அவர்களே தின்றுவிடுவார்கள். தங்கமணி வார்டன் இருந்த வரை இப்படியில்லை. தினம்தோறும் எங்களுக்குக் கறியுண்டு. மாட்டுக் கறி, கோழிக்கறி இல்லாமல் சாப்பாடு கிடையாது. முறை வைத்துதான் துண்டுகளைப் போடுவார்கள் என்றாலும் அதில் எந்தக் குறையும் வைத்ததில்லை. ஆனால் இவர் வந்த பிறகு சாப்பாட்டில் உண்மையிலேயே சாக்கடை நாத்தம் அடித்தது. கறியை மெல்ல முடியவில்லை. அதன் சாறை மட்டும் உறிஞ்சிவிட்டுத் துப்பி விடுவோம். இத்தனைக்கும் அரசாங்கம் ஓரளவு தொகையை எங்களுக்கு ஒதுக்குகிறது. அதை அவர் ஒருத்தரே அடிக்க வேண்டும் என்பதற்காக தங்கமணி வார்டனை ஆள் வைத்துத் தூக்கிவிட்டதாக எல்லோரும் சொன்னார்கள். யாரும் அவர் மேல் கைவைக்க முடியவில்லை. அது அவரது கோட்டை. அந்தக் கோட்டையில் பாதுகாவலர்கள் சூழ அவர் ஒரு வயதான சூனியக்கார குள்ள குத்துச் சண்டை வீரனாக இருந்தார். எங்களிடம் அவருடைய வீரத்தைக் காட்டிக் கொண்டிருந்தார். சோத்துக்கே வழியில்லாமல் மட்டையைத் தூக்கிய எங்களை அவர் அதே மட்டையால் நினைக்கும் போதெல்லாம் அடித்துக் கொண்டிருந்தார்.

சரியாகச் சாப்பிடாததால் அப்போது உடல் சோர்வும் இருந்தது. அரை பாக்கெட் ப்ரெட் போதுமானதாக இல்லை. அரைவயிறு மட்டுமே நிறையும். அதைத் தண்ணீரில் முக்கித் தின்றுவிட்டு, நேராகப் போய் கிரவுண்டில் நின்றுவிடுவேன்.

கோல் போஸ்ட்டின் இடது, வலது மூலையில் மட்டையை வைத்து ஒரு பொந்து வருகிற மாதிரி கட்டிவிடுவேன். தூரத்தில் இருந்து பந்தை அடித்தோ, தள்ளியோ அந்தப் பொந்திற்குள் சரியாகச் சொருகுவதுதான் பயிற்சி. ஐம்பது பந்துகளைக் கொண்டுபோய் அதைச் செய்து கொண்டிருப்பேன். அப்படியொரு நாள் பயிற்சி செய்து கொண்டிருந்தபோது, ஐகிரவுண்ட் வழியாக சாலையில் வண்டியில் வந்த கோச் அங்கிருந்து பார்த்துவிட்டார். அங்கிருந்த படியே அறைக்குப் போய்த் தூங்கு என சைகை காட்டினார். அதை மீறி எதுவும் பேசமுடியாது. அவர் என்னிடம் ஏதோ ஒரு வகையில் அந்தக் காலகட்டத்தில் பேச முயன்ற வார்த்தைகள்தான் அந்த சைகை. நான் அறைக்கு வந்தும் அதே வேலையை ஒரு குறுகிய கட்டங்களுக்குள் செய்தேன். நான் தூங்கவில்லை அந்தக் காலகட்டத்தில். என் நினைவெல்லாம் மைதானத்தில் இருந்தது.

பொதுவாகவே மேட்ச் துவங்குவதற்கு ஒரு நான்கு நாட்களுக்கு முன்பிருந்தே மட்டையைக் கையில் தொட விட மாட்டார்கள். வேறு விளையாட்டுகளை ஆடச் சொல்வார்கள். மைதானத்தில் இறங்குகிற அன்று மைதானம் தூரமாகத் தெரியாது. அந்த கோல் போஸ்ட் இங்கிருந்து பார்க்கும்போது அருகாமையில் இருக்கும். தூரம் என்பது இடத்தில் இல்லை. மனதில்தான் என்பதை நான் கண்கூடாகப் பார்த்திருக்கிறேன். அதுவரை கனமாக இருந்த மட்டை ஒரு சிறு குழந்தையைத் தூக்குவதுபோல மிருதுவாக இருக்கும். ஒட்டுமொத்த மைதானமும் அத்தனை கோணத்திலும் தெரியும். நான்தான் எதிரணியினரின் இலக்கு. எங்களுக்கு எதிராக தமிழ்நாடு போலீஸ் அணியும் ஜான்ஸ் காலேஜ் அணியும் களத்தில் இருந்தன. ஜான்ஸ் அணிக்கு ராஜா கோச் பயிற்சி கொடுத்துக் கொண்டிருந்தார்.

போலீஸ் அணிக்கு எங்கள் ஊரைச் சேர்ந்த சுப்பிரமணி அண்ணன்தான் கேப்டன். எல்லோரும் ஒண்ணுக்குள் ஒண்ணுதான். ஆனாலும் என்னைத் தூக்கியே ஆவது என்பதில் தீர்மானமாக இருந்தார்கள். என்னுடைய கோச் ராஜையனிடம் சொல்வதுபோல என்னிடம் சொன்னார். ''கப் வாங்காம மூஞ்சில முழிக்கக்கூடாது.'' எல்லோரும் வரிசையில் நின்று கொண்டிருந்தபோது என்னிடம் இருந்து பறித்த கேப்டன் பதவியைத் திரும்பக் கொடுத்தார். நான் நெஞ்சை நிமிர்த்தினேன்.

அந்த மேட்ச்சில் கலிங்கத்துப் பரணியில் போருக்குப் போகும் யானைகள் குத்தீட்டிக் காயங்களை வாங்குவதுபோல என் உடம்பெங்கும் காயம். துரத்தி அடித்தார்கள். அழுக்கே படாமல் விளையாடும் என் உடலெல்லாம் சிராய்ப்புகளும் மண்ணும்.

காலணிக்குள் பெருவிரலில் மட்டையை வைத்துக் குத்தியதில் பெருவலி. நான் ஒரு கட்டத்தில் ஓடமுடியாமல் விழுந்துவிட்டேன். எனக்குப் பதில் மாற்று வீரனாக மணிகண்டன் களத்திற்கு வந்தான். வெளியில் காலணியைக் கழற்றிவிட்டு வலியில் துடித்த என்னை என்னுடைய கோச் தூரத்தில் இருந்து பார்த்தார். 'திருப்பி அடிக்க உன் மட்டை என்ன மயிரு புடுங்கப் போயிருந்துச்சா' என்றார்.

மேட்ச் அடுத்த ஐந்து நிமிடத்தில் முடிந்துவிடும். ஏற்கெனவே எங்களிடம் தோற்றிருந்த போலீஸ் டீம் சுப்பிரமணி அண்ணன் ஓடிவந்து என் கால்களைப் பிடித்துக்கொண்டார். எழுந்து நின்று உள்ளே விளையாடிக் கொண்டிருந்தவர்களைப் பார்த்துச் சத்தம் போட்டார். ''டேய், விளையாட வந்துருக்கோம்னு பாக்கறேன். இல்லாட்டி உங்க ரௌடித் தனத்துக்கெல்லாம் ரிவிட்டு குடுத்துடுவேன்'' என்றார். என் முதுகில் தட்டி ''எந்திரிடா'' என்றார். நான் எழுந்து நின்றேன். ஒரு காலை மட்டும் அழுத்தமாக ஊன்றி இன்னொரு காலை பாதித் தொங்கப் போட்ட நிலையில் நின்றேன். குனிந்து அமர்ந்து அண்ணன் என் கால்களை மிருதுவாக அழுத்திவிட்டு, காலணியை எடுத்து மாட்டினார். காலணிக் கயிற்றை இறுக்கமாகக் கட்டிவிட்டு எழுந்து நின்ற அவர் ''போடா உள்ள'' என்றார். தூரத்தில் நின்று கொண்டிருந்த என்னுடைய கோச் கைகட்டி இதை வேடிக்கை பார்த்துக் கொண்டிருந்தார்.

வழக்கமாக ரைட் இன்னர் பொசிஷன் எடுக்கும் நான் உள்ளே நுழைந்ததும் சென்டர் ஃபார்வர்டு பொசிஷன் எடுத்தேன். என் சகாக்களுக்குத் தெரியும் அந்த சமிக்ஞை. புரவி புலி வேட்டைக்குக் கிளம்பிவிட்டது. கேலரியில் பார்பி இல்லை. பார்பி என்கிற ஒன்றே என் நினைவில் இல்லை அப்போது. நான் அந்தக் கணத்தில் விளையாடும்போது கேலரியைப் பார்க்கவில்லை. கேலரி என்ற ஒன்று இருக்கிறதா என்ன?

தினேஷ் அடித்த பந்து சரியாக என்னுடைய கைக்கு வந்து சேர்ந்தது. என் வலது காலை முன்னே வைத்து பந்து வந்த வேகத்தைத் தடுத்து அதன் தலையில் செல்லமாக ஒரு தட்டுத் தட்டியவுடன் அது என் வலப்புறத்தில் துள்ளிக்கொண்டு வந்து விழுந்தது. எனக்கு எதிரே இருந்தவன் என் இடது புறத்தில் போய் விழுந்தான். எனக்கும் கோல் கீப்பருக்கும் நடுவில் நின்று தடுப்பவனை அப்புறப்படுத்தி விட்டேன். எனது இடது காலை இரணியன் வதம் செய்யப்படும் போது உறுதியாக எடுத்து நகற்றி வைப்பதுபோல டி ஏரியாவில் வைத்தபோது, நானும் கோல் கீப்பரும் மட்டும்தான் இருந்தோம். நான் அந்த ஞாயிற்றுக் கிழமைகளில் செய்ததை திருப்பிச் செய்ய

அந்த நொடி நேரத்தில் முடிவெடுத்தேன். அந்தப் பொந்து மட்டுமே தெரிந்தது என் கண்களில். கோல் கீப்பர் தெரியவில்லை எங்கேயும். அந்தப் பொந்தின் வழியாக இருட்டிக் கொண்டிருந்த வானம் தெரிந்தது.

நான் என்னுடைய கோச்சிற்காக, 'குட் ஷாட் பட் நோ யூஸ்' அல்லாத அந்த ஷாட்டை அடித்தேன். அந்தப் பொந்தில் ஸ்ருக்கென்று பந்து நுழைந்த சத்தம் என் காதில் கேட்டது. மைதானமே மயான அமைதியில் இருந்தது. காற்றில் மிதந்து வந்து கொண்டிருந்தேன். யாரோ என்னைத் தூக்கினார்கள். மேட்ச் முடிந்துவிட்டதற்கான விசில் சத்தம் கேட்டது. மேடைக்குக் கம்பீரமாக நடந்து போய் அந்தக் கோப்பையை வாங்கி வந்து என் கோச் கைகளில் கொடுத்தேன். கவனம் கூடுவதுதான் கம்பீரம் என்றார். அந்த வார்த்தையைச் சொல்லும்போது அவர் நெஞ்சை உயர்த்திக் காட்டினார். இப்போது என் கோச் இருந்திருந்தால் நான் இப்படி பீடை பிடித்து அமர்ந்து கொண்டிருந்திருக்க மாட்டேன். அவர் எனக்கு நெஞ்சை நிமிர்த்த மறுபடி சொல்லிக் கொடுத்திருந்திருப்பார். அந்தக் கோப்பையைக் கைப்பற்றிய அன்று உடனடியாக ஹாஸ்டலுக்குத் திரும்பினோம். டி.எஸ்.ஓ பத்திரிகை புகைப் படக்காரர்களுடன் நின்றிருந்தார். எல்லோரையும் அழைத்து குரூப் ஃபோட்டோ எடுத்தார்கள். பக்கத்தில் நிற்கப் போன என்னை முன்னால் போய் உட்கார் என்று துரத்திவிட்டார்.

அன்றிரவு எங்களுக்கு பிரியாணி போட்டார்கள். பத்திரிகைக் காரர்களும் எங்களோடு உட்கார்ந்து சாப்பிட்டார்கள் என்பதால், ஓரளவிற்குத் தரமாக இருந்தது. பத்திரிகையாளர்கள் எழுந்து வெளியே போன பிறகு உள்ளே வந்த டி.எஸ்.ஓ, ''சாப்பிடுங்கடே... வாழ்நாள்ல இதுமாதிரி சாப்பிட்டிருக்க மாட்டீங்க. கறியும் சோறும் போதும் போதும்ங்கற அளவு இருக்கு'' என்றார். குறிப்பாக என்னைப் பார்த்துதான் அந்த வார்த்தையைச் சொன்னார். ஆமாம், இதுமாதிரி நான் சாப்பிட்டு ஆண்டுக்கணக்கில் ஆகிவிட்டது. ஒரேயொரு தடவை முதன் முறையாக எங்கள் தெரு சடங்கு வீடொன்றில் புதுப் பணக்காரர் ஒருவர் பிரியாணி போட்டார். சடங்கு வீட்டுச் சாப்பாடு தீட்டு என போகவிடாமல் தடுத்து நிறுத்திவிட்டார்கள். இன்னொரு தடவை சித்தியைப் பார்க்கப் போனபோது சமைத்துத் தந்தது. என்னைத் துரத்தி விடுகிற மனநிலையில் அப்போது இருந்தது. அதில்லாமல் இன்னொரு சமயத்தில் அண்ணன் ஒருத்தர் குருமலைக்குக் கூப்பிட்டுப் போய் அவருடைய கல்யாணத்திற்கு பார்ட்டி வைத்தார். பெரியவர்கள் எல்லாம் குடித்தார்கள். எல்லோரும் சாப்பிட்டு முடித்த பிறகு எங்களைச் சாப்பிட விட்டார்கள். நாங்கள்

மாட்டுக்கறி பிரியாணி அண்டாவிற்குள் தலையை விட்டு ஹார்லிக்ஸ் விளம்பரத்தில் வருவதைப்போல அப்படியே கைகளால் அள்ளிச் சாப்பிட்டுக் கொண்டிருந்தோம். தட்டில் போடப் போனவனைக்கூட அண்ணன், 'டேய் சும்மா சாப்பிடுங்கல. உங்களுக்குப் போகத்தான் மத்தது' என்றார். அண்ணன் அப்போது சொன்னபோது ஒன்றும் தோன்றவில்லை. ஆனால் டி.எஸ்.ஓ சொன்னபோது எனக்கு அவமானமாக இருந்தது.

தலையைத் தூக்கிப் பார்க்கவில்லை. வயிறு முட்ட அனிச்சையாகச் சாப்பிட்டுக் கொண்டிருந்தேன். தொழுவத்திற்கு வந்த பிறகு வென்று கொடுத்த குதிரைகளும் இப்படிதான் சாப்பிடுமோ என்னவோ. என் அறையில் எல்லோரும் தூங்கிய பிறகு நான் வாங்கிய முலாம் பூசப்பட்ட அந்தப் பதக்கத்தை பார்பி பொம்மையின் கழுத்தில் போட்டு அந்தக் கயிறைச் சுற்றிக் கட்டி பத்திரமாகப் பெட்டியை மூடி வைத்தேன். அவமானப்பட்டுதான் எல்லா நேரங்களிலும் பிரியாணி சாப்பிட்டிருக்கிறேன் என்கிற உண்மை பெட்டிக்குள் இருக்கிற பார்பிக்கு மட்டும் தெரியாது. இவளுக்குத் தெரியும். அதனால்தான் ஒருதடவை எனக்குப் பிரியாணி சமைத்துக் கொண்டுவந்து அலுவலக வாயிலில் வைத்துக் கொடுத்தாள்.

அத்தியாயம்

17

பார்த்துக் கொண்டிருக்கிற வேலையைக் கேவலமாகப் பேசக் கூடாது. அது மத்திய அரசு நிறுவனமொன்றின் கிளர்க் வேலை. போலீஸிடமெல்லாம் இருந்து வாங்கிய நெஞ்சுக் குழிக் குத்துக்கான அருமருந்து. அதைத்தான் தற்காலிக வேலை என்று சொல்லிக் கொண்டிருக்கிறேன். கிட்டதட்ட உதவியாளர் வேலைதான். அந்த வேலையில் ஒரு சுதந்திரம் இருந்தது. நினைத்த நேரத்திற்கு அலுவலகத்திற்குப் போகலாம். பாதி நேரங்கள் ஏதாவது ஒரு டூரில் இருப்போம். இல்லாவிட்டால் டூருக்காகத் தயாராகிக் கொண்டிருப் போம். விளையாட்டு வீரர்களைக் கண்டுகொள்ள மாட்டார்கள். அலுவலகத்திற்குப் போகும் நேரங்களில், வேலை பார்க்கிற மாதிரி நடித்துக்கொண்டு இருந்தாலே போதுமானது.

ஏதாவது கிழடு கட்டைகள் மேலதிகாரிகளாக வந்தால் மட்டும் மாட்டிக்கொள்வோம். போட்டுப் படுத்தி எடுத்து விடுவார்கள். ''ஸ்போர்ட்ஸ் மேன் என்றால் கொம்பா மொளச்சிருக்கு. எல்லாரையும்போல வேலை பாக்கணும். உழைக்காமல் உண்ணும் உணவு திருட்டு உணவிற்குச் சமம்னு காந்தியே சொல்லியிருக்காரு'' என ஒருதடவை வயதான உயரதிகாரி ஒருத்தர் தாளித்து எடுத்து விட்டார். அதென்ன திருட்டு உணவு? பூனை மாதிரி ஒருநாள் சுவரேறிப் பார்த்தால் தெரியும் அதன் அருமை.

எனக்கு அந்த வேலை சுத்தமாகப் பிடிக்கவில்லை. வீட்டுக்குத் தனியாக கெதியாக அனுப்புகிற மாதிரி சம்பளம் வந்தது. பெண் பார்க்கத் துவங்கிவிட்டனர் அங்கே. ஆனாலும் எனக்கு இது போதாது

என்பதைச் சொல்லியும் தெரியவேண்டுமா? இந்திய அணியில் விளையாடினால் ஆஃபிஸர் போஸ்டிங் கிடைக்கும் என்பது மட்டும் ஒரு நல்ல விளையாட்டு வீரனுக்குக் காரணமாக இருக்க முடியுமா? ஆனாலும் உயரதிகாரி என்றால் கசக்கவா செய்யும்? இப்படிப் பலர் ஒரே நாளில் ஒரே பாட்டில் ஆஃபிஸர்களாக உயர்ந்திருக்கிறார்கள். என்னோடு விளையாடி எனக்கு முன்னே ஆஃபிஸரான ராஜேஷ்குமாரின் அப்பா ஃப்ளாஸ்க்கில் பூஸ்ட் எடுத்து வந்து அதிகார மட்டத்தைச் சேர்ந்தவர்களுக்கு மைதானத்தில் வைத்து ஊற்றிக் கொடுத்துக் கொண்டிருப்பார்.

அப்புறம் என்ன நடக்கும்? அவன் இந்திய அணியில் ஆடினான். இது மாதிரி ஆட்களுக்குத் தரப்படுவதைப்போல ஒரு பயணத்தில் மட்டும் அவனுக்கு வாய்ப்புக் கொடுத்தார்கள். நான் மதிக்கவே மதிக்காத ரைட் எக்ஸ் அவன். ஆள் வட இந்தியன் மாதிரி இருக்கிறான் என்பதால் தேர்வு செய்துவிட்டார்களோ என்னவோ... நான் வேலை யில்லாமல் இருந்தபோது அவனது அலுவலகத்திற்குப் போய்ப் பார்த்திருக்கிறேன். அவனைப் பார்த்த அடுத்த கணம் ஆஃபிஸராக ஆகியே ஆவது என முடிவெடுத்துவிட்டேன். என்னை கௌரவமாக தான் நடத்தினான். அவனுக்குக் கிடைத்த வாய்ப்பு பொறுக்கியது என்பதை ஒத்துக்கொண்டான். அவனுடைய அப்பா அவனை ஒரு வங்கியின் உயரதிகாரியாக அமர்த்த ஆசைப்பட்டார்.

அதற்காகவே அவனைத் தயார் செய்தார். அவனும் அப்பாவின் லட்சியத்தை எட்டிவிட்டான். விளையாட்டு வீரனாகத் தோற்று விட்டான். இன்னொரு தடவை போய்ப் பார்த்தபோது அவனுடைய உடல் எடை தொண்ணூற்று நான்கு கிலோ இருந்தது. அவன் ஒரு மாமிச மலையைப்போல பஜ்ஜியை எடுத்து என்னிடம் நீட்டினான். முகத்தைச் சுளித்துவிட்டேன். பதறிப் போய் மன்னிப்பு கேட்டான். அவன் என் மீதான பிரம்மாண்டத்தைத் துளிகூட குறைத்துக் கொள்ளவில்லை என்பது தெரிந்தது. ''எங்கயாவது காசு கொடுக்கணும்னா சொல்லு லோன் போட்டுத் தர்றேன்'' என்றான்.

கிளர்க் வேலையில் சேர்ந்த பிறகு அவனை நான் போய்ப் பார்க்கவே இல்லை. அவன் எப்போதும் என்னை அழைத்தபடிதான் இருந்தான். எனக்கு அவனைப் பார்க்கப் போவதற்கு வெட்கம். நான் பார்த்து பந்து எடுத்துப் போட்ட பயல் ஆஃபிஸரா? போகவில்லை நான். சம்பளம் என்ன பெரிய சம்பளம். ஊருக்கு அனுப்பியது போக மீதி இருப்பதைக் கழித்துப் பார்த்தால் ஒரு ஷூகூட வாங்க முடியாது. ஸ்டைலாக நடந்து போய், ஆயிரம் ரூபாய்க்கு ஒரு ஷூ வாங்கிவிட்டு வருவதைப்போல வர முடியாது. ஒரு ஸ்போர்ட்ஸ் ஷூவின் விலை குறைந்தது நாற்பதாயிரம் ரூபாய் இருக்கும்.

மட்டைகளின் தரத்திற்கேற்ப விலையுண்டு. ஜலந்தரில் இப்படி மட்டைகள் செய்யும் இடத்திற்குச் சென்றிருக்கிறேன். குவிந்து கிடந்ததில் இருந்து எனக்குப் பிடித்த மட்டைகளை எடுத்து காற்றில் டிரிபிளிங் செய்துவிட்டுத் திரும்பவும் அந்த இடத்தில் வைத்துவிடுவேன். மூன்று மணி நேரம் இதைத் திரும்பத் திரும்பச் செய்து கொண்டிருந்தேன். மட்டைகளைச் செய்து கொண்டிருந்த குல்லா போட்ட ஒருத்தர் என்னை ரசித்துப் பார்த்துக் கொண்டிருந்தார். அவரது கலைக்கு நான் கொடுக்கும் மரியாதையைக் கண்டு அவர் பூரித்திருந்தார். எழுந்து வந்த அவர் கைதேர்ந்த சோழிகளை உருட்டுபவனைப்போல அந்த மட்டைக் குவியலுக்குள் இருந்து ஒரு மட்டையை உருவி எடுத்து என்னிடம் கொடுத்தார். அவரது உரிமையாளரிடம் எனக்குப் புரிந்த ஹிந்தியில் சொன்னார். ''என் கணக்குல ஏத்திக்கங்க.''

போகிற இடங்களில் எல்லாம் என் விளையாட்டு எனக்குக் கருணையாளர்களைப் பெற்றுத் தந்தபடியே இருந்தது. எல்லோரும் என் விளையாட்டிற்காகச் செய்தது எனக்குப் பெருமையாக இருந்தது. பார்பியும் அதே விளையாட்டிற்காகச் செய்வது எனக்குப் பிடிக்கவில்லை. அவள் எனக்காக அதைச் செய்யவேண்டும் என்று விரும்பினேன். அவள் விடாப்பிடியாக விளையாட்டில் மட்டும் குறியாக இருந்தாள். என் கிளர்க் வேலை சம்பாத்தியத்தை நான் ஹோட்டலில் சாப்பிட்டு முடிக்கவே செலவழித்துவிடுவேன். பார்பி எனக்கு நான் எதிர்பார்த்த தரத்திலான விளையாட்டு உபகரணங்களை வாங்கித் தந்தாள். ''ஆஃபிஸர் ஆனதும் திருப்பிக் குடுத்துருங்க'' என்பாள்.

மட்டைகளை வாங்கி அவளும் பரிசோதிப்பாள். அவள் என்னை மாதிரி அல்ல. எல்லா விளையாட்டுகளையும் ஓரளவிற்கு விளையாடுவாள். அத்தெலட் மாதிரியே அவள் கூடைப் பந்திலும் கில்லி. அவள் தன் நுனி விரல்களை நிலத்தில் ஊன்றி கூடைக்குள் எக்கி பந்தைப் போடும் அழகைப் பார்த்திருக்கிறேன். அந்தப் பாதங்கள் நகர்ந்த விதம் இன்னமும் என் கண்ணிற்குள்ளேயே இருக்கிறது. அந்தப் பாதங்கள், குத்துக்காலிட்டு அமர்ந்து ஒரு முயல்குட்டி கழுத்தைத் திருப்பிப் பார்ப்பதைப் போலவே இருந்தன. அவளால் இப்போது அப்படி சின்ன அசைவைக்கூட நிகழ்த்த முடியாது. அது ட போல விரிந்து கிடந்தது. காலை விரித்துக்கொண்டு நடந்தாலே கூப்பிட்டு அடிப்பார்கள் அப்போதெல்லாம். அதுதான் நிரந்தரம் என்பதை நினைக்கும்போது ஒருதடவை உண்மையிலேயே கண்ணீர் எட்டிப் பார்த்தது.

'ரெஸ்ட் ரூம் எங்கருக்கு' என்று கேட்டு அந்த ஷோ ரூமிலிருந்து வெளியே வந்துவிட்டேன். அதை அவள் கவனிக்கவே இல்லை.

அவள் என்னை சர்வதேச வீரன் போலதான் நடத்திக் கொண்டிருந்தாள். அதில் துளியும் அவள் ஏமாற்றவில்லை. என் ரசிகையாகதான் இருந்தாள் இப்போதும். வருகிற போட்டிகளில் நான் கவனம் செலுத்த வேண்டும் என அடிக்கடி சொல்லியபடியே இருப்பாள். என்னை ஒரு தூரத்திலேயே வைத்திருந்தாள்.

சில நேரங்களில் அவளே உருகி நம்மீது வடிய ஆரம்பிக்கும் நிலைக்கு வருவாள். உடனடியாகச் சுதாரித்துக் கொள்வாள். அந்த வேலையில் அவமானம் கொள்ளக்கூடாது என சொல்லிக்கொண்டே இருப்பாள். ''உட்கார்றதுக்கு ஒரு குஷன் கிடைச்சிருக்கு. நல்லா சாய்ந்து உட்கார்ந்துகிட்டு அதுக்கடுத்து செய்யப் போறத யோசிக்கிறதுதான் புத்திசாலித்தனம்'' என்பாள் அடிக்கடி. எனக்கு இதைக் கேட்கும் போதெல்லாம் வித்தியாசமாக இருக்கும். விளையாட்டு வீரர்கள் என்றாலே ஓடுவது குதிப்பது மலையில் ஏறுவது என்றெல்லாம்தான் உதாரணங்களைச் சொல்வார்கள். தொலைவானம் தொட்டு விடும் தூரத்தில் என பாட்டுப் படிப்பார்கள். தேசிய கீதத்தைப் புல்லரித்துப் பாடுகிற கோஷ்டிகள் நாங்கள். மந்தையில் இருக்கிற ஆட்டைப் போலதான் இருப்போம் பல நேரங்களில்.

எல்லோரும் இன்னொருத்தனிடம் சொல்வதற்குக் குட்டிக் கதைகள் வைத்திருப்போம். அதில் தன்னம்பிக்கை பொங்கி வழியும். தினத்தந்தியில் சாணக்கியன் சொல் மட்டும் படிப்போம். அதில் அடிக்கடி இமயம் தொட்டு விடும் தூரம் என்கிற மாதிரி பாஸிட்டிவான வரிகள் வரும். உட்காருவது படுப்பது என்றெல்லாம் யோசிக்கக்கூட மாட்டோம். வெகுசீக்கிரத்திலேயே ஒரு விளையாட்டு வீராங்கனையின் வாழ்க்கையில் குஷன் சேர் வந்து விட்டது. அதை அவள் அடிக்கடி அழுத்திச் சொல்லும் போதெல்லாம் பளாரென்று ஒரு அறைவிடலாம்போல இருக்கும். தண்டனை யாருக்குத் தரவேண்டும் என்று யோசிக்கும்போது அமைதியாகக் கேட்டுக்கொள்வேன்.

ஒருதடவை பெங்களூருக்கு விளையாடப் போனபோது உனக்கு என்ன வாங்கிக்கொண்டு வரட்டும் என்றேன். விதவிதமான செருப்புகளை வாங்கி வரச் சொன்னாள். பெங்களூரில் விலை குறைவாகக் கிடைக்கும் என்றாள். நான் ஏதோ அவளது அக்காவிற்குக் கேட்கிறாள் என்று நினைத்துக்கொண்டேன். வந்தபிறகு அவள் சொன்னதைக் கேட்டு அதிர்ந்துவிட்டேன். அவள் போட முடியாத செருப்புகளை அவளுக்காகதான் கேட்டாள். இதுவரை முன்னூறு ஜோடிகள் சேர்த்து வைத்திருப்பதாக, அதில் ஒரு ஜோடியை எடுத்து நெஞ்சில் அணைத்தபடி சொன்னாள். கத்தரிப்பூ

செருப்பை எடுத்துப் பார்த்துவிட்டு, ''பார்க்கற எடத்துல எல்லாம் கத்தரிப்பூவா?'' என்றாள்.

''உன்னுடைய அக்காவிற்காகக் கேட்டாயென நினைத்தேன்'' என்று சொன்னபோது நிமிர்ந்து பார்த்துவிட்டு மறுபடியும் தலையைக் குனிந்துகொண்டாள். எனக்குக் குற்றவுணர்வாக இருந்ததால் அதற்கடுத்து கொஞ்ச நேரம் அமைதியாக இருந்தேன். கடற்கரையில் அமர்ந்திருந்தோம் அப்போது. வழக்கமாக எழுந்து நிற்கும்போது அவளது கைபிடித்துத் தூக்க ஆவலாக இருப்பேன். ஆனால் அன்றைக்கு ஆவல் காட்டவில்லை நான். அவள் அதைக் கவனித்து விட்டாள். உற்சாகத்துடன் என்னை நோக்கிக் கைகளை உயர்த்திக் காட்டினாள். நான் நெகிழ்ந்துவிட்டேன்.

எந்தவிதத் தப்புக் காரியங்கள் குறித்தும் சிந்திக்காமல் ஆழ்ந்த அன்போடு உட்கார்ந்திருந்த அவளைத் தூக்கிவிட்டேன். அவள் என் கைகளைப் பிடித்துக்கொண்டு நிதானமாக உடலில் ஒட்டியிருந்த மண்ணைத் தட்டி விட்டாள். அவளது தொடையில் ஒட்டியிருந்த சிறுதுகளை என் கைகளால் தட்டிவிட்டேன். என் கண்களை அவள் பார்க்கவே இல்லை. அவளுடைய கைகளும் உடலும் என்னோடு வெகு நெருக்கத்தில் ஒட்டிக் கொண்டிருந்தன. அதை அவள் உணர்கிறாள் என்பதை சிற்சில உதட்டு அசைவுகளின் வழியாகத் தெரிந்துகொள்ள முடிந்தது.

அவள் உடைந்த குரலில், ''நான் தோற்றுவிட்டேன். வெற்றிக் கோட்டை பக்கத்தில் பார்த்த பிறகும் இழந்து விட்டேன். எக்காரணத்தைக் கொண்டும் நீங்கள் தோற்கக்கூடாது'' என்றாள். அடிக்கடி சொல்கிற வார்த்தைகள்தான். ஏனோ அன்றைக்கு அவற்றின் மீது கனம் ஏறியிருப்பதாகத் தெரிந்தது. எங்களுக்கு முன்னால் கடல் விரிந்து கிடந்தது. நான் முட்டாள்தனமாக அந்தக் கேள்வியை அப்போது கேட்டிருக்கவே கூடாது. அவள் விரும்பவே விரும்பாத அந்தக் கேள்வி. ''நீ என்னை எந்த இடத்தில் வைத்திருக்கிறாய்?'' என்றேன்.

''ஏன், அதில என்ன பிரச்சினை?'' என்றாள் எரிச்சலுடன். என் கண்கள் காதல் வயப்பட்டு சொக்கிப் போய்க் கிடப்பதைப் பார்த்தாள். நான் மேற்கொண்டு வேறு எந்த இடத்திற்கும் நகர்ந்துவிடக்கூடாது என்பதில் கவனத்தைக் கொண்டுவந்ததை அவளது முகக் குறிப்பு களை வைத்து அறிந்துகொள்ள முடிந்தது. அதற்கடுத்து பேச முற்பட்ட என்னை சைகையால் தடுத்து நிறுத்திவிட்டு நிதானமாக அவள் மொழியில் இதைத்தான் சொன்னாள். ''ரிலே ரேஸில் என் ரவுண்டை ஓடி ஸ்டிக்கை உங்கள் கையில் கொடுத்திருக்கிறேன். அடுத்த ரவுண்டில் ஓடி ஓட்டத்தை வெற்றிகரமாக முடிப்பதும்

முடிக்காததும் உங்கள் கையில்தான் இருக்கிறது'' என்று சொல்லி விட்டு என் மீதான உரசல்களில் இருந்து விலகி நடந்தாள். அதற்கடுத்து வழக்கம்போல பல நாட்கள் என்னோடு பேசவில்லை அவள். திரும்பி அவள் என்னிடம் வழக்கமாகச் செய்வதைப்போல பேசத் துவங்கும் வரை நான் அடித்த பந்துகள் எல்லாம் பெட்டிக்கு வெளியில் போய்தான் அதிகமும் விழுந்தன. அது ஆபத்தின் அறிகுறி.

அத்தியாயம்

18

இந்திய அணித் தேர்வில் ஒவ்வொரு மாநிலமும் ஒவ்வொரு காலத்தில் செல்வாக்கு செலுத்தும். அந்தந்த நேரங்களில் அந்தந்த மாநிலங்களைச் சேர்ந்தவர்கள் அதிகமாக இடம் பெறுவார்கள். வாய்ப்பில் முதலுரிமை தருவார்கள். தமிழ்நாட்டிற்கும் இந்திய அணிக்கும் இப்போது தொடர்பே இல்லை. ஒருகாலத்தில் தமிழ்நாட்டைச் சேர்ந்தவர்களின் ஆதிக்கம் அதிகமாக இருந்தது. எல்லோரும் சேர்ந்து அப்போதைய செயலாளரைப் போட்டுத் தாக்கி விட்டார்கள். ஒட்டுமொத்த வட இந்தியாவும் அவருக்கெதிராகத் திரண்டு நின்றது. இவரும் லேசுப்பட்ட ஆளில்லை. பான்பராக் போட்டுக்கொண்டு விளையாடுகிற ஒருத்தனுக்கு இந்திய அணியில் இடம் கொடுத்தார். அவன் படு கேவலமான முதிர்ந்த கத்திரிக்கா யாகவும் இருந்தான். அவருக்கு கொத்த வேலைகளைச் செய்து தந்துகொண்டிருக்கிறான் என்பதற்காக ஊதியத்திற்குப் பதிலாக இந்திய அணியில் ஆடும் வாய்ப்பைக் கொடுத்தார். முக்கியமான இடமான கோல்கீப்பர் பொசிஷன் என்றால் சொல்லவும் வேண்டுமா?

ஒட்டுமொத்த இந்திய ஹாக்கி வீரர்களும் அவன் மேல் கண்ணைப் பதித்தார்கள். அந்த முதல் ஆட்டத்திலேயே அவன் மிகக் கேவலமாக கால்களுக்கு நடுவே பந்தை வாடி ராசாத்தி என்பதைப்போல வரவேற்று எதிரணியின் கோலை பெட்டிக்குள் வாங்கினான். எனக்கே காறித் துப்ப வேண்டும்போல இருந்தது. பொதுவாகவே கோல்கீப்பர்களை எப்படிக் கண்டறிவார்கள் தெரியுமா? சேவல் பந்தயக் காட்சிகளையெல்லாம் பார்த்திருப்பீர்கள். எது விடைக்கும் என பார்த்தவுடனேயே சொல்லிவிடுவார்கள். அதுமாதிரிதான்

இதுவும். கோல்கீப்பரின் முகத்தை நோக்கி பந்தை எறிவதுபோல வெறுங்கையை எறிவார்கள். அவன் தலையை விலக்கினால் அந்தப் பக்கம் ஓடி விடு. முகத்தைக் கைக்கு நேராகக் கொண்டுவந்தால் அதுதான் விடைக்கும். அதுமாதிரி கால்களுக்கு நடுவில் பந்தை விடுவது என்பது தொழில் அசிங்கம். விளையாட்டில் அந்தப் பொறுப்பில் இருப்பவனுக்கு அது மோசமான செய்கை.

அந்தச் செய்கையைச் செய்கிற தரத்தில் இருப்பவனுக்கு இந்திய அணியில் இடம் கொடுத்தால் சும்மா இருப்பார்களா? போட்டு வறுத்து எடுத்துவிட்டார்கள். நாற்காலியைப் பறித்து, ‘உன் மாவட்டத்தில மட்டும் போய் சோலியப் பாரு’ என்று அனுப்பி விட்டார்கள். அதனால் அதிகம் பாதித்தது தமிழ்நாட்டு வீரர்கள்தான். இதுவரை தலைதெறிக்க ஆடிய கூட்டத்தின் பிரதிநிதிகளாகப் பார்க்கப்பட்டோம். அரசியல் மாதிரிதான் விளையாட்டுத் துறையும். இல்லாத அதிசயம் இல்லை. விளையாட்டிற்கே சம்பந்தம் இல்லாத ஒரு அம்மா வந்து நொரநாட்டியம் செய்து கொண்டிருக்கும். கேட்டால் செகரெட்டரிக்கு செட்டப் என்பார்கள். எங்களைதான் செக்ஸ் பக்கமே எட்டிப் பார்க்கக்கூடாது என்பார்கள். ஆனால் பெண் வீராங்கனைகள் சிலரைப் பயன்படுத்திக் கொள்ளவும் செய்வார்கள். அந்தப் பெண்களெல்லாம் எந்த வேகத்தில் மேலே போவார்கள் என்பதைச் சொல்லிதான் தெரியவேண்டுமா? சில நேரங்களில், நாங்களும் படுக்கிறோம் வாங்கடா என்று சொல்லத் தோன்றும். உணவில் தொடங்கி அறைகள் வரை இப்படிப் பல நூறுபேர் செல்வாக்கு செலுத்துவார்கள். டயட் சாட் என்றால் எங்களுக்கு என்னவென்றே தெரியாது. போட்டதைச் சத்தமில்லாமல் சாப்பிட்டுக் கொள்ளவேண்டும்.

வீரர்கள் வாய்பேச முடியாது. அடுத்த போட்டிக்கு அவர்களது தயவுதான் தேவை. உலகப் போட்டிகள் எல்லாம் இந்தியாவில் நடக்கும்போது மற்ற நாட்டுப் பயிற்சியாளர்கள் அவ்வீரர்களோடு பேசும் காட்சிகளையெல்லாம் பார்த்திருக்கிறேன். ஒரு தந்தை தனது பதினெட்டு மகன்களோடு ஒரு தாழ்வாரத்தில் அமர்ந்து பேசிக் கொண்டிருப்பதுபோல இருக்கும். இங்கே இவன்களின் கதையைச் சொன்னால் வெட்கக் கேடு. அந்தப் பதினெட்டுப் பேரில் பத்துப் பேருக்கு இவனைப் பிடிக்காது. இவனுக்கு பதிமூணு பேரைப் பிடிக்காது. அந்த அஞ்சு பேருக்கு மீதி இருப்பவன்களைப் பிடிக்காது. ஏதோ மேட்ச் நேரத்தில் மட்டும், ஒன்றாக விளையாடுகிறார்கள். அங்கேயும்கூட டென்னிஸ் விளையாடுவதில் அடித்துக்கொண்ட விஷயம் பத்திரிகைகளிலெல்லாம் வந்ததே...

மற்ற நாட்டு விளையாட்டு வீரர்கள் ஏன் ஜெயித்துக்கொண்டே இருக்கிறார்கள் என்றால், அவர்கள் கூட்டு விளையாட்டு விளையாடு கிறார்கள். இந்தியர்கள் தனி விளையாட்டு ஆடியே பழக்கப் பட்டவர்கள். பொதுவாகவே ஒரு ஊரில் பார்த்தீர்கள் என்றால்கூட தனித்தனியாக அலைவார்கள். இங்கேயும் இப்படிதான். பந்தை அதிக நேரம் கையில் வைத்து மைதானம் முழுக்க முட்டாள் ஆடு மாதிரி சுற்றி வருகிறவன்தான் இங்கே நட்சத்திர வீரன். பல ஆண்டுகளாக ஹாக்கி விளையாட்டே இப்படிதான் இருந்தது. அதனால் இந்தியர்கள் அதில் கில்லாடிகளாக இருந்தார்கள். ஆனால் யுகம் மாறிவிட்டது இப்போது. கையில் அரை நிமிடத்திற்கு மேலே பந்தை வைத்திருக்காதே என்பதுதான் விதி. விளையாட்டு வேகமாக ஆகிவிட்டது. செயற்கை இழை மைதானங்கள் எல்லாம் வழுக்கிக் கொண்டு ஓடும். வேகம் மட்டுமே எங்கும் நீக்கமற நிறைந்திருக்கும். அங்கேதான் இந்தியர்களுக்குச் சிக்கல். சில ஆண்டுகளாகதான் இவர்கள் செயற்கை இழை மைதானத்தில் விளையாடிப் பழகியிருக் கிறார்கள். இந்தியர்களின் அஞ்சு, மூணு, ரெண்டு, ஒண்ணு என்கிற மைதானக் கணித முறை வேறு. பிற நாடுகள் அந்த நாலை பத்தாக உடைக்கும் கணித முறையைப் பின்பற்றுவார்கள். ஆனால் இந்தியர்கள் பாரம்பரியப்படிதான் பல ஆண்டுகாலம் விளையாடிக் கொண்டிருந்தோம். இப்போதுதான் பெனால்டி கார்னர் வாய்ப்பு களை கோலாக மாற்ற ஆரம்பித்திருக்கிறார்கள். முன்பெல்லாம் அத்தனையையும் வீணடிப்பார்கள். பெனால்டி கணித முறையைக் கூட வெளிநாட்டுப் பயிற்சியாளர்கள் வந்துதான் கற்றுக் கொடுக்க வேண்டியிருந்தது.

சென்னையில் ஜெயலலிதா காலத்தில் செயற்கை இழை மைதானத்தைக் கொண்டுவந்து வயிற்றில் பாலை வார்த்தார்கள். அதற்கப்புறம்தான் கொஞ்சம் நிமிர்ந்து உட்கார்ந்தோம் சர்வதேச அரங்குகளில். எனக்கு விளையாட்டு விடுதி காலத்திலிருந்தே இந்த மைதானம் பழக்கம். சீக்கிரமே அதன் நெளிவு சுளிவுகள் எனக்குக் கைவந்துவிட்டன. அந்த மைதானத்தில் ஆடிய அத்தனை போட்டி களிலும் நான் பிரகாசித்திருக்கிறேன். அதனால்தான் தொடர்ந்து சப் ஜூனியர் லெவல் சர்வதேசப் போட்டியொன்று சென்னையில் நடந்தபோது அதில் ஆடும் வாய்ப்பைப் பெற்றேன். தற்செயலாகக் கிடைத்த வாய்ப்பு அது. என் பயிற்சிக் காலத்தில் என்னுடைய கோச்சின் நண்பராக இருந்த இன்னொரு கோச் இவனை எடுக்க வேண்டும் என ஒற்றைக் காலில் நின்றதால் கிடைத்த வாய்ப்பு அது. அதில் நான் இரண்டு கோல்களை அடித்தேன். எல்லோரும் கவனித்துப் பார்த்தார்கள்.

மொத்தம் நாற்பது ஐம்பது பேரை பயிற்சிக்குத் தேர்வு செய்வார்கள். அதில் இருந்து பதினெட்டுப் பேரைப் பொறுக்குவார்கள். மாநிலம் மாநிலமாக ஆட்டைப் பிரித்து ஏலம் விடுவதைப்போல போட்டிகள் பல இருக்கும். எந்த நேரத்திலும் மாற்றாத மாதிரி ஒரு ஆறு சீனியர் வீரர்களை வைத்திருப்பார்கள். அவர்களும் சளைத்தவர்கள் இல்லை. மீதியிருக்கிற இடங்களுக்கு பலத்த சிபாரிசுகள் நடக்கும். இந்தக் கலவரங்களையெல்லாம் தாண்டி இடம் கிடைத்தால் இந்த உலகத்திலேயே பெரிய மச்சம் கொண்ட நபர் நாமாகத்தான் இருப்போம். இது மாதிரி சர்வதேசப் போட்டிகளின் பயிற்சிகள் பெரும்பாலும் குளுகுளுவென்ற பிரதேசங்களில் நடக்கும். ஊட்டியில் நடத்த திட்டமிட்டுக் கொண்டிருக்கிறார்கள். பெங்களூருவில் நடக்கும். சில நேரங்களில் பக்கத்து நாடுகளில் மொத்தமாய் அழைத்துப் போய் இரண்டு அணிகளாகப் பிரித்து ஆட விட்டுப் பயிற்சி கொடுத்து அதிலிருந்து இறுதி அணியைப் பொறுக்குவார்கள்.

அப்படிதான் ஜூனியர் இந்திய அணிக்கான பயிற்சிக்கு அந்த 43 பேரில் ஒருவனாக என்னைத் தேர்வு செய்தார்கள். மலேசியாவில்தான் அந்தப் போட்டிகளும் நடந்தன. மலேசியாவில் பயிற்சி ஆட்டங்களில் இந்தியத் தரமற்ற ஒரு ஆட்டத்தை நான் ஆடிக் காட்டியதில் எல்லோரும் உற்றுக் கவனித்தார்கள். மலேசிய அதிகாரிகள் வந்து பாராட்டினார்கள். மலேசிய வீரர்கள் என்னுடைய மட்டையை வாங்கி ஆச்சரியத்துடன் பார்த்தார்கள். ஏதாவது மந்திரம் வைப்பதற்கு நான் என்ன தயான்சந்த்தா? அந்தக் கதை தெரியும்தானே? ஜெர்மனியில் நடந்த ஒலிம்பிக்ஸில் தயான்சந்த் பல அணிகளுக்கு எதிராக கோல் மழை பொழிந்தார். மட்டையில் ஏதோ மந்திரம் செய்து விட்டார் என்று சொல்லி அதை உடைத்துவிட்டு வேறு மட்டை கொடுத்திருக்கிறார்கள். அப்போதும் மனுஷன் எருமை மாடு சோளக் கொல்லையில் புகுந்த மாதிரி ஆய்ந்து தள்ளிவிட்டார். அப்போது இருக்கிற மட்டைகளின் வாய்ப்பகுதி குடைக் கைப்பிடிபோல பெரியதாக வளைந்து, அசிங்கமாக இருக்கும். அப்படி ஒரு பெரிய வாய்கொண்ட மட்டையிலேயே பந்தை வசியம் செய்து தன்னோடு வைத்திருந்தவர் அவர். இப்போதுள்ள மட்டைகள் பருந்தின் மூக்கைப்போல, அளந்தெடுத்ததுபோல அறுத்து வளைக்கப்ப ட்டவை. உலகத்தரமான மட்டைகள் இந்தியாவில் தயாராகின்றன. அந்த மண்ணிலிருந்து வரும் எங்களுக்கும் அவரது மரபணு ஒட்டிக் கொண்டிருக்காதா?

மலேசிய நாட்டு அதிகாரிகளும் வீரர்களும் கொடுத்த வரவேற்பைப் பார்த்துவிட்டுதான் ஜூனியர் இந்திய அணியில் வாய்ப்பைக் கொடுத்தார்கள். ஒரே ஒரு மேட்ச்சில் மட்டும் ஆடவிட்டார்கள்,

அதில் ஒரு கோல் அடித்தும் அடுத்த போட்டிகளில் கருணையில்லாமல் வெளியே உட்கார வைத்தார்கள். ஒரு கணக்கிற்கு ஜூனியர் இந்தியா ஆடியிருக்கிறேன் என்று சொல்லிக் கொள்ளலாம். சீனியர் இந்தியா ஆடிவிட்டால் போதும். சீரும் சிறப்பும் சேர்ந்தே வந்துவிடும். பதினெட்டுப் பேரில் ஒருத்தராகப் போய் மைதானத்திற்குள் ஓடி பாட்டில் தண்ணீரைக் கொடுத்தாலும் உள்ளூரில் உடனடியாக ஆஃபிஸர் பதவி தந்துவிடுவார்கள். ஒரு உதாரணத்திற்குச் சொல்கிறேன். நீங்கள் ஒரு வங்கியில் கிளர்க்காக இருக்கிறீர்கள். ஒரு பதினைந்துநாள் வெளியூர் போய்விட்டு வந்தவுடன் நீங்கள்தான் அசிஸ்டெண்ட் மேனேஜர் என்று சொன்னால் எப்படி இருக்கும்? அதுதான் விளையாட்டின் சக்தி.

இந்திய அணியில் விளையாடிவிட்டால் உடனடியாக அப்பாயின்ட் மெண்ட் கிடைத்துவிடும். விருந்தினர்களாகவே விளையாடி செத்துப் போகத் தேவையில்லை. ஜெயலலிதா அரசுதான் விளையாட்டிற்கு நல்லதையும் செய்தது. கெடுதலையும் செய்தது. வேலை நியமனத் தடைச் சட்டம் வந்ததால் தமிழக அரசு நிறுவனங்கள் வேலைக்கு விளையாட்டு வீரர்கள் பிரிவில்கூட எடுப்பதை நிறுத்திவிட்டனர். தமிழ்நாடு மின்சார வாரிய அணி, போலீஸ் அணி போன்றவை களெல்லாம் ஒரு காலத்தில் இந்திய அளவில் மின்னின. இப்போதும் அந்த அணிகளெல்லாம் போட்டிக்கெல்லாம் போவார்கள். முத்தின மாங்காய்கள் தொந்தியைத் தள்ளிக்கொண்டு ஓடும். பாவம், அவர்களும் என்ன செய்வார்கள். வீட்டில் ஓய்வெடுக்க வேண்டிய வயதில் மைதானத்திற்கு வந்து ஏதோ முடிந்ததைச் செய்வார்கள்.

மத்திய அரசுப் பணிகளில் மட்டுமே வேலைகள் கிடைத்துக் கொண்டிருக்கின்றன. அதிலும் இந்திய ரயில்வே மட்டும் இல்லா விட்டால் பல விளையாட்டு வீரர்கள் தெருவிற்கு வந்துவிடுவார்கள். ஆண்களுக்காவது இவ்வளவு வாய்ப்புகள். பெண்களுக்கு ரயில்வேயை விட்டால் வேறு கதியில்லை. இந்தக் காரணத்திற் காகவே கல்லூரி வரைக்கும்தான் பெண்கள் விளையாடுவார்கள். வேலை வாய்ப்பு கிடைக்காத காரணத்தினாலேயே எல்லோரும் விளையாட்டை விட்டார்கள். கல்யாணம் காட்சி எல்லாம் வெளியே காரணமாகச் சொல்வதற்கான ஏற்பாடு மட்டுமே. ஒருதடவை வட இந்தியாவிற்குப் போட்டியொன்றிற்குப் போனபோது எங்களோடு விளையாடிய ஒருத்தி டிக்கெட் பரிசோதகராக வந்து எங்களை யெல்லாம் செல்லமாக மிரட்டிக் கொண்டிருந்தாள். அவளை மாதிரி வாய்ப்புக் கிடைத்தவர்கள் அதிர்ஷ்டசாலிகள். தமிழ்நாடு என்கிற லேபிளை வைத்துக்கொண்டு விளையாட்டில் ஒரு மயிரையும் பிடுங்க முடியாது. நிதர்சனத்தைச் சொல்கிறேன்.

இதைத் தாண்டி ஒரு நிறுவனம் உங்களை வேலைக்கு எடுக்கிற தென்றால் அதிகபட்சமாக ஏதாவதொரு இந்திய அணிப் பயணத்தைக் காட்ட வேண்டும். எதற்காக ரயில் கக்கூஸ்களின் பக்கத்து சீட்டில் உட்கார்ந்துகொண்டு டிக்கெட் டிக்கெட் என்று கூவிக் கொண்டிருக்க வேண்டும்? சீனியர் இந்திய அணியில் ஆடிவிட்டால், பார்த்துக் கொண்டிருக்கிற வேலையை ராஜினாமா செய்துவிட்டு இந்தியன் ஏர்லைன்ஸில் வேலைக்குப் போகலாம். அங்குள்ள பணிப் பெண்களோடு பாத்ரூம் கழுவினால்கூட சந்தோஷம்தான். அதனால் தான் இந்திய அணியில் விளையாடுவது குறித்து அப்படிக் கவனத்தோடு இருக்கிறோம்.

வெறும் வேலை சம்பந்தப்பட்டது மட்டுமல்ல அது. ஒரு துறையில் உச்சத்தைத் தொட்டுவிட்டு வருவது. அதுதான் அந்தத் துறையின் ஒழுக்கமும்கூட. என்னுடைய கோச் ஒழுக்கமானவர்தான். ஆனால் துறை ஒழுக்கத்தில் ஏனோ தோற்றுவிட்டார். இல்லை, அவர் விளையாட்டில் வீழ்த்தப்பட்டார். என்னை அவருடைய பதிலியாகக் கண்டார். அவர் பாரம் முழுவதையும் என்மீது இறக்கி வைத்தார். ஆறில் போடுகிற உரம்தான் அறுபதிலும் இருக்கும் என்பார்களே? அதைப் போலதான் விளையாட்டு விடுதியில் என்னுடைய கோச் எனக்குக் கொடுத்த அடி உரம்தான் நான் துல்லியமாக கோல் போஸ்ட்டுகளைத் தாக்குவதற்குக் காரணம். எங்கள் பக்கமெல்லாம் மா போன்ற செடிகளுக்கு அடி உரம் தரமாட்டார்கள். என்னுடன் விளையாடிய பல பேருக்கு அப்படித் தரப்படவில்லை. எனக்குக் கிடைத்தது அது. உரத்தைப் புசித்து முளைத்து எழுகிற உந்துதலும் எனக்கும் இருந்தது.

என் விளையாட்டு வாழ்க்கையில் நான் எத்தனையோ கோச்சுகளைக் கடந்து வந்திருக்கிறேன். ஆனால் முக்கியமான இடங்களில் முக்கியமான நபர்களின் காதிற்குப் பக்கத்தில் போய் இப்போதைய கோச்சிற்குக் கேட்காத சப்தத்தில் சொல்லுவேன். ''நான் விக்ரம் கோச் ஸ்டூடண்ட்.'' அப்படிக் கேட்ட பலர் நிமிர்ந்து என் முகத்தைப் பார்த்திருக்கிறார்கள், நான் கௌரவமாகப் புன்னகைப்பேன். அதே மாதிரியான கௌரவத்தை நான் என் கோச்சிற்குத் திரும்பக் கொடுக்க வேண்டும். அவர் எப்படி மகிழ்ச்சியை வெளிப்படுத்துவார் என்பதைப் பார்க்கக் காத்திருக்கிறேன். இடையில் சில உள்ளூர் போட்டிகள் சென்னை மைதானத்தில் நடக்கவிருக்கின்றன. அதில் என் தலையெழுத்து தீர்மானிக்கப்படும். நான் என்னை விளையாட்டிற்கு சீக்கிரம் ஒப்புக் கொடுக்கவேண்டும் என்கிற தீவிர மனநிலை மெல்ல மேலேறி வந்தது.

அத்தியாயம்

19

இன்னும் ஒருவருடத்தில் எனக்கு வாய்ப்புக் கிடைத்தால்தான் உண்டு. வாய்ப்பின் கடைசி நுனியில் இருந்தேன். ஹாக்கியைப் பொறுத்தவரை உடல் தகுதியில் ஒரு இம்மி குறைந்தாலும் எங்களை மாதிரியான ஆட்களை ஒதுக்கிவிடுவார்கள். என் தாத்தாவோடு வாழைக்காய் மண்டிக்குப் போய் கூர்ந்து அந்த வியாபாரத்தைக் கவனித்திருக்கிறேன். பச்சையாய் இருக்கிற காய்களை மட்டுமே வியாபாரிகள் விலைக்கு எடுப்பார்கள். அதற்கடுத்து இரண்டு மூன்று கைகள் மாறி அதை உண்ணும் மனிதனுக்குப் போய்ச் சேரும்போது மட்டுமே பழுக்க வேண்டும். இடையில் பழுத்து உதிர்ந்தால் யாருக்கும் லாபமில்லை என்று தாத்தா சொல்லுவார். பழ வியாபாரத்தில் எப்போதும் அப்படிதான். பச்சையான காய்களுக்குதான் மதிப்பு. கொஞ்சம் பழுக்க ஆரம்பித்தாலும் ஏலம் போகாது. அதேதான் விளையாட்டிலும்.

சதை தளர்வதை நம்மாலேயே வேடிக்கை பார்க்க முடியும். சிபாரிசு இருந்தால் பழுக்கத் துவங்குகிற மாம்பழங்களுக்குக்கூட வாய்ப்புக் கிடைக்கும். எங்களுக்கு அப்படியா? அதனால்தான் முட்டி மோதிக் கொண்டிருந்தேன். ஒரு சின்னத் தவறுகூட வாழ்க்கைக்கு உலை வைத்துவிடும். சிகரெட் குடியில் விழுந்தவர்கள் கனவில்கூட இந்த வாய்ப்பைப் பற்றி யோசிக்க முடியாது. மூணாவது ரவுண்டிலேயே மூச்சிளைக்கும். பயிற்சியாளர் கையைக் கீழே போடுகிற வரை வாய் வழியாகவாவது மூச்சு விட்டு ஓடிக் கொண்டிருக்க வேண்டும். பனியனைப் பிழிந்து தம்ளரில் வியர்வையைப் பிடிப்பதாகவெல்லாம்

கேள்விப்பட்டிருக்கிறேன். அந்தளவிற்கு இல்லாவிட்டாலும் கடுமையான பயிற்சிகள் நடக்கும்.

பளுதூக்கும் பயிற்சி முடித்துவிட்டு வந்தால் அடுத்த மூன்று நாட்களுக்கு கக்கூஸில் அமர்ந்து எழ முடியாது. பக்கத்தில் இருக்கிற சுவரைப் பிடித்துக் கொண்டுதான் எல்லாமும் செய்ய வேண்டும். இடதுகையைப் பின்னால் கொண்டுபோகவே முடியாது. நரக வேதனையாக இருக்கும். எல்லாம் மூன்று நாட்களுக்குதான். அப்புறம் ஒரு தெம்பு வரும் பாருங்கள். பக்கத்தில் இருக்கிற மரத்தை அப்படியே வேரோடு பிடுங்கித் தூக்கி எறியலாம் என்று தோன்றும். எதிரே இருப்பவன் முகத்தில் ஒரு குத்துவிட்டால் அவனை ரத்த வெள்ளத்தில் மிதக்க விடலாம். ஆனால் யானைகளுக்கு அடிக்கடி அங்குசக் குத்து விழுவதால் மதம் பிடிக்காமல் ஒழுங்காய் நடை போடும்.

உடல்வலிமைதான் எல்லாவற்றையும் முதலில் தீர்மானிக்கிறது. அதில் சிக்கல்கள் வர ஆரம்பித்தால், மைதானத்தில் இருந்து விலகிக் கொண்டிருப்பதாக அர்த்தம். அதுவும் போட்டிக்கு முன்னால் சொன்னதைத் தவிர ஒரு பப்ஸைக்கூட சாப்பிடக் கூடாது. சர்க்கஸில் விலங்குகளை மைதானத்திற்குள் அடைத்துப் பழக்குவதைப் போலதான் பார்த்துக் கொள்வார்கள். பயிற்சிக் காலங்களில் அந்த சர்க்கஸ் மைதானத்தை விட்டு வெளியே போகவே முடியாது. மீறிப் போகிறவர்களும் இருக்கிறார்கள். ஆனால் அவர்கள் பயிற்சியாளர் களின் பிள்ளைகளாக இருக்க மாட்டார்கள். மனம் திருந்திய மைந்தனாக அவர்கள் திரும்பி வரும்போது மைதானம் அவர்களைக் கைவிட்டிருக்கும்.

மைதானம் எப்போதும் துள்ளத் தெறிக்க அதன் மைந்தர்களைக் கைவிட்டபடியே இருக்கிறது. அது தன்னை மதிப்பவனை மட்டுமே தன் நெஞ்சில் வாங்கி வானத்தை நோக்கி எறிந்து போட்டு விளையாடுகிறது. ஒவ்வொரு முறை மேலே போகும்போதும் பயமில்லாமல் சிரிக்க வேண்டும். பயந்து கொள்பவர்களை வேடிக்கை பார்த்தபடி மிச்சமிருக்கும் மைந்தர்கள் மீது கவனம் செலுத்த ஆரம்பித்துவிடுகிறது. எல்லா உயிர்களும் அப்படிதான் நடத்தப்படுகின்றனபோல. என் வீட்டிற்குப் பக்கத்தில் ஒரு நான்கு குட்டிகள் பெற்ற தெருநாயைப் பார்த்திருக்கிறேன். அதில் ஒரு குட்டிக்குக் காலில் அடிபட்டு நொண்டிக் கொண்டிருந்தது. அந்த நொண்டிய குட்டியை அந்தத் தாய் சீந்தக்கூட இல்லை. பலசாலிகளை மட்டுமே அணைத்துக்கொண்டது. தங்களது குடும்பத்தில் அந்தக் குட்டியை மட்டும் மற்ற மூன்று பேரும் சேர்ந்து ஒதுக்கி வைத்தார்கள். என் கண்ணால் அந்த மாற்றத்தைப் பார்த்தேன்.

பலமில்லாததற்கு எப்போதும் மதிப்பில்லை. அதிலும் விளையாட்டில் அது ஒருவிதியாகவே பின்பற்றப்படுகிறது. நல்ல நிலையில் ஓடிக் கொண்டிருக்கும்போதே ஓய்வை இதற்காகதான் எல்லோரும் அறிவிக்கிறார்கள். அப்படி ஓய்வு எடுக்காதவர்கள் அத்தனை பேரையும் எப்படி அசிங்கப்படுத்தி அனுப்பி வைக்கிறார்கள் என்பது தெரிந்திருக்குமே... சச்சினை எப்படி அனுப்பி வைத்தார்கள்? கங்குலியை என்ன செய்தார்கள்? எனக்கு கிரிக்கெட் பிடிக்காதுதான். ஆனால் அவர்கள் அந்தத் துறையின் சக்ரவர்த்திகள் ஆயிற்றே? வெற்றியை மட்டுமே அனுபவித்துக் கொண்டிருக்கும் அரசன் ஒருவன் தோல்வியின் முனையில் நடைபோடுவதைப் பார்க்க யாருக்குமே சகிக்காது.

அதையும் மீறி எதற்காக அதில் ஒட்டிக் கொண்டிருக்கிறார்கள் என்று என்றாவது யோசித்துப் பார்த்திருக்கிறீர்களா? நம்முடைய மூளை வேகமாக ஓடச் சொல்லும். அந்தப் பந்தை எல்லைக் கோட்டிற்கு வெளியே விரட்டச் சொல்லும். உள்ளுக்குள் ஒரு ஆங்காரம் இருந்தபடியே இருப்பதை மூளை உறுதி செய்யும். அதை நம்பிதான் அவர்கள் களத்தில் இறங்குகிறார்கள். ஆனால் உடல் ஒத்துழைக்காது. அதுதான் உண்மை. உடல் முத்தத் துவங்கும்போது நளினங்கள் வளைவுகள் எல்லாம் மெல்ல அதை விட்டு விலக ஆரம்பிக்கின்றன. விளையாட்டிற்குத் தேவை நளினம். குறிப்பிட்ட அந்த வகையிலான கோலை அடிக்க இத்தனை டிகிரியில் உடல் வளைய வேண்டும். கை விநாடி நேரத்தில் மட்டையை நெகிழ்த்த வேண்டும். புருவம்கூட அசைய வேண்டும். தலையிலிருந்து கால் விரல் வரை அத்தனை அவயங்களும் சிக்கலில்லாமல் அசைய வேண்டும். அதில் எந்த மூலையிலாவது சிக்கல் வர ஆரம்பித்து விட்டால் மைதானம் நம்மை விட்டு விலகிப் போகிறது என்று அர்த்தம். பந்தின் வேகத்தை அப்புறம் கணிக்கவே முடியாது. மூளை பைத்தியக்காரன் மாதிரி ஒன்றைச் சொல்லிக் கொண்டிருக்கும். உடல் இன்னொன்றைச் செய்து கொண்டிருக்கும். இதை உணரத் தவறுபவர்கள்தான் பழைய கோதாவில் போய் நின்று அசிங்கப் பட்டுத் திரும்பி வருகிறார்கள். ஒருநல்ல விளையாட்டு வீரனுக்கு எங்கே தொடங்க வேண்டும் என்பதைப்போல எங்கே முடிக்க வேண்டும் என்பதும் தெரிந்திருக்க வேண்டும்.

ஆனால் அசைவுகளே இல்லாமல் ஒரு தலைமுறை இப்போது உருவாகிக் கொண்டிருக்கிறது என்று சொன்னால் உங்களுக்கு ஆச்சரியமாக இருக்கலாம். வெளிநாடுகளில் எல்லாம் குழந்தை களுக்கு ஒருவயது இருக்கும்போதே நீச்சல் குளத்தில் நீந்த விடுகிறார்கள். பெரிய பெரிய மெத்தைகள் அடங்கிய ஒரு

அறைக்குள் போட்டுவிடுவார்கள். அந்தக் குழந்தைகள் மேடு பள்ளமுமான மெத்தைகளின் மீது ஏறி விழுந்து மறுபடி ஏறிக் கொண்டிருப்பார்கள். இது ஒரு பயிற்சி. இங்கே என்ன நடக்கிற தென்று தெரியுமே... மூன்று வயதில்தான் தரையில் விடுவார்கள். சின்னக் காயம் என்றால்கூட ஊரையே கூட்டி ஒப்பாரி வைப்பார்கள். விளையாடவும் விட மாட்டார்கள். அதுவும் இப்போதுள்ள தலைமுறை என்ன விளையாடுகிறார்கள் என்பதைச் சொல்லியும் தெரியவேண்டுமா என்ன? பல பள்ளிகளில் மொபைலை வைத்துக் கொண்டு அப்பா அம்மா விளையாட்டு ஆடிக் கொண்டிருக்கிறார்கள்.

விளையாட்டிற்கு கருணையே இல்லை. அதற்காக யாரையும் கொல்லவா செய்கிறார்கள்? சிற்பத்தைச் செதுக்குவது மாதிரி தசைகளை உருவாக்குவதென்றால் கஷ்டங்கள் இருக்கதான் செய்யும். அதைப் போய் சித்திரவதை என்று சொன்னால் எப்படி? சிங்கத்தையும் புலியையும் மிரட்டி உருட்டிதான் பழக்குவிக்க முடியும். சீனாவில் எல்லாம் இப்படிச் செய்கிறார்கள், அப்படிச் செய்கிறார்கள் என்று புலம்புகிறோம். ஒலிம்பிக்கில் இன்றைய தேதியில் பதக்க வேட்டையில் அவர்கள்தான் முதலிடம். விரும்பித்தான் முதுகைக் கொடுக்கிறார்கள். அதில் சில நேரங்களில் காயங்களும் ஏற்படலாம். என்னுடைய கோச்சே எங்கள் எல்லோரையும் படுக்கப்போட்டு தகுதியாக இருக்கிறோமோ என்பதைப் பரிசோதிக்க வயிற்றில் தீ குண்டத்தில் இறங்கி ஓடுவதைப் போல ஓடுவார். மலைக் கிராமங்களில் தீக்குண்டங்களில் பயபக்தி யோடு இறங்கி ஓடுபவர்களைப் பார்த்திருக்கிறேன். வயிற்றில் மிதி வாங்கக் கொடுத்தால்தான் வயிறு நிறையும். எங்களைப் பொறுத்த வரை அப்படி எங்கள் வயிற்றின் மீது ஓடக் கொடுப்பது ஒருவகையிலான தவம்.

இங்கேயும் அதைதான் செய்ய நினைக்கிறார்கள். ஆனால் உடல் வலு இல்லாத தலைமுறையிடம் எதைப் போட்டாலும் திருப்பி எடுக்க முடியாது. மற்ற நாட்டினரை ஒப்பிடுகையில் இந்திய வீரர்கள் உடல் வலு விஷயத்தில் இரண்டாம் தரத்தினரே. உணவு முதல் காரணம். இரண்டாவது அர்ப்பணிப்பின்மை. விளையாட்டுப் பிரிவில் வேலை வாங்கிய அடுத்த நாள் வாயில் கிங்க்ஸ் சிகரெட் புகையும். கல்யாணம் பண்ணி வயிற்றைச் சுற்றி டயர் வாங்குவார்கள். எல்லா பொருட் களிலும் இந்தியத் தரம் என ஒன்று இருக்கிறது. மலேசியாவில் போய் இதே விலைக்கு அடிடாஸ் ஷூ ஒன்றை வாங்கினேன். அதுவேறு தரத்தில் இருந்தது. இந்தியர்களைப் போலவே இந்தியர்களுக்கென்று தனித் தரம் இருக்கிறது. உணவுப் பொருட்களில்கூட இந்தியன்

ஸ்டேண்டர்ட் பொருட்களை வாங்கக்கூட மாட்டார்கள். ஆனால் சர்வதேச அரங்குகளில் இந்த இந்தியத் தரத்தை வைத்துத்தான் ஒப்பேற்றிக் கொண்டிருக்கிறோம்.

உடல் வலு இல்லாத தலைமுறைகளை உருவாக்கியபடியே இருக்கிறோம். ஒருதடவை நண்பனுடைய அப்பா ஒருபுகைப்படம் ஒன்றை எனக்குக் காட்டினார். மதுரை சித்திரைத் திருவிழாவில் எடுக்கப்பட்ட பழைய கறுப்பு வெள்ளைப் புகைப்படம் அது. அதில் இருந்த மனிதர்கள் இயல்பாகவே வரிக்குதிரை மாதிரி உடலை உடையவர்களாக இருந்தார்கள். எங்கே தொலைத்தோம் அந்த உடலை? அவன் காரணம், இவன் காரணம் என ஆயிரம் விஷயங் களைச் சொல்லுங்கள். உடலின் மீது உங்களுக்கு அக்கறையில்லை என்கிற உண்மையை மட்டும் ஏன் ஒத்துக்கொள்ள மறுக்கிறீர்கள்.

எங்களுக்கு அடுத்த தலைமுறையே எங்கள் ஊரில் நோஞ்சான்களாக தான் நடைபோடுகிறார்கள். விளையாட்டில் வேலை வாய்ப்புக் கிடைக்கவில்லை என்பதற்காக யாரும் இப்போது விளையாட அனுப்புவதில்லை. நான் விளையாட்டு விடுதியில் சேர்வதை தவம் போல நினைத்திருந்தேன். ஆனால் அதே விளையாட்டு விடுதிக்கு இப்போது மாணவர்கள் வரத் தயங்குகிறார்கள் என்பதால் மூன்று முறை தேர்வுப் போட்டியைத் தள்ளி வைத்திருக்கிறார்கள் என்றார்கள். படிப்பின் வழியாக மட்டும் எல்லாவற்றையும் பார்த்துக் கொள்கிறோம் என்று தீர்மானித்துவிட்டார்கள். மைந்தர்கள் இல்லாமல் மைதானம் கண்ணீர் வடிப்பது குறித்து யாருக்கும் அக்கறையில்லை.

இதே நிலை நீடித்தால் உலக அரங்கில் உடல் வலு இல்லாத பெருங்கூட்டம் கொண்ட நாடாக இந்தியா மாறியிருக்கும். சின்ன வயதில் நான் எங்கள் கடையில் இருந்து வீடுவரைக்கும் பத்து கிலோ மீட்டர் ஓடியபடியே காசை வாங்கிக்கொண்டு வந்து அம்மாவிடம் கொடுப்பேன். தெரு முனைக்குக்கூட ஓடிப் போய் வாங்கத் திராணியில்லாத ஒருதலைமுறை கண்ணுக்கு நேராகவே நடைபோட ஆரம்பித்திருக்கிறது. உண்மையைச் சொல்ல வேண்டுமெனில் எனக்குப் போட்டியாளர்கள் இங்கிருந்து இனி உருவாகி வரப் போவதே இல்லை. எனக்குப் போட்டியாளன் நான்தான். எனக்குப் போட்டியாளன் என் உடல் வலுதான். அது குறைந்தால் நானில்லை.

அதற்காகவே கவனம் கொண்டு அலைவேன் எப்போதும். என் உடல் வலு பார்பியைப் பார்த்த பிறகுதான் நெகிழத் துவங்கியது. எப்போது சோர்கிறோமோ அப்போது மசாஜ் தேவை உடலுக்கு. பையன்கள் மாற்றி மாற்றி உடலை அழுத்திவிட்டுக் கொள்வோம். ஆனால்

பார்பியைப் பார்த்த பிறகு வந்த உடல் வலுக்குறைவு என்பது அப்படியில்லை. தினவெடுக்கிற தோள்கள் ஏனோ நெகிழ்வாகவே இருக்க விரும்பின. எப்போதும் நெஞ்சை நிமிர்த்தி நடக்கும் நான் என்னையறியாமல் கூன் போட்டு நடக்கத் துவங்கினேன். பல நேரங்களில் அவளை நினைத்து தலையைத் தொங்கப் போட்டு ஒரு வயதான நரி மாதிரி அமர்ந்திருப்பேன். எப்போதும் என் நடையை மெதுவான ஓட்டம் என்றுதான் வர்ணிப்பார்கள். நீங்கள் குனிந்து நிமிர்வதற்குள் கேலரியைத் தாண்டி அறைக்குள் போயிருப்பேன். வேகம் வேகம் வேகம். என்னுடையது மட்டுமல்ல. ஏதோ என்னை மட்டும் உயர்த்திச் சொல்கிறேன் என்று நினைத்துக் கொள்ளாதீர்கள். உசேன் போல்ட்டிடம் போய், வாங்க மைதானத்தில் காலார நடந்துவிட்டு வரலாம் என்று கூப்பிட்டுப் பாருங்கள். முகத்தில் துப்பிவிடுவார். புரவிகள் கட்டிப் போடப்பட்டிருக்கும் சந்தர்ப்பங் களிலேயே அவை முகத்தை நக்குகின்றன. மைதானம் என்றாலே அதற்கு அது ஓட்டத்தோடு தொடர்புடையது மட்டுமே.

நான் அவளுடைய வேகத்திற்கு என்னுடைய வேகத்தைக் குறைத்துக் கொண்டது மைதானத்திலும் எதிரொலித்தது. அதை யாரும் கண்டுபிடித்துச் சொல்லவில்லை என்றாலும் அது எனக்குத் தெரியும். என்னுடைய நடையின் வேகம் மட்டுமல்ல, உடலின் அசைவுகளும் முன்னைக் காட்டிலும் வேகமாக இல்லை. என் உடல் எதையோ தேடிக் கொண்டிருந்தது. மற்ற பெண்களைப் பார்க்கும் போதெல்லாம் இடுப்பிற்குக் கீழே பரவும் ஒன்று பார்பியைப் பார்க்கும்போது உடலெங்கும் பரவியது. அவளது உரசல்களுக்கு ஏதுவாய் தினவெடுத்த உடல் மெல்ல தன்னைத் தளர்த்திக் கொடுத்துக் கொண்டிருந்ததை நான் உணர்ந்தேன். ஒருதடவை உச்சியைப் பார்த்து விட்டால் அதன் மீதான கவர்ச்சி குறைந்துவிடும் என்பார்கள். ஆனால் உச்சி உச்சியாகவே இருந்தது. வழக்கமாக நான் தவறி விழுவதில்லை. மைதானம் இரண்டு மூன்று முறை என்னைக் கீழே தள்ளிவிட்டு எச்சரிக்கை காட்டியது. மனம் திருந்திய மைந்தனாய் நான் திரும்பி வரும் நேரத்தை அது ஒருபோதும் விரும்பாது. என்னைத் தண்டித்துத் திருத்த விரும்புகிறது என் கோச்போல.

அத்தியாயம்

20

மைதானம் என்னைத் தண்டித்த பிறகு நான் பார்பியின் நெகட்டிவ்கள் பற்றிச் சிந்திக்க ஆரம்பித்தேன். இடையில் சில பலான வேலைகளுக்கும் போய்விட்டு வந்தேனே? முற்றிலும் துண்டித்துவிட வேண்டும் என்கிற முடிவிற்கு வந்துவிட்டேன். ஐந்து நாள் இப்படியிருப்பேன். ரெண்டு நாள் அப்படியிருப்பேன். ஆக மொத்தத்தில் மைதானம் இன்னும் மூஞ்சியில் காறித் துப்பவில்லை. சமீபகாலங்களாக அவளும் மிகை உணர்ச்சியின் எல்லையிலேயே இருந்தாள். அவளது மிகை உணர்ச்சி என்னையும் தொற்றிக் கொண்டது. பௌர்ணமி வந்தால் ஒரு சில பெண்கள் அப்படி யிருப்பார்கள் என்று ஊரில் சொல்வதைக் கேள்விப் பட்டிருக்கிறேன். அவள் ஆங்காரம் கொண்டவளாக இருக்கும்போது கடல் பாம்பை விட அதிகமாக விஷத்தைக் கக்குவாள். காரணமே இல்லாமல் தொடர்பு எல்லைக்கு வெளியிலேயே இருப்பாள். அந்த மிகை உணர்ச்சி வடிந்த கணம் டக்கென்று துணிமணிகளை எடுத்து உரிமையாய் மடிக்க ஆரம்பிப்பாள்.

ஆனால் அது எனக்குச் சித்திரவதையாக இருந்தது. ஒவ்வொரு கணமும் பந்து தலையில் தாக்கப்படுவதிலிருந்து தப்பித்துக் கொண்டிருந்தேன். நொடி வேக விலகல் என்பது சில நொடிகள் வேகமாகிப் போனது. ஒரு நீண்ட பெரிய தாக்குதலுக்கு அப்புறம் அலை ஓய்ந்திருந்தபோது, நான் சீண்டப்பட்டவனாக ஆனேன். எதிலிருந்து விடுபட நினைக்கிறேனோ அதைத் துச்சமாக நினை என்கிற வார்த்தைகள் நெஞ்சுக்குள் வந்து விழுந்தன. எதையும் புதிதாகத் தேடிவிடவில்லை நான் இங்கு. இது என் தேடல் அல்ல.

ஒருசில தடவை படுக்கையைப் பகிர்ந்துகொண்டால் அதன் பிறகு நானும் அந்த மார்வாடிப் பையன்கள் மாதிரி மாறி தொழிலுக்குப் போய்விடுவேன். அதற்காகவா இந்த அலைச்சல்? தேவையே இல்லாமல் என்னை நானே தண்டித்துக் கொண்டிருக்கிறேன். நடந்ததில் என் பங்கு எதுவும் இல்லை. அவனே வீசியிருந்தாலும் இதுதான் நடந்திருக்கும். அந்த இரும்புக் குண்டை பராமரிக்கிறவன் செய்த தப்பிற்கு நாங்கள் என்ன பாவம் செய்தோம்? எனக்குப் பிடிக்கும் அவளை. அதனால்தான் அவள் செருப்பாலடித்தாலும் பின்னாலேயே போய்க் கொண்டிருக்கிறேன்.

அவள் என்னை முன்னகர்த்துவதாகதான் பாவனைகள் செய்து கொண்டிருக்கிறாள். அதை மனதாரச் செய்தும் கொண்டிருக்கிறாள். அதில் துளி கறையைக்கூட கண்டதில்லை. என்னைப் பின்னோக்கி இழுப்பதும் அவள்தான் என்பதை உணராதவளாக இருந்தாள். ஒருவேளை என்னைத் தண்டிக்கிறாளோ என்கிற சந்தேகமும்கூட இருந்தது. ஜெகா அண்ணனுக்கு அந்தம்மா முடியை அள்ளி முடியாமல்தான் இன்னமும் இருக்கிறது என்பதைக் கேள்விப் பட்டதும் வந்ததே அதைப்போல எனக்கு அடிக்கடி இந்தச் சந்தேகம் வரும். ஆனால் அவளது அலையாடல்களுக்கு முன்பு அதைத் தொலைத்துவிடுவேன்.

இந்தமுறை என்னைப் பெற்ற மடியான மைதானத்தால் தண்டிக்கப் பட்டவனாக நிற்கிறேன். நான் உடனடியாக அந்த மடி தேடித் திரும்பி ஓடவேண்டும். ஒரு உணர்ச்சி எல்லையில் சொல்லக்கூடாத அந்த விஷயத்தை உதிர்த்துவிட்டேன். கவ்விப் பிடித்திருக்கலாம் சொல்வதற்கு முன்பு. வேண்டுமென்றேதான் வார்த்தைகளை விட்டுவிட்டேன்.

''உன்னோடு நடப்பதற்கு என் வாழ்க்கை இல்லை. நான் ஓட விரும்புகிறேன்'' என்றேன் பேசும்போது.

''புரியலை'' என்றாள் தீவிரமான குரலில்.

''என்னோடு ஓடுகிற ஆளாகதான் உன்னை கற்பனை செய்திருந்தேன்'' என்றேன்.

''அப்ப தனியா ஓடுங்க'' என்றாள். இருவருமே கொஞ்ச நேரம் அமைதியாக இருந்தோம்.

நான் தொடுத்தது கூர்மையான தாக்குதல் என்று புரிவதற்கு முன்னமே, சட்டென மாறிவிட்டது மனம். நெகிழ்ச்சியின் கணத்தில் நான் அவளைத் தேற்றும் விதமாகச் சொற்களை உதிர்த்தபோது அதை அவள் காதில் போட்டுக்கொள்ளவே இல்லை.

''கேலரியில் இருந்து உங்களது மேட்ச்சை என்றைக்காவது ஒருநாள் பார்ப்பேன்'' என்றாள். நான் அவள் மீது தாவத் துவங்கிய ஏற்பாடுகளில் இருந்தபோதுதான் அந்தத் தொலைபேசி இணைப்பைத் துண்டித்தாள். அதன் பிறகு நான் ஒவ்வொரு ஐந்து நிமிடத்திற்கு ஒருதடவையும் அவளது எண்ணிற்கு அழைப்பேன். அது அணைத்து வைக்கப்பட்டிருந்தது. அவள் குறித்த தகவல்களைத் திரட்ட பலருக்கும் தொலைபேசி செய்ய ஆரம்பித்தேன். அவள் அதற்கடுத்து சில காலங்கள் என்னோடு பேச முயற்சி செய்யவே இல்லை. துண்டித்துக்கொண்டு வெளியேறிவிட்டாள் என்று பட்டது. நான்தான் காரணம் என்று தெரிந்தால் சாவின் விளிம்பிற்கே சென்றுவிடுவாள்.

நான் வேறு ஏதாவது காரணங்களைச் சொல்லி அவளிடம் இருந்து நேர்மையாகப் பிரிந்திருக்க வேண்டும். பூனைத்தனமாக நடந்து கொண்டேன். தொட்டில் பழக்கம் சுடுகாடு மட்டும் என்பது என் விஷயத்திலும் நடந்தேறிவிட்டதே. மெல்ல நான் என் இயல்பு நிலைக்குத் திரும்பிக் கொண்டிருந்தேன்.

ஐந்து நிமிடத்திற்கு ஒருதடவை அவள் குறித்த சிந்தனைகள் வரும். அந்தச் சிந்தனையை இறுக்கிப் பிடித்து வேறு ஒருபக்கம் தூக்கி எறிவேன். அதற்கடுத்து பத்து நிமிடத்திற்கு ஒருதடவை அந்தச் சிந்தனை வந்தது. பல முக்கியமான கட்டங்களில் அது வந்து என் குறிகளைத் தப்ப வைத்துக் கொண்டிருந்தது. அடிக்கடி சம்பந்தா சம்பந்தம் இல்லாமலேயே கேலரியை ஒரு பார்வை பார்த்துக் கொள்வேன். தவறிது என்பது தெரிந்தும் அதைச் செய்து கொண்டிருந்தேன். எங்காவது அவளது தலை தட்டுப்படும் என்கிற நப்பாசை. எவ்வளவு தூரத்தில் இருந்தாலும் நான் அவளைக் கண்டுகொள்வேன். அவள் முகம் மட்டும் எனக்குத் தெரியும். அதிலும் ஆட்கள் இல்லாத பகுதியில் தனியாக அமர்ந்து அவள் ஒரு அரசிபோல போட்டிகளைக் கவனிப்பதைப் பார்த்திருக்கிறேன். இடது புறத்தில் தண்ணீர் பாட்டில் இருக்கும். வலது புறத்தில் ஏதேனும் பழங்கள் இருக்கும்.

அதுமாதிரி ஒருவேளை அமர்ந்திருக்கலாம் என்பதற்காகதான் விதிகளை மீறி கேலரிகளைப் பார்க்க ஆரம்பித்தேன். ஆனாலும் ஓடுகிற குதிரை மீது கொஞ்ச காலம் கேள்வியே இல்லாமல் நம்பிக்கை வைப்பார்களே, அதுமாதிரி என் தவறுகளை யாரும் கண்டுகொள்ளவில்லை. எனக்கு ஒருதடவை அவளைத் திரும்பப் பார்க்க வேண்டும். அப்போது சத்தியமாக என்னோடு இருத்திக் கொள்ள முயல மாட்டேன். நேர்மையான முறையில் ஒரு பிரிவைச் சந்திக்க நினைக்கிறேன். அவள் எனக்குப் பலதும் செய்திருக்கிறாள்.

பொருள் மட்டுமேயில்லை உறவில். நான் அவளோடு நல்ல பருவம் வீசிக் கொண்டிருந்தபோது சந்தோஷமாக இருந்தேன். அவள் என்னை சர்வதேச அரங்கில் நடைபோடும் இந்திய வீரனுக்கான தோரணைகளுக்குத் தயார் படுத்தினாள். அதைப் பார்க்க அவள் கண்டிப்பாக வருவாள் என்று தோன்றியது. ஒரேயொரு தடவை அவள் என்னைச் சந்தித்தால் போதும். நான் நேர்மையாக விலகி விடுவேன். ஒருவேளை நான் அவளுக்குச் செய்த பாவத்திற்கு அவளிடம் மன்னிப்புக் கேட்பேன்.

அவள் அதைப் புரிந்துகொள்வாள். அவளுக்கு என்ன சிக்கலோ? ஒருவேளை என் இலக்கை அடையும் பாதையில் குறுக்கிட வேண்டாம் என்றுகூட விலகியிருந்திருக்கலாம். எனக்குப் பொறுமை யில்லை. எல்லாமே உடனே வேண்டும் எனக்கு என்று நினைத்துத் தோற்றுவிட்டேன். என் கையில் கிடைத்த பார்பியைத் தொலைத்து விட்டேன். அதைப் பாதுகாத்து ஒளித்து வைத்துக்கொள்ளத் தவறி விட்டேன். அவளை கேலரிகளில் தேடிக் கொண்டிருந்தேன். இருளுக்குள் நுழைந்து கொண்டிருந்தேன். காலைப் பயிற்சிகள் சிலவற்றை வேண்டுமென்றே தவறவிட்டேன். உடலில் ஒரு கிலோ எடை கூடியது.

அத்தியாயம்

21

இடையில் என்னுடைய கோச் என்னைத் தொலைபேசியில் அழைத்தார். இது மாதிரி அழைப்பவரல்ல அவர். எனக்கு மூக்கு வியர்த்துவிட்டது. எனக்கு வியர்த்ததை விடுங்கள். அவருக்குச் சரியாக எப்படி வியர்த்திருக்கிறது பாருங்கள். எனக்கு கடுமையாக உடல்நலம் பாதிக்கப்பட்டிருக்கும் போதெல்லாம் மிகச் சரியாக என்னுடைய அம்மா என்னைத் தொலைபேசியில் அழைத்திருக்கிறது. சிறுவயதில் பள்ளி விட்டு வரும்போது, இன்றைக்கு சித்தி வீட்டிற்கு வரவேண்டும் வரவேண்டும் என்று சொல்லிக்கொண்டே வருவேன். வீட்டில் நுழைந்தால் சித்தி வாய்நிறையச் சிரிக்கும். எப்போது தேவையோ அப்போது அந்த இடத்தில் தோன்றுவதுதான் தேவதைக் குணம். என் வாழ்க்கை முழுக்க அப்படியான கணங்கள் பலவற்றைக் கடந்து வந்திருக்கிறேன். அந்தக் கணங்களுக்கு உரிய நபர்களைதான் என் வாழ்க்கையில் ஒரு செவ்வகக் கட்டமாக வைத்திருக்கிறேன். அந்த மனிதர்களிடம் நான் அப்படியே என்னை ஒப்புக் கொடுப்பேன்.

அவர்கள் என்ன சொன்னாலும் கேட்பேன். ஒருவகையில் எனக்கான பாதுகாப்பான கரங்களை நானே உருவாக்கி வைத்திருந்தேன். அந்த மரியாதைக்குரிய மனிதர்கள் யாருக்குமே நான் என்ன தவறு செய்திருந்தாலும் என்னை அழிக்கும் குணம் கிடையாது. கிணற்றில் முதல் தடவை இடுப்பில் மண்ணெண்ணெய் கேனைக் கட்டிக் கொண்டு தள்ளி விட்டபோது, தத்தளித்து மூச்சு முட்ட மேல் நோக்கி வரும்போது, முதன் முதலாக என்னைப் பிடித்து மேல் எழுப்பிய கையின் அழுத்தத்தை உணர்ந்திருக்கிறேன். அந்த உணர்வு

எப்போதும் இவர்களிடம் கிடைக்கும். அப்படிதான் என்னுடைய கோச்சிற்கும் என்னைத் தேடியிருக்க வேண்டும்.

யாருக்குத் தேவை இருக்கிறது? உண்மையில் என்னுடைய கோச்சிற்குத் தேவையாக இருக்கிறது. நான் இந்திய வீரனாக வேண்டும் என்பது என் கனவு மட்டுமல்ல. என் கோச் தவற விட்ட வாய்ப்பும்கூடதானே? அவர் என்னை எப்படி விடுவார்? என்னைப் பற்றிய தகவல்கள் அனைத்தையும் விசாரித்திருப்பார். அவரிடம் என்னால் பொய் சொல்ல முடியாது. அவர் எல்லாவற்றையும் அறிந்தே என்னிடம் கேள்விகளைக் கேட்டார். எனக்கு வேறு ஒரு கவனச் சிதறல் இருப்பதை உணர்ந்துகொண்டார். ''யாரு? கூட வேலை பாக்கறாங்களா?'' என்றார்.

நான் அவருக்கு ஜாக்குலின் நித்திய குமாரியை நினைவுபடுத்தினேன். உடனடியாக 'அட மவனே' என்று சிரித்தார். ''தப்பில்லை. ஆனால் அது ஆழமாகத்தான் இருக்கும். எங்கே ஓடிவிடப் போகிறது? மடியில் அதுவாக வந்து விழுகிற வரை காத்திருக்க வேண்டும். எதையும் இழுத்துப் பிடிக்க நினைத்தால் அது சிக்கலில்தான் போய் முடியும். வெற்றியாளனாக உரிமையோடு போய் நில். உன்னை யாருக்குதான் பிடிக்காது. நீ எல்லா வகையிலும் தகுதியானவன்தான்'' என்றார். இதுமாதிரி என் கோச் என்னிடம் பேசியதே இல்லை. முதன் முறையாக தந்தையின் இடத்தில் நின்று பேசினார். நான் முழுக்கவும் அவருடைய வார்த்தைகளை அந்த நேரத்தில் விசுவாசிக்க ஆரம்பித்தேன்.

என்னைக் கிளம்பி அங்கே வரச் சொன்னார். என் அலுவலகத்தில் தற்காலிக ஏற்பாடாக ஒரு இரண்டு மாதம் அங்கிருக்கும் கிளையில் வேலை பார்க்கும்படியான ஒரு ஏற்பாட்டைச் செய்துகொண்டேன். எனக்கு என் அலுவலகத்தில் எல்லோருமே உதவி செய்தார்கள். சும்மா சொல்லக்கூடாது. அரசாங்க அலுவலகத்தில் விளையாட்டு வீரர்களிடம் பல நேரங்களில் நீக்கு போக்காகவே நடந்து கொள்கிறார் கள். அலுவலக விருந்தினர் இல்லத்தில் தங்கிக்கொள்ளவும் வாய்ப்புக் கொடுத்தார்கள்.

ஒரு சிறு மலைக்கு மேலிருந்தது விருந்தினர் மாளிகை என்கிற ஆறு அறைகள் கொண்ட அந்த வீடு. வீட்டு வாசலில் காஃபிக் கொட்டை களைக் காயப் போடுகிற மாதிரி நீண்ட சிமென்ட் பூச்சு கொண்ட மேடையுண்டு. தலைக்கு மேலே காஃபி ஃபேக்டரி இருந்தது. எப்போதும் காஃபிக் கொட்டைகளை வறுக்கும் மணம் வீட்டிற் குள்ளும் சுற்றி வரும். அந்த சிமென்ட் மேடையில் கொட்டைகளைக் காயப் போட்டிருப்பார்கள். அந்தத் திண்டின் விளிம்பில் போய் நின்றால் பள்ளத்தாக்கு. எதிரே பனி விலகும்போது தெரியும்

மலைகளைப் பார்த்துக்கொண்டே இருப்பேன். என் பதற்றம் மெல்ல விலகியது. ஒரு வீரனுக்கு இருக்கவே கூடாதது பதற்றம். அதைத்தான் அந்த இன்ஸ்பெக்டர் அமர வைத்து கனிவோடு சொன்னார். அதில் நான் இருப்பதை என் கோச் கண்டுபிடித்துவிட்டார். முதல் கட்டமாக அந்தப் பதற்றத்திலிருந்து என்னை விடுவிக்கும் பயிற்சிகளைதான் கொடுத்தார். போன முறை நான் பார்பியிடம் சிக்கியிருந்தபோது அவளைப் பற்றி எதிர்மறையாகச் சொன்னார். இந்த முறை நேர்மறையாகச் சொன்னார்.

அவளைப் பற்றியே அதிகமும் பேசினார். என்ன மாதிரியான திட்டங்கள் வைத்திருக்கிறீர்கள் என்றெல்லாம்கூட கேட்டார். நான் அவரிடம் தயங்கித் தயங்கி சுருக்கமாக எல்லா கதையையும் சொன்னேன். ''அட மவனே, என்னது இது பாக்காத கேட்காத சினிமா காதல் மாதிரி இருக்குது...'' என்றார். அவர் அதை எளிதாக எடுத்துக் கொண்டது எனக்குப் பிடிக்கவில்லை. அழுத்தம் தரவேண்டும் என்ற முனைப்பில், பார்பி மீது நான் வீசியெறிந்த இரும்புக் குண்டு சம்பவத்தைப் பற்றிச் சொன்னேன்.

என்னுடைய கோச் தீவிரமான சிந்தனைக்குப் போனார். என் தோள்மீது கைபோட்டுக்கொண்டு மெதுவாக அணைத்துக்கொண்டு நடை போட்டார். அத்லெட் ட்ராக்கில் நானும் என் கோச்சும் மட்டும் தனியாக எதிரே மரங்களுக்கிடையில் மறைந்து கொண்டிருக்கும் வெளிச்சத்தை நோக்கி நடை போட்டோம். உயரமான என் தோள்களை எட்டி அணைத்தபடி நடை போடும் அந்தக் குள்ள மந்திரவாதி ஒரு இடத்தில் நடையை நிறுத்திவிட்டு என்னிடம் பேச ஆரம்பித்தார்.

''நீ குற்றவுணர்வில் தவிக்கிறாய். அதைக் கொல்வதற்கு இரண்டு வழிகள்தான் இருக்கின்றன. அந்தச் சம்பவத்தை துச்சமாக நினைத்து மறந்து விடு. அல்லது மன்னிப்புக் கேட்டு விடு'' என்றார் மென்மையாக.

''இரண்டிற்குமே வாய்ப்பில்லை இப்போது என்பதால்தான் பதறுகிறேன்'' என்றேன். ''வாய்ப்புகள் எப்போதும் உன்னிடம் அமைவதால்தான் மற்றவர்களைக் காட்டிலும் நகர்ந்து ஏணியில் மேலேறி வந்திருக்கிறாய். உனக்கு ரம்மி சேர்வதாலேயே டிக் அடிக்க முடிகிறது. நீ டிக் அடிக்கிற நேரத்தில் நீ தேடுகிற ராணிச் சீட்டு வந்துவிடும் கவலைப்படாதே'' என்றார். நான் அமைதியாகக் கொஞ்ச நேரம் அவர் சொன்னது குறித்துச் சிந்தித்தேன். உண்மை தான். எனக்குத் தேவையான சந்தர்ப்பங்களில் என்னைக் கிணற்றிற்குள் இருந்து தூக்கிவிட்ட அந்தக் கை வந்திருக்கிறது. பல

நேரங்களில் கனவுகளில்கூட வந்திருக்கிறது. ஒருமுறை மோசமான விபத்தில் சிக்குவதற்கு முன்பு என்னைப் பிடித்து வெளியே இழுத்துப் போட்டது அந்தக் கை. நொடியில் விலகினேன் வேகமாக வந்த அந்த பந்துத் தாக்குதலில் இருந்து. என் மண்டை கபாலம் சிதறியிருக்கும். சர்வதேச வீரர்களின் மட்டையால் முழுப் பலத்தையும் பிரயோகித்து அடிக்கப்படும் பந்தின் வேகத்தைக் கற்பனை செய்து கொள்ளுங்கள்.

என் கோச் அடுத்த சில மாதங்களில் சிங்கப்பூரில் நடைபெறப் போகும் இந்திய அணி பயிற்சி முகாமிற்குத் தயார் படுத்த ஆரம்பித்தார். நாற்பது பேரை இரண்டு அணிகளாகப் பிரித்து பயிற்சி கொடுத்து அதிலிருந்து தேர்ந்தெடுக்கப் போகிறார்கள். பயிற்சி ஆட்டத்தில் ஜொலித்தால் இந்திய அணியில் இடம்பெற்று விடலாம். சிங்கப்பூரில் வைத்துதான் அந்த உலகப் போட்டியும் நடை பெறுவதாக இருந்தது. இந்தமுறை எனக்கு வாய்ப்புக் கொடுப்பதாக தான் எல்லா மட்டங்களிலும் பேசிக் கொண்டார்கள். டி.எஸ்.ஓ.கூட தேர்வுக் குழுவில் ஒருத்தரிடம் சொல்லியிருக்கிறார் என்பது தெரிந்தது. எப்போதும் சிபாரிசுகளை விரும்பாத என் கோச்கூட எனக்காக இந்த முறை லாபி செய்ய வேண்டும் என்று விரக்தியில் ஒரு சிலதடவைகள் பேசினார். எல்லாமும் எனக்குப் பிரகாசமாக அமைந்து வந்தது. இதற்காகதான் இத்தனை காலமும் காத்திருந்தேன். இதற்காகதான் கேலரியில் அமர்ந்துகொண்டு என் தரத்திற்குச் சுத்தமாக சம்பந்தமே இல்லாத ஒருவனுக்குத் தண்ணீர் பாட்டிலைத் தூக்கிக்கொண்டு ஓடினேன். இந்த வாய்ப்பை விட்டுவிடக்கூடாது என உள்மனம் அழுத்தமாகச் சொல்ல ஆரம்பித்தது. மைதானத்தில் என் கவனம் முழுவதும் இருந்தாலும், ஒரு நூல் பிசகாய் உள்ளுக்குள் பார்பி என்னோடு ஒட்டிக் கொண்டிருந்தாள். அது ஒரு பிசகுதான். அது நமக்கு மட்டும் தெரிந்த பிசகு. ஒரு தேர்ந்த நடிகனை ஒரு காட்சியில் எல்லோரும் கொண்டாடுவோம். அவரைப் போய்க் கேட்டால், அவருக்கு மட்டுமே தெரிந்த அந்தச் சிறு பிசகைச் சொல்லுவார். அந்தச் சிறு பிசகும் இல்லாமல் இருந்தால் யோசித்துப் பாருங்கள். முழுமையாக இருக்கும்.

அந்த முழுமையைக் கொண்டுவர என்னுடைய கோச் போராடினார். ஆனால் அது அமைந்து வரவில்லை என்பது எனக்கு நன்றாகத் தெரிந்தது. சில கணங்கள் மட்டும் முழுமையாக இருப்பேன். அந்த முழுமையான கணத்தை அவர் சிறு உதட்டுச் சிரிப்புடன் கவனித்ததை ஒருதடவை பார்த்திருக்கிறேன். அப்புறம் திடீரென விலகி விடுவேன். நிலைத்த சிந்தனை சாத்தியப்பட்டு வரவேயில்லை. அடியாழம் பார்பியைத் தேடுவதாக இருந்தது. அடியாழத் தேடல் அதை நோக்கி மட்டுமே இட்டுச் செல்லும். அவளைப் பற்றிய

சிந்தனை நாள் முழுவதும் கலங்கலாய் இருந்துகொண்டே இருந்தது. கோச் மீதுள்ள பயத்தில் அந்தச் சில மணிநேரங்கள் மட்டும் முழுமையைக் கொண்டுவர போராடுவேன். அது சில நேரங்களில் வாய்த்தும் இருக்கிறது. ஒரு பத்து தடவை முயற்சியில் ஆறுதடவை அப்படி முழுமை வாய்த்திருக்கிறது.

என் அறையில் பார்பிகள் இல்லாமல் இருப்பது உண்மையிலேயே தனிமையாக உணரச் செய்தது. நான் என் சித்தி வரவேண்டும் வரவேண்டும் என்று சொல்வதைப்போல என்னையும் அறியாமல் அடியாழத்திற்குள் பார்பி வரவேண்டும் வரவேண்டும் என சொல்லத் தொடங்கிவிட்டேன். தற்செயலாகதான் கூர்ந்து கவனித்துவிட்டு அதைக் கண்டுபிடித்தேன். பின்னர் அதை ஒரு பழக்கமாகவே ஆக்கிக் கொண்டேன்.

பார்பி வரவேண்டும் வரவேண்டும் என்று சொல்லிக்கொண்டே மைதானத்தில் இருந்து வீட்டிற்குத் திரும்புவேன். விளையாட்டாய் சில நேரம் சிரித்துக் கொள்வேன். ஒருதடவை அவளுக்குக் கொடுப் பதற்காக இழைதழைகளுடன் கூடிய கேரட்டை பூங்கொத்துபோல கொண்டுபோனேன். ஞாயிறு மதியமொன்றில் சாக்லெட்டுகள் வாங்கிக்கொண்டு போனேன். நன்றாக மழைபெய்து கொண்டிருந்த ஒருநாள் இந்தக் குளிரில் ஐஸ்க்ரீம் சாப்பிட்டால் நன்றாக இருக்கும் என்று நினைத்து அதை வாங்கிக்கொண்டு போனேன். நான் ஐஸ்க்ரீம் சாப்பிடுவதில்லை என்பதால் அதைத் தூக்கிக் குப்பையில் போட்டேன். சில நேரங்களில் இது பைத்தியக்காரத்தனமாகத் தோன்றும். வாய்விட்டுச் சத்தமாகச் சொல்லவில்லை இதுவரை. ஆனால் அடியாழத்தில் அந்த வேண்டுதல் மெல்லிய சத்தமிடும் குரலாய் இருந்தபடியே இருந்தது. அந்த வேண்டுதலுக்குச் செவிசாய்க்க வேண்டும் என்பதற்காக இதுபோல் பொருட்களை வாங்கிக்கொண்டு போவேன்.

ஒப்புக் கொடுத்தல் என்றால் என்ன என்று நினைக்கிறீர்கள்... அது நடக்கும் என்று விசுவாசிப்பது. நம்முடைய வேண்டுதலுக்கு நாமே விசுவாசம் கொள்ளாமல் இருந்தால் எப்படி? அதனால்தான் பொருட் களை வாங்கிக்கொண்டு போனேன். அன்றைக்கும் அப்படிதான். கத்தரிப்பூ நிறக் குல்லா ஒன்றை பஜாரில் பார்த்தேன். அதை அவள் சூடினால் நூறு சதவிகிதம் பார்பி பொம்மை மாதிரியே இருப்பாள். குதூகலமாக இருந்தது. உடனே அதை வாங்கிவிட்டேன். அந்தக் குல்லாவின் நெற்றிப் பொட்டில் ரோஜாக்கள் சிவப்பு நிறத்தில் வரையப்பட்டிருந்தன. ஒருவிதமான நிறக் கலவை அந்தக் குல்லாவிற்கு வந்திருந்தது.

நான் படியேறும்போதே எதையோ ஒன்றை உணரத் தொடங்கினேன். மெல்ல மிதக்கும்போது வருவதைப்போல அடிவயிற்றில் ஒரு சதைப் பிடிப்பை உணர்ந்தேன். கதவு திறந்திருந்தது. ஊகித்துவிட்டேன். ஆமாம் பார்பி கட்டிலில் அமர்ந்திருந்தாள். பரபரப்பாக உள்ளே நுழைந்த என்னைக் கண்ணிமைக்காமல் சாந்தமாகப் பார்த்துக் கொண்டிருந்தாள். வீட்டு வாசலில் சித்தி வந்து சிரித்தது எனக்கு நினைவிற்கு வந்தது. நான் என்ன பேசினேன் என்பது எதுவுமே எனக்கு நினைவில் இல்லை. அவளோடு மிதந்து கொண்டிருந்தேன் நான். அவள் என்னைப் பல உயரங்களுக்கு எடுத்துச் சென்றாள். அந்த இரவில் அவள் இடுப்பில் கைகோர்த்து தூரத்தில் தெரிந்த மலைத் தொடர்களைப் பார்த்துக் கொண்டிருந்தேன். என் தோளில் அவள் தலைவைத்து சாய்ந்துகொண்டாள்.

நான் அவளுடன் பேசிக்கொண்டுதான் இருந்தேன் என்றாலும் என் கவனம் முழுவதும் அவளது உடலின் மீதும் இருந்தது. அத்தனை நெருக்கத்தில் அவள் என்னோடு இருப்பாள் என்பதே எனக்கு வியப்பாக இருந்தது. நான் அவளுக்கு அரையடி தூரத்தில் படுக்கையில் படுத்துக் கிடந்தேன். என்னை முழுமையாக அனுமதித்தாள் அவள். நான் என் கைகளை விரித்துக் காட்டியதும் என்னுள் ஒடுங்கிக் கொண்டாள். எழுந்து நான் அவளது கால்பக்கமாகப் போய் அமர்ந்தேன். அவள் கால்களை எடுத்து என் தலையில் வைத்தாள். அதை அப்படியே என் முகத்திற்குக் கொண்டு வந்தாள். நான் எச்சிலால் அதை முத்தமிட்டேன். அதை மெல்ல வருடிக் கொடுத்தேன். அவள் உரிமையாய் அவளது கால்களைக் கொண்டு என் உடலெங்கும் வருடிக் கொடுத்தாள். நான் அவளது தொடைப் பகுதிகளை மசாஜ் செய்வதுபோல தடவிக் கொடுத்தபடி வயிற்றில் முத்தமிட்டேன். கத்தரிப்பூ நிறத்தில் அவளுடைய உள்ளாடைகள் இருந்தன. படுத்துக் கிடந்த அவள் வா என்பதைப் போல கைகளை விரித்தாள். நான் அவளது மார்பில் முகத்தைப் புதைத்து விழுந்தேன். ஒருமுழுமை எனக்குள்கூடி வந்துவிட்டதாக உணர்ந்தேன். அமைதியாக பதற்றங்கள் இல்லாமல் இருந்தது மனம்.

நாங்கள் படியில் அமர்ந்திருந்தோம். தூரத்து மலைகளில் வெளிச்சம் தெரிந்தது. அவள் புன்னகைத்தபடியே என்னோடு அமர்ந்திருந்தாள். தலைமுடியைக் கொண்டை போட்டிருந்தாள். ஒரு கற்றைமுடியை வேண்டுமென்றே நெற்றிக்குப் பக்கத்தில் சுருட்டி விட்டிருந்தாள். அடிக்கடி கையால் அதைச் சுருட்டி விட்டுக்கொண்டு பழிப்புக் காட்டிக்கொண்டும் இருந்தாள். இந்தமுறை அவளை இழுத்துப் பிடிக்கக்கூடாது என்பதில் தீர்மானமாக இருந்தேன். என் கோச் சொன்னபிறகு நான் நிதானமாக நடந்துகொள்ளவேண்டும் என்பதை

ஆழமாக உணர்ந்திருந்தேன். அவளை மென்மையாகவே கையாண்டேன் என்று சொல்வதை விட அதுதான் எனக்கு அப்போது தெரிந்திருந்தது. நான் முழுக்க ஒருவித பெட்டிக்குள் இருப்பதைப் போல இருந்தேன். மைதானம் என்கிற பெட்டிக்குள் இருப்பதாக உணர்ந்தேன். அதன் மடியில் இருப்பதைப்போல உணர்ந்தேன். நானும் அதுவும் ஒன்றானோம். ஒருகட்டத்தில் நானே மைதானமாக மாறிப் போனேன்.

நான் மறுநாள் மைதானத்திற்குச் சென்றுவிட்டுத் திரும்பியபோது பார்பி கிளம்பிப் போயிருந்தாள். அவளைத் திருப்பித் தேடியலைக்க முயலவில்லை. இந்தமுறை அவள் திரும்பி வந்துவிடுவாள் என்கிற நம்பிக்கை எனக்கு இருந்தது. அதனால்தான் மன்னிப்பு கேட்பதை அடுத்த சந்தர்ப்பத்திற்கு ஒத்திப் போட்டேன். பூனை மாதிரி சொல்ல வில்லை. உண்மையில் அவளைக் கொண்டாட நினைத்தேன். அதைக் கெடுக்கும் சூழல் வந்துவிடக்கூடாது என்பதாலேயே தவிர்த்தேன். அவளது மார்பகத்தில் முகத்தைப் புதைத்து விழுவதற்கு முன்பு, அவள் ஏதோ கேட்க வருபவள்போல என் முகத்தைப் பார்த்தாள்தான். சாந்தமாக எதையோ எதிர்நோக்கி அந்தக் கண்கள் என் கண்களைச் சந்தித்தன. நான் அசைவுகள் இல்லாமல் அவளது கண்களைக் கூர்ந்து சில நொடிகள் பார்த்தேன். அவள் பார்வையைத் தாழ்த்திக் கொண்டாள். சூழலை விட்டுவிடக்கூடாதென தொப்பென அவளது மார்பில் விழுந்தேன். அவளது கால்களை நெஞ்சில் ஏந்தியபோதே மானசீகமாக எனக்குள் மன்னிப்புக் கேட்டுவிட்டேன் சித்தி வர வேண்டும் என்பதைப்போல. இது அழுவதற்கான நேரம் இல்லை. எண்ணெயினால் அவள் தலையை இனி அபிஷேகம் செய்வேன். அடுத்த சந்தர்ப்பத்தில் என் கண்ணீரால் குளிப்பாட்டி அந்தக் குல்லாவை அவளுக்கு அணிவிப்பேன். ஆழமான நம்பிக்கையுணர்வு எனக்கு வந்திருந்தது. நான் நூறு சதவிகித துல்லியமான அமைதியை எனக்குள் உணர்ந்தேன். ஒரு துளி பதற்றம்கூட எனக்குள் இல்லை. நான் புன்னகைத்தபடி என் கட்டிலை நோக்கிப் போனேன். அழகான சிறு மலர்களைக் கோர்த்து மாலையாய்ச் சூடி என்னுடைய பார்பி பொம்மையை தலையணையில் வைத்து படுக்கப் போட்டுவிட்டுப் போயிருந்தாள். வாய்விட்டுச் சிரித்துக் கொண்டே, பார்பியை எடுத்து பத்திரமாகப் பெட்டியில் வைத்தேன். மெல்ல விசிலடித்தேன். 'எனக்கு இப்போது எது தேவையோ அதைத் தந்துவிட்டுப் போயிருக்கிறாள். அவள் தேவை என்று என் அடியாழம் சொல்லும் போது வருவாள்' என்று நினைத்துக்கொண்டேன்.

அத்தியாயம்

22

பயிற்சி ஆட்டத்திற்கு மைதானத்திற்குள் நுழைவதற்கு முன்பு கேலரி உச்சியில் தனியாக அமர்ந்து மைதானத்தையே பார்த்துக் கொண்டிருந்தேன். செயற்கை மழை மைதானத்தில் பொழிந்து கொண்டிருந்தது. உத்தமபாளையத்தில் திராட்சைக்கு ஸ்ப்ரிங்லரில் தண்ணீர் அடிப்பதைப்போல மைதானத்தைச் சுற்றிலும் தண்ணீர் அடித்துக் கொண்டிருந்தார்கள். நான் மெதுவாகக் கீழே இறங்கிப் போய் மைதானத்தின் ஓரத்தில் நின்றுகொண்டேன். மழைத் தூறல்களைப்போல தண்ணீர் என் முகத்தில் அடித்தது. நான் கண்களை மூடி மைதானத்தில் ஒரு துறவி மாதிரி நின்று கொண்டிருந்தேன். மைதானத்தில் தனியாக நின்றபடி மழைக்கு இதுமாதிரிதான் என் கோச் முகத்தை வானத்தைப் பார்த்து அண்ணாந்து கொடுப்பார். இதுதான் என் உச்சி. இதையல்லாமல் வேறு எதை எதையோ உச்சியாகக் கருதித் தேடியலைந்துவிட்டேன்.

தனிவிதமான அனுபவமாக அது இருந்தது. என் அடியாழம் முழுக்க மைதானமே இருந்தது. போட்டி துவங்கியபோது நான் கால்களையும் மட்டைகளையும் பந்தையும் தவிர வேறெதையும் பார்க்கவில்லை. சிங்கப்பூர் மைதானம் என்னை வாரியணைத்துக் கொண்டது. நுழைந்த ஒரு நிமிடத்திலேயே கால்கள் பழகிவிட்டன. பெட்டிக்குள் மனிதர்கள் ஓடுகிற கணிதம் பிடிபட்டது. பி.எம்.டபிள்யூ காரை ஓட்டிக்கொண்டு வந்தபோது சாலையை எப்படிக் கவனித்தேனோ அதைப்போல மைதானத்தின் கணிதத்தைக் கவனித்தேன். ஒருகட்டத்தில் அந்தக் கணிதம் எனக்கு மறக்க ஆரம்பித்தது. பந்தும் நானும் மெதுவாக ஒன்றாக ஆரம்பித்தோம். எனக்கு எல்லாமும்

கைகூடி வந்தது. கவனமாக கால்களுக்கு இடையில் ஓடினேன். என்னை மைதானம் கீழே தள்ளவில்லை. பலர் விழுந்தார்கள். எழுந்தார்கள். எல்லாவற்றையும் தாண்டிக் குதித்து ஓடினேன்.

பந்தின் வேகம் அன்று எல்லை மீறி இருந்தது. வாய்ப்பைப் பிடித்து விட வேண்டும் என்கிற வேகம் எல்லா கால்களுக்கும் இருந்தன. வெறிகொண்டு கால்கள் இன்னொரு காலை நோக்கி ஓடிவந்தன. விதவிதமான ஷூக்கள். முட்டி மோதுகிற கால்கள் எதுவும் சளைத்தவை அல்ல. என் கால்களைக் குனிந்து பார்த்தேன். அது காற்றில் இருந்தது. என் மட்டையில் பந்து மந்திரம் போட்டதுபோல ஒட்டிக்கொண்டு ஓடி வந்தது. அந்தப் பந்தைத் தட்டிப் பறிக்க நாலைந்து கால்கள் முன்னே ஓடி வருவது தெரிந்தது. நான் எல்லைக் கோட்டை நோக்கி ஓடினேன். என் இருபுறமும் நாலைந்து கால்கள் என்னை நோக்கி பந்தைப் பறிக்க ஓடிவந்ததை உணர்ந்தேன். பூனையின் உடல்மொழியோடு நான் விலகி ஓடினேன். பந்து என் கட்டுப்பாட்டில் முழுமையாக இருந்தது. நான் முழுமையானவனாக அந்தக் கணத்தில் உணர்ந்தேன். பெருமிதமானவனாக உணர்ந்தேன். நான் இந்திய வீரன் என்ற முழுமையான சிந்தனை மின்னல் வெட்டுபோல வந்து போனது எனக்கு. பந்து என்னை விட்டுக் கடந்தது. மறுபடியும் மைதானத்தில் கால்களைக் கவனித்துக் கொண்டிருந்தபோது, திடீரென பழக்கமான ஒரு காட்சியைப் பார்ப்பதுபோல இருந்தது. விரட்டி வந்த கால்களுக்கு நடுவே அவளது கால்கள் மெதுவாக என்னை நோக்கி நடந்து வந்து கொண்டிருந்தன. சட்டென தலையைத் தூக்கி கேலரியைப் பார்த்தேன்.

அத்தியாயம்

23

பார்பியைத் தேடி நான் திருநெல்வேலி போனேன். விட்ட இடத்தில் தேடப் போனேன். பெருமிதம் கொண்டவனாகத் தேடிப் போனேன். அங்கே போனால் என்னுடைய விடுதிக்கு முதலில் செல்வது என்பது என் வாழ்வில் முதல்கடமை. அதைச் செய்யாமல் வேறு எதையும் செய்யத் துவக்கவே மாட்டேன். நான் கேலரியில் போய் தனியாக அமர்ந்து மைதானத்தையே பார்த்துக் கொண்டிருந்தேன். இதே கேலரியில் அமர்ந்து கொண்டுதான் என்னை தனக்கு எதிராக நிறுத்தி என் கோச் அவள் குறித்துப் பேசினார். ஆண்டுகள் கடந்துவிட்டன என்றாலும் அந்தக் காட்சி எனக்கு நினைவிற்கு வந்தது. என் கோச் அன்றைக்கு உட்கார்ந்த இடத்தில் போய் அமர்ந்து அந்தக் காட்சியை மறுபடி நிகழ்த்தினேன் எனக்குள்.

அவர் இப்போது நேர்மறையாகப் பேசியிருக்கிறார். அவர் சிவப்பு அட்டை கொடுத்து என்னை ஆட்டத்தில் இருந்து வெளியேற்றவே இல்லை. எனக்கு வரமாய்க் கிடைத்த ஆட்டத்தை எதன் பொருட்டும் இழக்க மாட்டேன். மைதானம் என்னைத் தள்ளியது. ஆனால் கைவிடவில்லை. அது எப்போதும் என்னைக் கைவிடாது. விழுந்தாலும் மறுபடி வாரியணைத்துக் கொள்ளும். அந்த மைதானத்திடம் ஆசி வாங்கிவிட்டே அவள் வீட்டிற்குச் செல்ல நான் பிரியப்பட்டேன். அவளது வீட்டிற்குப் புறப்படுவதற்கு முன்பு நான் மைதானத்தைப் போய்த் தொட்டு வணங்கினேன்.

ஐகிரவுண்டில் இருந்து காரில் என்.ஜி.ஓ. காலனிக்குப் போவதற்கு முன்பு ஏ.ஆர். லைனில் இருந்த சர்ச்சில் நிறுத்தினேன். என்னோடு

அமர்ந்து ஒருநாள் இந்த சர்ச்சிற்கு இதே காரில் வருவாள் என்று நினைத்துக் கொண்டேன். மழைக் காலங்களில் இந்த சர்ச் வாசலில் இருந்த உண்டியல் நிறைய மொச்சைகளை வாங்கித் தந்திருக்கிறது. உண்டியல் வாயிற்குள் மெதுவாகக் கைவிட்டால், சில நாணயங்கள் ஒட்டிக் கிடக்கும். சில நேரங்களில் ரூபாய் நோட்டுகள்கூட தட்டுப் பட்டிருக்கின்றன. ஒரேயொரு தடவை நூறு ரூபாய் நோட்டொன்று தட்டுப்பட்டது. எனக்குதான் கிடைத்தது அது. எல்லோருக்கும் நான் மொச்சை வாங்கித் தந்தேன்.

தெரிந்தேதான் இந்த உண்டியல் வாயை இப்படிக் கைவிடும்படி வைத்திருக்கிறார்கள் என்று தோன்றியது. இல்லாதவர்கள் எடுத்துப் போகட்டும் என்றுகூட நினைத்திருக்கலாம். எங்களுக்கு வரவேண்டிய காசுதானே அது? காரில் இருந்து இறங்கிப் போய் சில ரூபாய் நோட்டுக்களை அந்த உண்டியலுக்குள் திணித்து யார் கைவிட்டாலும் எடுக்கும்படியான நிலையில் வைத்துவிட்டு நகர்ந்தேன். எதை எடுத்தேனோ அதைத் திருப்பி வைத்துவிட்டேன். எதையும் சுமக்கவில்லை அதிகப்படியாகவே வைத்துவிட்டேன். இரண்டு ஆண்டுகளில் எவ்வளவு எடுத்துவிடப் போகிறேன்? ஆனாலும் அந்த நேரத்தில் அது எனக்குக் கிடைத்த முக்கியமான காணிக்கை. அதைவிட அதிகமாகவே என்னைப்போல சிலருக்காக பதில் காணிக்கை படைத்துவிட்டு வந்தேன்.

இன்னும் அப்படித் தேடுபவர்கள் இருக்கதான் செய்வார்கள். அப்படி எடுக்கப் போகிறவனின் புன்னகை எப்படி இருக்கும் என்று சிந்தித்துப் பார்த்தேன். அது யாராக இருக்கலாம் என்று யோசித்துக் கொண்டே பார்பி இருக்கிற தெருவிற்குள் நுழைந்தேன். எல்லா வற்றையும் இறக்கி வைத்துவிட வேண்டும் என மனதார நினைத்தேன். மரங்கள் அடர்ந்த குடியிருப்பில் அது ஒரு கிறிஸ்துமஸ் மாதம். என்னுடைய கிறிஸ்துமஸ் மாதங்களில் வீட்டு மாடியில் கிறிஸ்துமஸ் ஸ்டார்கள் வரிசையாகத் தொங்கவிடப் பட்டிருந்த காட்சிகள் நினைவிற்கு வந்தன. நான் கிறிஸ்துவன் இல்லை யென்றாலும் என் வீட்டில் வருடா வருடம் ஸ்டார் மாட்டுவேன். எனக்குக் கிறிஸ்துமஸ் என்றால் ஸ்டார்தான். ஸ்டார் என்றால் பார்பிதான்.

அந்தக் குடியிருப்பில் இருந்த பார்பி வீட்டிலும் ஸ்டார் தொங்கியது. ஆனால் அது ஒளிரவில்லை. அது எனக்கு வித்தியாசமாகப் பட்டது. எதிரே இருந்த இலவ மரத்தில் அமர்ந்து துர்சகுனத்தை முன்னறிவிக்கும் கரிக்குருவி கத்தியது. நான் தயங்கித் தயங்கி மரக் கதவைத் திறந்துகொண்டு உள்ளே போனேன். என்னுடைய

கைப்பையை வீட்டுத் திண்ணையில் வைத்தேன். அவளுடைய அப்பா மூக்குக் கண்ணாடியை எடுத்து அணிந்துகொண்டு வெளியே வந்தார். பார்பி கழுத்தில் பார்த்திருந்த சிலுவையுடன் கூடிய சங்கிலி அவர் கழுத்தில் கிடந்தது. இந்தச் சங்கிலியில் கோர்க்கப்பட்டிருந்த சிலுவைதான் முதன் முறையாக அவள் மார்பகங்களை அழுத்தி விட்டபோது என் கைகளில் தட்டுப்பட்டது. கவனமாக அதை எடுத்து அவளது முதுகுப் பக்கமாகப் போட்டேன். இரண்டாம் முறை அது இல்லை என்பது உறைத்தது. அந்தச் சங்கிலியைப் பார்ப்பதைத் தவிர்த்தேன். அதில் இருந்த சிலுவை என்னைக் குறுகுறுவென்று பார்ப்பதுபோல தோன்றியது. தயக்கங்களுடன் நின்ற அவர் என்னைத் தீவிரமாகப் பார்த்தார். அவரது முதுகிற்குப் பின்னால் இருந்த இன்னொரு கதவிற்குப் பக்கத்தில் அவளுடைய அம்மா வந்து நின்றது தெரிந்தது.

நான் பார்பியின் நெருங்கிய நண்பன் என்று அறிமுகப்படுத்திக் கொண்டேன். தெரியும் என்பதைப்போல தலையசைத்து என்னை உள்ளே அழைத்தார். அமைதி சூழ்ந்திருந்தது அந்த அறையில். எனக்கு வேண்டாத ஒன்றை அவர் சொல்லப் போகிறார் என என் உள்ளுணர்வு சொன்னது. அவர் அமைதியாக என்னை இன்னொரு அறைக்கு அழைத்துப் போனார். அந்த அறை வாசலில் நின்று கொண்டு, அதன் கதவை மெல்லத் திறந்தார். வெளிச்சம் உள்ளே போனது அந்த அறைக்குள். கத்தரிப்பூ நிற படுக்கை விரிப்பில் பார்பி பொம்மை படுத்துக் கிடந்தது. பார்பியின் கன்னத்தில் பருக்கள் இருந்தன.

எனக்கு ஒருநிமிடம் மூச்சே நின்றதுபோல இருந்தது. அவரது கைகளை உதறிவிட்டு வெளியே ஓடி வந்து என்னுடைய கைப்பையைத் திறந்து பார்த்தேன். நான் கொண்டுவந்திருந்த பார்பி பொம்மையைக் காணவில்லை. நான் ஓடியதைப் பார்த்துவிட்டு வெளியே வந்த அவரது கையில் அந்த பார்பி பொம்மை இருந்தது. அதை என் கையில் கொடுத்துவிட்டு அவர் சொன்னது என் காதில் விழுந்தாலும் அரை மயக்க நிலையில் அதைக் கேட்டுக் கொண்டிருப்பதுபோல பட்டது.

''அந்த அறையில்தான் அவள் தற்கொலை செய்துகொண்டாள். அவளுடைய அறையைத் திறந்து பார்த்தபோது கத்தியால் அவளது கால்களைக் கீறியிருந்தாள்'' என்றார். அவள் தற்கொலை செய்து கொண்ட தேதியைச் சொன்னார். என்னோடு ஊட்டியில் மடியில் படுத்துக் கிடந்த நாள்.

அத்தியாயம்

24

மின்னல் வேகத்தில் வந்தது அந்த இரும்புக் குண்டு. மைதானத்தின் மடி பந்தை உள்ளிழுத்துக் கொண்டது. 140 கிலோமீட்டர் வேகத்தில் பின்னங் கழுத்தில் அடிவாங்கிய வெள்ளைநிறப் பந்து பச்சைப் புல் மைதானத்தில் சிவப்பு சிங்கர் பொட்டுகளை ஒட்டியபடி தறிகெட்டு ஓட ஆரம்பித்தது. மைதானத்தில் இருந்து தன்னைத் துண்டித்துக் கொண்டது அது. மைதானத்தின் மடி எல்லைக் கோட்டருகே நிறுத்திப் பிடித்தது அப்பந்தை. மைதானத்தின் மடியில் படுத்துக் கிடந்த அது நிதானமிழந்து, குறுக்குவெட்டாக எல்லைகள் கடந்த மாயக் காட்சிகளைப் பார்க்க ஆரம்பித்தது. செண்பகவல்லியம்மனின் மூக்குத்தி மின்னுகிற காட்சியும் இருந்தது அதில்.

‘

A hallucination is a fact, not an error;
what is erroneous is a judgement based upon it.

’

- Bertrand Russell

www.ingramcontent.com/pod-product-compliance
Lightning Source LLC
LaVergne TN
LVHW060458051026
849518LV00002B/809
* 9 7 8 8 1 8 4 9 3 8 5 0 0 *